अभिप्राय

'मांजराची सावली' या कथासंग्रहात जयश्री कुलकर्णी यांनी
वेळोवेळी लिहिलेल्या निवडक भयकथांचा समावेश आहे. कुलकर्णी
यांच्या भयकथा स्वयंस्फूर्त, स्वतंत्र आहेत. त्यांच्या केंद्रस्थानी
कल्पनाव्यूहांचे वेगवेगळे नमुने आढळतात.
कुलकर्णी यांनी सामाजिक, कौटुंबिक कथांबरोबर मनोविश्लेषणात्मक,
कादंबरी, ललित लेख एवढेच नव्हे तर वास्तुशास्त्र, पर्यटन,
विज्ञान यांवरही लेखन केले आहे.

दैनिक ऐक्य, सातारा, २८ ऑक्टोबर २००७

मांजराची सावली

जयश्री कुलकर्णी

मेहता पब्लिशिंग हाऊस

- *या पुस्तकातील लेखकाची मते, घटना, वर्णने ही त्या लेखकाची असून त्याच्याशी प्रकाशक सहमत असतीलच असे नाही.*

MANJARACHI SAVALI by JAYSHREE KULKARNI

मांजराची सावली / गूढकथासंग्रह

© जयश्री कुलकर्णी

फ्लॅट नं. ७०२, बिल्डिंग नं. बी-२, कुमार परिसर, गांधीभवनजवळ, कोथरूड, पुणे ४११ ०३८, © ०२०- २५३०५०३४
E-mail : jayashreerkulkarni@gmail.com

मराठी पुस्तक प्रकाशनाचे हक्क, मेहता पब्लिशिंग हाऊस, पुणे.

प्रकाशक : सुनील अनिल मेहता, मेहता पब्लिशिंग हाऊस,
१९४१, सदाशिव पेठ, माडीवाले कॉलनी, पुणे - ४११०३०.

अक्षरजुळणी : पीसी-नेट, नारायण पेठ, पुणे- ४११०३०

मुखपृष्ठ : चंद्रमोहन कुलकर्णी

प्रकाशनकाल : ऑगस्ट, २००७ / पुनर्मुद्रण : जुलै, २०१७

P Book ISBN 9788177668407
E Book ISBN 9789386745934
E Books available on : play.google.com/store/books
m.dailyhunt.in/Ebooks/marathi
www.amazon.in

लेखिकेचे मनोगत

'मांजरांची सावली' हा माझा निवडक गूढ कथांचा संग्रह वाचकांच्या हाती सोपवताना आज मला विशेष आनंद होत आहे. गेल्या सुमारे पस्तीस वर्षांच्या कालखंडात माझे विविध विषयांवरचे लेखन मराठीतील अनेक नियतकालिकांमधून प्रसिद्ध होत आहे. त्यातील काही साहित्य - विशेषत: रहस्यमय कादंबऱ्या - पुस्तक रुपानेही प्रसिद्ध झाले आहे; मात्र भयकथा वा गूढकथा या प्रकारातील हा माझा पहिलाच कथासंग्रह!'

तशी मी सुरुवातीस सामाजिक, कौटुंबिक कथांच्या लेखनानेच माझ्या साहित्यिक वाटचालीला सुरुवात केली. रहस्यकथा किंवा गूढकथा लिहू लागले ते अगदी योगायोगाने! गमती गमतीत एक आव्हान म्हणून मी माझी पहिली रहस्यकथा लिहिली, 'बायकांना दर्जेदार रहस्यकथा लिहिणे जमत नाही' हा दावा खोटा ठरविण्यासाठी! ती कथा मी 'धनंजय' मासिकाकडे प्रसिद्धीसाठी पाठवून दिली. त्या कथेला स्वीकृती व प्रसिद्धी तर मिळालीच, पण माझा हा वेगळा प्रयत्न धनंजयचे संपादक (कै.) शंकरराव कुलकर्णी आणि रहस्यकथाप्रेमी वाचकांनाही खूप आवडला. तशा अर्थाची काही पत्रे व अभिनंदनपर संदेशही आले. त्यानंतर मग मी अनेक रहस्यकथा, भयकथा, गूढकथा व विज्ञानकथाही लिहिल्या.

काही वर्षांपूर्वी 'मॅजेस्टिक गप्पात', एक वेगळा कार्यक्रम म्हणून श्री कोठावळे यांनी एका संध्याकाळी तत्कालीन अग्रगण्य रहस्यकथाकारांना त्यांच्या गच्चीवर गप्पांच्या कार्यक्रमासाठी बोलावले होते. त्यात सर्वश्री बाबूराव अर्नाळकर, ग. रा. टिकेकर, श्रीकांत सिनकर व इतर काही बुजुर्ग रहस्यकथा लेखकांसोबत मलाही आमंत्रण मिळाले. त्या मेळाव्यात मी एकटीच स्त्री होते. माझ्या दृष्टिने तो सुखद आश्चर्याचा आणि अर्थातच आनंदाचा क्षण होता.

त्या कार्यक्रमाचे सूत्रसंचालन करणाऱ्या श्री. स. शि. भावे यांनी उपस्थितांना माझी ओळख करून देताना, 'माझ्या माहितीप्रमाणे या बहुधा मराठीतल्या पहिल्या स्त्री रहस्यकथा लेखिका आहेत', असा माझा उल्लेख केला होता. मला वाटते गूढकथा, भयकथा या वाङ्मय प्रकाराचा मार्ग स्त्री लेखिकांनी क्वचितच निवडला. या पार्श्वभूमीवर भयकथांचा हा संग्रह प्रकाशित करून तो वाचकांच्या हाती देण्याचा आनंद, म्हणूनच वेगळा आहे.

या संग्रहातील सर्व दहा कथा या संपूर्णपणे स्वतंत्र असून त्या माझ्याच कल्पनाविश्वातून साकारल्या आहेत. त्यात कारागिरीपेक्षा उत्स्फूर्ततेचाच भाग जास्त आहे. मनात कथाबीज निर्माण झाल्यानंतर ते शब्दबद्ध करताना त्या कथा मन:चक्षूंसमोर घडत गेल्या. या दहा कथांचे कथानायक (वा नायिका) वेगवेगळ्या सामाजिक स्तरातले, सुशिक्षित-अशिक्षित तसेच तरूण व वयस्करही आहेत. त्यांचे भावविश्व व आयुष्य ढवळून टाकणाऱ्या भयकारक घटनाही प्रत्येक कथेत वेगळ्या व वैविध्यपूर्ण आहेत, त्यामुळे या कथांचे वाचन हा वाचकांच्यासाठी एक रंजक व रोमांचकारी अनुभव असेल अशी मला निश्चितच खात्री वाटते.

भीतीचे किंवा घाबरण्याचे व घाबरविण्याचे आकर्षण माणसाला लहानपणा- पासूनच असते. तीन चार वर्षांचे मूलही दारामागे लपून मोठ्या माणसांना 'भो:' करते आणि मग ती मोठी माणसेही आपण खूप घाबरल्याचा अभिनय करून त्याच्या आनंदात भर घालतात. तरीही माझ्या मते लहान मुलांना अपरिपक्व वयात भूतकथा, भयकथा सांगू नयेत किंवा वाचायला देऊ नयेत. मूल बौद्धिकदृष्ट्या पूर्ण विकसित झाले; आयुष्याकडे बघण्याचा त्याचा दृष्टिकोन सक्षम झाला, तसेच श्रद्धा आणि अंधश्रद्धा यातील फरक त्याला समजायला लागला की मगच तो या 'अद्भुत' कल्पनाविश्वाला सामोरा जायला तयार झाला असे म्हणता येईल. मांगल्यावरच्या श्रद्धेचा पाया भक्कम असायला हवा. थोडक्यात, थोड्या वेळापुरते

'रोमांचक अनुभवातून' जाणे वेगळे आणि कायमच मनात अनाकलनीय भीतीचे ओझे बाळगून जगणे वेगळे. चुकीच्या कल्पनांच्या प्रभावाखाली जगणारी काही प्रौढ माणसेही अमंगल शक्तींचे अस्तित्व, देवदेवतांच्या आराधनेतील कडक नियम किंवा असेच इतर ताण उरावर बांधून जन्मभर जगतात. हे निश्चितच धोकादायक आहे; प्रत्येक सुजाण व्यक्तिने याचे भान ठेवायलाच हवे हे इथे मला नमूद करावेसे वाटते.

या संग्रहातील माझ्या सर्व कथा-धनंजय, अपराध, पाठलाग, रूपा, प्रपंच, माणूस, सासर-माहेर यासारख्या विविध लोकप्रिय मासिकांच्या विशेषांकातून प्रसिद्ध झालेल्या आहेत. त्याबाबत वाचकांच्या प्रतिक्रिया व अभिप्राय यांचे स्वागत आहे.

हे पुस्तक प्रत्यक्षात येण्यासाठी ज्यांनी मला सहकार्य दिले त्यात माझे पती श्री. रमेश कुलकर्णी यांचा वाटा मोलाचा आहे. हे पुस्तक प्रकाशित करून मला प्रोत्साहित करणारे मेहता पब्लिशिंग हाऊसचे श्री. सुनील मेहता व त्यांचे सर्व कार्यालयीन सहकारी यांची मी मनापासून आभारी आहे.

— जयश्री कुलकर्णी

अनुक्रमणिका

मांजराची सावली

रात्रीचे आठ वाजले होते. दवाखान्यातली पेशंट्सची वर्दळ आता संपली होती. आपली कातडी बॅग आवरून मनोजने कंपाउंडरला हाक मारली. दिवसभरातला बिलांचा हिशेब त्याने पाहिला आणि मग घरी जाण्यासाठी तो उठला. झुलते दार ढकलून तो बाहेरच्या वेटिंग-रूममध्ये आला. इतक्यात घाईने पायऱ्या चढून आत येत असलेले मिस्टर नेमाडे त्याला दिसले. तो थबकला. खरे तर तो आता मनस्वी कंटाळला होता. पण त्याचा पेशाच असा होता की त्याला कंटाळून चालण्याजोगे नव्हते. शिवाय नेमाडे त्याचे क्लबमधले मित्र होते. त्यामुळे त्यांच्याविषयी त्याला अधिक जवळीक असणे स्वाभाविकच होते.

"या मिस्टर नेमाडे" त्याने त्यांचे हसून स्वागत केले आणि तो पुन्हा तपासणीच्या खोलीत शिरला. मनोजच्या मागोमाग नेमाडेही आत गेले आणि त्याच्या समोरच्याच खुर्चीत बसले. पण अस्वस्थपणे त्यांची सारखी चुळबुळ चालली होती. मनोजच्या ते लक्षात आले. पण तसे न दर्शविता त्याने विचारले, "काय नेमाडे, गेल्या आठवडाभरात दिसला नाहीत क्लबात?"

"खेळायला येण्याजोगी मन:स्थितीच नव्हती माझी."

"अरे! झालंय तरी काय? तुमचा चेहरासुद्धा असा ओढल्यासारखा काय दिसतोय?"

मनोजच्या सहानुभूतीपूर्ण शब्दांनी नेमाडे किंचित हेलावले. खुर्चीतल्या खुर्चीत त्यांनी थोडीशी चुळबुळ केली.

"काय सांगू डॉक्टर? नशिबात जे लिहिलं असेल ते प्रत्येकाला भोगायलाच हवं. पण हल्ली तर रात्रभर डोळ्याला डोळा लागत नाहीये माझ्या." जड आवाजात नेमाडे म्हणाले.

"पण असं कोणतं संकट तुमच्यावर ओढवलंय ते तरी सांगाल की नाही? कदाचित मी तुम्हाला काही मदत करू शकेन." मनोज सहानुभूतीपूर्ण स्वरात म्हणाला.

"तुमची मदत घेणं शक्य असतं तर मला खरोखरीच फार आनंद झाला असता डॉ. मनोज. पण माझ्या बाबतीत घडत असलेल्या घटनाच अशा विचित्र आहेत की त्याविषयी मी कोणाजवळ बोललो तर मला लोक निश्चितच वेड्यात काढतील." नेमाडे निराशेने म्हणाले.

मनोज उठला. नेमाड्यांशेजारी उभा राहात त्याने किंचित वाकून त्यांच्या खांद्यावर हात ठेवला आणि तो म्हणाला,

"मिस्टर नेमाडे, एक मित्र या नात्याने तुम्ही मला सारं काही मोकळेपणाने सांगा. आपण त्यातून काहीतरी मार्ग काढण्याचा प्रयत्न करू."

नेमाडे काहीच बोलले नाहीत. अस्वस्थपणे टेबलावरच्या पेपरवेटशी चाळा करीत राहिले. मनोजला ते सारे सांगावे की नाही याविषयी त्यांच्या मनात चलबिचल उत्पन्न झाली होती. मनोजच पुढे म्हणाला,

"असं करू या. आपण आता एखाद्या चांगल्याशा हॉटेलात जाऊन बसू. तिथं तुम्हाला निवांतपणे बोलता येईल. इथं दवाखान्यात कोण केव्हा येऊन डिस्टर्ब करील याचा नेम नाही."

"चला." नेमाड्यांनी रुकार दिला.

दोघेही उठले. मनोजच्या मोटारसायकलवरून ते थोड्याच वेळात 'हॉटेल रुचिरा' पाशी पोचले. आत जाताच मनोजने चहाची ऑर्डर दिली. गरम वाफाळलेला चहा पोटात जाताच नेमाड्यांना थोडी तरतरी वाटली. सिगारेट पेटवीत मनोजने म्हटले,

"हं बोला."

"ठीक आहे. मी ते सारे सांगतो. पण कदाचित तुम्हाला ते अतिरंजित वाटण्याची शक्यता आहे."

"छे छे ! नेमाडे, तुम्ही अजिबात कुठलाही किंतु मनात न ठेवता बोला."

नेमाडे थोडे सावरून बसले.

"या साऱ्या प्रकारांना सुरुवात झाली तो दिवस मला आजही अगदी स्पष्ट आठवतोय डॉक्टर! त्या दिवशी रात्री गाणी लावण्यासाठी माझी मुलगी रेडिओजवळ गेली आणि आश्चर्यानं ओरडलीच. 'काय झालं ग?' मी बसल्या जागेवरूनच तिला प्रश्न केला. 'पपा, आपला रेडिओ कुठाय?' ती घाबऱ्या घाबऱ्या आवाजात म्हणालो. मी कोपऱ्यातल्या टेबलाकडे नजर फेकली. तो खरोखरीच नेहमीच्या जागेवर रेडिओ नव्हता. मी किंचित चरकलो. पण लगेच सावरून घेत म्हणालो, 'अभीने आत कुठेतरी हलवला असेल बघ.'

'छे हो पपा! दादा तर अजून बाहेरून आलाच नाही आणि घरात कुठेच नाहीय रेडिओ.' ती ठामपणे म्हणाली. आता मात्र मी कोचावरून उठलो. रेडिओ घरातून

नाहीसा झाला आहे, या वस्तुस्थितीची जाणीव होताच मी संतापलो. तो नक्कीच चोरीला गेला असणार असं मला वाटलं. वेंधळेपणाबद्दल, दारं उघडी टाकण्याबद्दल मी घरातल्या माणसांवर टीकाही केली. पण बोलत असतानाच माझ्या लक्षात आलं की त्या जागेवर सध्या कुणीतरी एक सुंदर घडणीचा फ्लॉवरपॉट ठेवला आहे. ते पाहताच मी अधिकच संतापलो. यावेळपर्यंत घरातील सर्वजण बाहेरच्या खोलीत जमा झाले होते. एवढ्यात अभिजितही (माझा मोठा मुलगा) बाहेरून आला. तो फ्लॉवरपॉट कुणी आणला याविषयी मी घरातल्या सर्वांना विचारलं. पण प्रत्येकाचं एकच उत्तर! 'दहा मिनिटांपूर्वी आम्ही तो फ्लॉवरपॉट पाहिला देखील नव्हता.' मी अगदी चक्रावून गेलो. जर घरातील कुणी तो फ्लॉवरपॉट आणला नव्हता तर तो तिथं आला कसा? बरे कुणी आणला असता तर त्याचवेळी रेडिओ चोरीस गेल्याचंही त्याच्या लक्षात यायला हवं होतं. मला अगदी सुचेनासं झालं. अखेर हा कुणीतरी विक्षिप्त चोर असावा आणि त्यानेच रेडिओ नेताना खोडसाळपणाने तो फ्लॉवरपॉट तिथे ठेवला असावा अशी मी समजूत करून घेतली.''

नेमाडे किंचित थांबले. मनोज आता थोडा सावरून बसला होता. परंतु नेमाड्यांनी अगदी हवालदिल होण्याइतके या प्रसंगात काय आहे याचा त्याला उलगडा होत नव्हता. पण चेहऱ्यावर काहीच भाव न दर्शविता त्याने एकवार सिगरेटची राख झाडली आणि नेमाड्यांकडे पाहिले.

''ही घटना घडून ३-४ दिवसच झाले असतील,'' नेमाडे पुढे बोलू लागले. ''एक दिवस सकाळी असाच पेपर वाचून तो परत टिपॉयवर ठेवण्यासाठी मी हात पुढे केला आणि काय आश्चर्य! माझ्या गोल आकाराच्या टिपॉयच्या जागी आता एक आयताकृती टिपॉय ठेवलेले आढळले. वरच्या टॉपचा सनमायका मात्र पूर्वीच्याच डिझाइनचा होता. मी पुन्हा एकदा संतापलो. पण आपण चिडल्यामुळेच कोणी कबूल होत नसेल या कल्पनेने मी शांतपणे घरात चौकशी केली की कुणी तो पूर्वीचा टिपॉय काढून नवीन आणला आहे की काय? माझा संशय सर्वात मोठ्या मुलावर– अभिजितवर होता. तो कॉलेजात आहे. त्याला पूर्वीच्या त्या टिपॉयचा आकार अजिबात पसंत नव्हता. त्याचाच हा कारभार असणार! पण त्याच्यासकट सर्वांनीच निक्षून सांगितलं की थोड्या वेळापूर्वी आम्ही तो टिपॉय पाहिला देखील नव्हता. रात्री तर मी स्वत:च माझ्या डोळ्यांनी पूर्वीचा गोलाकार टिपॉय पाहिला होता! या प्रकारामुळे मी चांगलाच अस्वस्थ झालो. पण तसाच ऑफिसात गेलो. बराच वेळ विचार करूनही मला ते गूढ उकलेना तेव्हा अखेर मी तो नाद सोडून दिला.''

मनोज आता किंचित पुढे झुकला होता. त्याच्या चेहऱ्यावर औत्सुक्य अगदी स्पष्ट दिसत होते. नेमाडे मात्र आता पूर्णपणे आपल्या कथेत हरवले होते. ते पुढे सांगत होते.

"आणखी १-२ दिवसांनी आणखी एक प्रकार घडला आणि मग मात्र मी पुरताच हादरलो. अभिजित कॉलेजला जाण्याच्या गडबडीत होता. भांग पाडण्यासाठी म्हणून तो स्टील कपाटाच्या आरशासमोर गेला आणि दुसऱ्याच क्षणी तावातावाने बाहेर आला.

'पपा, टिपॉय मी बदलून आणले अशी कल्पना होती ना तुमची? आता स्टील कपाट कुणी बदलून आणलं? साडेसहा फुटी कपाट काढून हे बुटकं पाच फूट उंचीचं कपाट कुणी आणलं घरात?'

'काय बोलतोस काय अभिजित? अरे कपाट नुसते घराबाहेर काढायचं म्हटलं तरी केवढा गाजावाजा होईल बिल्डिंगमध्ये! आणि तू कपाट कुणीतरी बदलून आणलंय म्हणतोस?' मी आश्चर्याने उद्गारलो.

'पपा, आता तुम्हीच आत येऊन पाहा म्हणजे झालं.' अभीच्या या बोलण्यावरून मी आत गेलो आणि आश्चर्याने थक्क झालो. कारण खरोखरच नेहमीच्या कपाटाजागी एक कमी उंचीचं, त्याच रंगाचं कपाट उभं होतं.

"ते कपाट तुमचंच होतं काय?" मनोजने मध्येच विचारले.

"होय. कारण मी ते उघडून पाहिले. आतल्या साऱ्या वस्तू, कपडे जिथल्या तिथे होते. आता मात्र मी पुरता घाबरलो. हे काहीतरी विलक्षण घडते आहे याची मला जाणीव झाली. आत्तापर्यंत झालेले प्रकारही साधे नव्हते हे माझ्या लक्षात आलं. परंतु या चमत्कारिक प्रकारांचा उलगडा मात्र मला होत नव्हता. माझी मतीच कुंठित झाली होती. मी अभिजितकडे पाहून म्हटलं, 'अभी, हा तिसरा न उलगडणारा गूढ प्रकार आहे हे तुझ्या लक्षात आलं का?'

'होय पपा. हा काहीतरी भानामतीसारखा गूढ प्रकार असावा असं मलाही वाटतंय.' अभी म्हणाला.

आता या प्रकाराबाबत पुढे काय करावं; हे सारं थांबविण्यासाठी कुणाची मदत घ्यावी याचाच मी सतत विचार करू लागलो. सारा दिवस मी अस्वस्थ मन:स्थितीत वावरत होतो. हा प्रकार कुणाला सांगितला तर इतर लोक मलाच वेड्यात काढतील असं मला वाटलं. मला स्वत:लाच काहीतरी मानसिक विकृती जडली असावी आणि ह्या भरात मीच त्या वस्तू स्वत:च्या आणि इतरांच्या नकळत बदलून आणल्या असाव्यात असं देखील कुणी म्हणण्याची शक्यता होती."

नेमाडे किंचित काळ थांबले. सिगारेटच्या धुराची गोल गोल वलये हवेत सोडून त्याकडे पाहात नेमाड्यांची कथा लक्षपूर्वक ऐकणाऱ्या मनोजने त्यांच्याकडे पाहिले. किंचित पुढे झुकून तो म्हणाला,

"माफ करा हं नेमाडे, पण तुम्हाला मध्येच एक प्रश्न विचारू का?"

"विचारा ना."

''हे प्रकार घडायला सुरुवात झाली तो दिवस तुम्हाला अगदी स्पष्ट आठवतोय असं म्हणालात तुम्ही मघा. मग थोडासा स्मृतीला ताण देऊन सांगा की रेडिओ नाहीसा झाल्याचं लक्षात येण्यापूर्वी तुमच्याकडे कुणी येऊन गेलं होतं का?''

''होय. ते मला बरोबर आठवतंय. मी त्या दिवशी संध्याकाळी सात वाजता प्रसारित होणाऱ्या प्रादेशिक बातम्या ऐकल्या आणि नंतर लगेच समोरच्या ब्लॉकमध्ये नवीनच राहायला आलेल्या गृहस्थांना मी चहाला बोलावलं होतं. त्यांच्याबरोबर चहा झाला; अर्धा तास गप्पा मारल्या आणि ते गेले. नंतर काही वेळाने माझ्या मुलीच्या लक्षात तो प्रकार आला.''

''अस्सं! नंतरचे दोन प्रकार घडले त्यावेळेस कोण आलं होतं ते आठवण्याचा प्रयत्न कराल का जरा?''

''हो जरूर!'' असं म्हणून नेमाडे थोडा वेळ गप्प बसले आणि मग एकाएकी उत्तेजित स्वरात म्हणाले,

''अरे!! डॉ. मनोज मला आश्चर्य वाटतं. पण योगायोग असा की तीनही वेळा समोर राहणारे मिस्टर अंगदच माझ्याकडे येऊन गेले होते.''

मनोजने खालचा ओठ दाताखाली दाबून मान हलवली. त्याच्या मनात काहीतरी संगती लागली जात असावी असे दिसत होते. त्याच्याकडे लक्षपूर्वक पाहात नेमाड्यांनी विचारले,

''त्या समोरच्या गृहस्थांचा ह्या प्रकाराशी संबंध असावा असं तुम्हाला वाटतं का डॉ. मनोज?''

''तसं आत्ताच काही म्हणता येणार नाही मिस्टर नेमाडे. मला विचार करायला हवा. पण तुमचा हा शेजारी दिसायला कसा आहे?''

''तो जरा विचित्रच आहे दिसायला. उंच, किडकिडीत, काळा आणि खोल डोळे असलेला असं त्याचं वर्णन करता येईल.''

''अस्सं.'' मनोज विचार करीत म्हणाला, एक दोन क्षणांनी त्यानेच विचारले, ''तुमची हकीकत संपली काय?''

''नाही. या मालिकेतली सर्वात दुख:दायक घटनाच सांगायची राहिली आहे.'' नेमाडे उत्तरले. त्यांचा चेहरा गंभीर बनला.

''कपाटाचा तो प्रकार लक्षात आल्यानंतर एखादाच दिवस मध्ये गेला असेल. नंतरच्या एका रात्री माझी छोटी मुलगी सुधीरा झोपेतून किंचाळून उठली. आम्ही तिच्या खोलीत धावलो तो ती थरथर कापत उभी होती. स्वप्नात आपल्याला एक अतिशय भयानक मांजर दिसल्याचं तिनं सांगितलं.''

''आणि मग असं वारंवार घडू लागलं. रात्री अंधार पडल्यावर, झोपेत किंवा जागेपणी ती केव्हाही 'मांजर दिसते' म्हणून घाबरून ओरडू लागली. एकदा अशीच

ती ओरडल्यावर मी तिच्याजवळ गेलो. ती टेबलापाशी अभ्यास करीत होती. मी तिच्या डोक्यावरून प्रेमाने हात फिरवीत तिला धीर देऊ लागलो. इतक्यात सहजच माझे लक्ष भिंतीवरील सावलीकडे गेले आणि मी भयंकर दचकलो. माझ्या कपाळावर घामाचे बिंदू उभे राहिले. कारण डॉक्टर, त्या भिंतीवर दोन सावल्या होत्या. त्यापैकी एक माझी होती आणि... आणि माझ्या मुलीच्या सावलीच्याजागी एका मांजराची सावली होती! खुर्चीत बसलेलं आणि दोन्ही हात टेबलावर ठेवलेलं एक मांजर त्या सावलीत दिसत होतं. तो भास नव्हता डॉक्टर! ती वस्तुस्थिती होती! त्या दिवसापासून विचार करकरून माझा मेंदू पार शिणून गेलाय. मला अन्न देखील गोड लागेनासं झालंय. रात्रभर डोळ्याला डोळा लागत नाहीये. तेवढयासाठी तर आलो होतो मी तुमच्याकडे. निदान काही तास तरी झोपेच्या आधीन होऊन या चिंतेतून मुक्त व्हावं असं तीव्रतेने वाटायला लागलंय्.''

नेमाडे बोलायचे थांबले. त्यांच्या त्या विलक्षण हकीकतीने मनोज अवाक झाला होता. किंचित काळ तेथे शांतता पसरली. पण दुसऱ्याच क्षणी मनोज भानावर आला आणि नेमाड्यांना धीर देत म्हणाला,

''मिस्टर नेमाडे, तुम्ही आता या सर्व प्रकारावर विचार करणं अजिबात बंद करा. त्यामुळे तुमची प्रकृती खालावत चाललीय. हे सारं विसरणं कठीण असलं तरी तसा जाणीवपूर्वक प्रयत्न करा. या संकटातून मार्ग काढण्याचा आपण जरूर प्रयत्न करू आणि मला आशा वाटते की परमेश्वर आपल्याला साह्य करील. उद्या तुमच्या मुलाला सकाळी दवाखान्यात पाठवा. मी तुमच्यासाठी काही औषध देणार आहे.''

थोड्याच वेळात ते दोघेही उठले. मनोजने नेमाड्यांना त्यांच्या घराशी सोडले आणि तो घरी आला. जेवण वगैरे उरकून तो पलंगावर पडला, पण त्याच्या डोक्यात नेमाड्यांविषयी विचार घोळत होते. विचार करता करताच त्याच्या स्मृतींची कवाडे उघडली गेली आणि तो ताडकन् उठून बसला...

एस. टी.तून मनोज खाली उतरला, तेव्हा त्याचे अंग अगदी आंबून गेले होते. मनालाही विलक्षण मरगळ आली होती. पण खाली उतरताच खेड्यातल्या मोकळ्या वाऱ्याची एक गार झुळूक त्याच्या अंगाला स्पर्शून गेली आणि तेवढ्याने त्याचा कितीतरी शीण हलका झाला. पश्चिमेकडे अस्ताला जाणाऱ्या सूर्याचे मनोहर दर्शन त्याला झाले आणि त्याचा जीव निवल्यासारखा शांत झाला. बॅग घेऊन तो कच्च्या रस्त्यावरून पुढे निघाला. रस्त्यावरून इकडे तिकडे जाणाऱ्या साखरवाडीकरांच्या नजरा त्याच्याकडे वळू लागल्या. मनोजचे केस विस्कटलेले असले आणि कपडे धुळीने भरलेले असले तरी त्याचे देखणेपण लपत नव्हते. अद्ययावत कपड्यांमुळे

त्याचे वेगळेपणही उठून दिसत होते. त्यामुळेच हे 'पाव्हणे' नेहमीचे नव्हेत हे प्रत्येकाच्या चटकन् लक्षात येत होते. आणि म्हणूनच कुतूहलाने भरलेल्या नजरा पुन:पुन्हा त्याच्याकडे वळत होत्या. तो पुढे गेला की एखादा अधिक उत्सुक माणूस दुसऱ्याला अडवून विचारीत होता, "कुणाकडं हो पाव्हणं?" आणि दुसरा हवेत हात उडवीत म्हणत होता, "काय की बा. काय वळखत न्हाई बगा."

आपल्या आगमनाने त्या शांत, गावंढ्या गावात उडालेल्या खळबळीची मनोजला जाणीव होत होती आणि गंमतही वाटत होती. रस्त्याच्या दोहो बाजूला असलेली छोटी कौलारू घरे आणि त्यांच्या सारवलेल्या ओट्या, रस्त्यावरच्या धुळीत खेळणारी मुले, रस्त्याच्या कडेने वाहणारी गटारे आणि अधून-मधून दिसणारी डुकरे आणि शेळ्या! सारे मनोज पाहात होता. आणि त्याचे शहरी मन दूर पळत होते. मधेच रस्त्याच्या कोपऱ्यावर त्याला एक हॉटेल दिसले. मनोजला चहा पिण्याची तलफ आलीच होती. शिवाय त्याला हव्या असलेल्या पत्त्याचीही चौकशी करता येईल, असे वाटून मनोज आत शिरला. पत्र्याची शेड असलेले ते अगदीच छोटे हॉटेल होते. चार-दोन बाकडी आणि त्यासमोरची कळकट टेबले एवढाच त्या हॉटेलचा संसार! काउंटरवर बसलेल्या माणसासमोर गोळ्या, चॉकलेट, बिस्किटे यांनी भरलेल्या काचेच्या बरण्या होत्या. मनोज आत येऊन बसताच त्या माणसाने मान उंच करून आश्चर्याने त्याच्याकडे पाहिले. कळकट फडक्याला हात पुसत घाईने एक पोऱ्या त्याच्याजवळ आला.

"काय हवं साहेब?" त्याने अदबीने विचारले.

"फक्त चहा."

"एक स्पेशलऽऽ" त्या पोऱ्याने आतल्या बाजूकडे तोंड करून सांगितले. काउंटरवरचा माणूस अजूनही त्याचे निरीक्षण करीतच होता. दृष्टादृष्ट होताच त्याने विचारले,

"कुणाकडे जायचंय हो पाहुणे?"

"तरटे शास्त्रींकडे." मनोज उत्तरला.

त्या माणसाला त्या नावावरून काहीच बोध न झाल्याने प्रश्नार्थक चेहऱ्याने त्याने मघाच्या त्या पोराकडे पाहिले.

"कुणी नवं बिऱ्हाड आलंय होय रे नाम्या?"

"न्हाई बा. पण नाव काय वळखीचं वाटत नाही."

"पत्ता असा माहीत नाही नीट मला. पण त्या घराला गावात 'भुताची गढी' म्हणतात असं कळलंय मला." मनोज उत्तरला.

त्याच्या त्या उत्तरासरशी तिथले वातावरण एकदम बदलले. काऊंटरवरचा माणूस अन् तो नाम्या दोघांनीही एकमेकांकडे साभिप्राय पाहिलं.

"आता या रस्त्याच्या डाव्या अंगाला वळलात ना की अगदी सरळ नाकासमोर जावा. अगदी टोकाकडे एक वाडा आहे पाहा. तीच भुताची गढी." नाम्याने माहिती पुरवली.

इतक्यात तो काऊंटरवरचा माणूस जागेवरून उठून मनोजच्या जवळ आला आणि अगदी खाजगी स्वरात त्याने म्हटले,

"आता तुम्ही नवीन आहात या गावात म्हणून सांगतो. त्या जागेचं नाव देखील तिन्हीसांज झाल्यावर कुणी घेत नाही बघा. माझं ऐकाल तर गावात दुसरं कुणी ओळखीचं असलं तर तिथंच राहा आजची रात्र."

"पण त्या घरात आता माणसं राहतात ना?"

"माणसं म्हणजे एक विक्षिप्त म्हातारा आणि त्याचा नोकर राहतो बघा तिथं. नोकर काही रात्रीचा मुक्कामाला नसतो तिथं. आणि म्हातारा तर असा माणूसघाणा आहे की बस! दोन वर्षं झाली गावात येऊन त्याला. पण कुणाशी ओळख नाही की देख नाही. भुतासारखा एकटा राहतो तिथं आणि दिवसचे दिवस स्वत:ला कोंडून घेतो घरात. कधी क्वचित बाहेर पडलाच तर त्याच्या त्या जटा, हातभर वाढलेली दाढी आणि तापट चेहरा पाहून कुणी जवळ जायला देखील धजावत नाही. लहान पोरं तर घाबरून घरात पळून जातात पाहा."

मनोजला आपल्या काकांचे ते वर्णन ऐकून हसू कोसळले. काकांना आपले संशोधन एकाग्र चित्ताने करावयाचे असल्याने असेच माणसांशी अजिबात संपर्क न ठेवता राहणे भाग आहे हे त्याला पूर्णपणे माहीत होते.

"तर मग गावचा आणि म्हाताऱ्याचा उभा दावाच आहे म्हणा ना." मनोज मुद्दाम त्याला बोलते करण्यासाठी म्हणाला.

"छे ! छे ! तसं काही नाही. उलट म्हाताऱ्याच्या औषधपाण्याने पुष्कळ लोकांना अगदी खडखडीत बरं केलंय बघा. काहींना तर अगदी मरणाच्या दारातूनच परत आणलय त्यानं. त्यामुळे गाव त्यांना तसा फार मानतो. पण ते सगळं दुरूनच!"

"पण मग रोग्याला पाहायला कसे येतात ते?"

"छे. हो. ते बाहेर येतच नाहीत. त्यांच्या नोकराकडून त्यांना आधी निरोप धाडावा लागतो अन् मग रोग्याला घेऊन त्यांच्याकडं जायचं. अगदीच एखादा अंथरुणाला खिळलेला असला तर म्हातारा घरी येऊन तपासतो. पण हाताला इतकं यश आहे तरी कुणाकडून कधी छदाम घेत नाही."

एव्हाना मनोजच्या पुढ्यात चहाचा कप आला होता. हळूहळू चहाचे घोट घेत तो त्या माणसाचे बोलणे ऐकत होता.

"पण मग म्हाताऱ्याचा चरितार्थ चालतो कशावर?"

"काय की बा. पण त्याचा तो नोकर सांगत असतो की त्याचा कुणी पुतण्या आहे म्हणे शहराकडे. अन् त्यानंसुद्धा गडगंज कमावून ठेवलंय म्हणतात हयातभर."

"असं होय!" असे म्हणत मनोज उठला. चहाचे पैसे टेबलावर ठेवीत त्याने म्हटले, "त्या म्हाताऱ्याचा शहराकडचा पुतण्या म्हणजे मीच बरं का मालक. ओळख असू द्या आपली." आणि मग हॉटेलचा मालक आ वासून त्याच्याकडे पाहात असतानाच त्याने बॅग उचलली आणि तो चालू लागला.

मनोज घरी आला, तेव्हा काका त्याची वाटच पाहात होते. जटा–दाढी वाढवून एखाद्या साधूप्रमाणे राहणाऱ्या आपल्या काकाबद्दल मनोजला विलक्षण आदर होता. ते एक फार मोठे योगी होते. घरात जाताच त्याने प्रथम त्यांच्या पायावर डोके ठेवून त्यांना नमस्कार केला. काकांनाही त्याला पाहून भरून आले. त्यांनी त्याला जवळ घेतले. इकडल्या-तिकडल्या गोष्टींची विचारपूस झाल्यावर दोघांनी बरोबरच जेवण केले. आपल्याला काकांनी कशाकरिता बोलावून घेतले याची मनोजला अजूनही कल्पना आली नव्हती. जेवणे झाल्यावर काकाच त्याला म्हणाले,

"मनोज, तू आता प्रवासाने शिणला असशील. आता तू खुशाल या पलीकडच्या खोलीत झोपी जा. उद्या सकाळी कामासंबंधी बोलू आपण." असे म्हणून ते आपल्या खोलीत निघून गेले. मनोज काहीच बोलला नाही. त्याला माहीत होते, काकांनी एखादी गोष्ट ठरवली की त्यात बदल होणे शक्य नाही.

दुसऱ्या दिवशी सकाळी नऊ वाजेपर्यंत मनोज आपले सर्व कार्यक्रम आटोपून तयार झाला. काका पहाटेसच उठले होते. पण त्यांचे नेहमीचे जपजाप्य-ध्यानधारणा आटोपेपर्यंत नऊ वाजलेच. सर्व आटोपल्यावर खोलीचे दार उघडून त्यांनी मनोजला हाक मारली. मनोज आत गेला. खोलीत पाऊल ठेवताच एका वेगळ्याच वातावरणात प्रवेश केल्याचा त्याला भास झाला. तिथे सारे काही पवित्र, मंगल होते. अमंगलतेचा त्या वातावरणाला स्पर्शही नव्हता. या खोलीत इतर कुणाही व्यक्तीला काका प्रवेश का करू देत नाहीत, याचा मनोजला आता उलगडा झाला. कुठल्याही माणसाच्या मनातील मलिन विचारांचा, पापांचा त्या खोलीला स्पर्श होऊ न देणे हाच त्यांचा हेतू होता. त्या खोलीची साफसफाई, सारवणे ते स्वतःच करीत असत. समोर भिंतीलगत दोन शेल्फ ठेवलेली होती. आणि त्यावर निरनिराळ्या जुन्या पोथ्या, वैद्यकशास्त्रावरची पुस्तके व्यवस्थित रचून ठेवलेली होती. त्यापासून जवळच एक आसन मांडलेले होतं आणि त्यासमोर एक लाकडी उतरत्या फळीचे डेस्क ठेवलेले होते. बाजूच्या भिंतीतल्या काचेच्या कपाटात आयुर्वेदिक औषधांच्या बाटल्या ठेवलेल्या दिसत होत्या. पूर्व दिशेला असलेल्या खिडकीतून उन्हाचा पट्टा आत शिरला होता. आणि त्या प्रकाशाने खोली उजळून निघाली होती. मनोजने चालवलेले खोलीचे निरीक्षण पाहून काकांच्या चेहऱ्यावर स्मितरेषा झळकली.

"बैस मनोज," जवळच अंथरलेल्या सतरंजीकडे बोट करीत ते म्हणाले आणि स्वत:ही दर्भासनावर स्थानापन्न झाले.

"काका, इतक्या सुंदर, पवित्र जागेला भुताची गढी का म्हणतात कोण जाणे!" खाली बसत मनोजने प्रश्न केला.

"अरे एखाद्या घराविषयी अफवा पसरल्या की लोक राईचा पर्वत करीत असतात. त्यात पुन्हा ही खेडवळ, अंधश्रद्ध माणसं. या घराच्या विहिरीत कुणा सासुरवाशिणीनं जीव दिला होता. तिचं भूत वावरतं म्हणे इथं! त्यामुळे कितीतरी वर्षांपासून ओस पडलंय हे घर."

"तुम्हाला काही दिसलं काका इथं?"

"छे रे! साऱ्या कल्पना आहेत झालं. पण सध्या माझ्यासारखा माणूस इथं भुतासारखा एकटाच राहात असल्यामुळे मात्र या घराचं नाव आता सार्थ झालंय हं." असं म्हणत काका हसले.

पण काका हसले असले तरी मृतात्म्यांच्या अस्तित्वावर, पुनर्जन्मावर त्यांचा विश्वास आहे हे मनोजला माहीत होते. पण ते प्रत्येक गोष्ट तर्काच्या कसोटीवर पारखून घेत असत. प्रयोगांनी त्या त्या गोष्टीची सत्यता पडताळून पाहत असत. कुठलाही विषय घेतला की त्याच्या अगदी मुळापर्यंत जाण्याची त्यांना सवय होती. म्हणूनच तर वैद्यकशास्त्रात त्यांचा हात धरणारा एकही माणूस नव्हता. सध्या देखील त्यांचे असेच काही संशोधन चालले असावे अशी मनोजची खात्री होती.

"काका, सध्या काही वेगळ्याच विषयाचा अभ्यास चाललाय का तुमचा?"

"होय. तेच सांगण्यासाठी बोलावलंय मी तुला." किंचित काळ थांबून त्यांनी पुढे बोलायला सुरुवात केली.

"माझ्या मनात फार दिवसापासून एक प्रश्न घोळत होता. पूर्वीच्या पोथ्या-पुराणांमधून आपण वाचतो की अमुक एका ऋषीने अमुक शाप दिला किंवा एखाद्याचे रूपांतर एखाद्या प्राण्यात केले. तसेच अमुक ऋषी हरिणाचे रूप घेऊन क्रीडा करीत होता वगैरे! तसेच या ऋषी-मुनींनी एखाद्याला वर दिल्याची, एखाद्याचं कल्याण केल्याचीही उदाहरणं सापडतात. या साऱ्या गोष्टींत किंवा चमत्कारात म्हण हवं तर, तथ्य असावं का आणि जर या गोष्टी सत्य असतील तर त्यांचे कोणत्या प्रकारे स्पष्टीकरण देता येईल? याचा मी बरेच दिवस विचार करीत होतो. अखेर या गोष्टी ते आपल्या तप:सामर्थ्याच्या व मनोबलाच्या जोरावरच करीत असावेत या निष्कर्षापर्यंत मी येऊन पोहोचलो. अन् मग एक दिवस सामान्य माणसालाही आपल्या मन:सामर्थ्याच्या बळावर या गोष्टी करता येतील असं माझ्या मनात आलं.

त्या दृष्टीने मी खूप अभ्यास केला. साधना केली. दिवसचे दिवस या खोलीत स्वत:ला कोंडून घेतलं आणि अखेर ते सर्व मला ज्ञात झालं. पण ते सारं तुला

सांगण्यापूर्वी मानवी मेंदूबद्दलची एक महत्त्वाची गोष्ट समजावून सांगायला हवी.'' मनोज किंचित् पुढे झुकून काकांच्या ओघवत्या वाणीतील वक्तव्य उत्सुकतेने ऐकत होता. काका पुढे बोलतच होते.

''प्रत्येक माणसाच्या मस्तकात ब्रह्मरंध्र आणि टाळू यांच्यामध्ये एक सहस्त्रदलचक्र असतं. त्याचा संपूर्ण विकास झाला तर माणूस भूत-भविष्य जाणू शकतो. कित्येक मैलांवरच्या गोष्टी पाहू शकतो. तसेच विज्ञानाच्या कुठल्याही शाखेत तो पारंगत होतो. सर्व तऱ्हेची शास्त्रे त्याला अवगत होतात. एखाद्या वस्तूचे रूपांतर करणे, तसेच नवीन वस्तू निर्माण करणेही त्याला साध्य होते. त्याला अगम्य, अशक्य असं काहीच उरत नाही. याच अवस्थेला कुंडलिनी जागृत होणे असं म्हणतात.

योगशास्त्राच्या अभ्यासात प्रारंभिक अवस्था ओलांडून मी जेव्हा प्रत्यक्ष योगसाधनेला सुरुवात केली, त्याचवेळी कुंडलिनी जागृत करण्याची साधना मी केली होती. तिचा मला यावेळी खूपच उपयोग झाला. त्या साधनेच्याच जोरावर मी आणखी काही प्रयोग केले. मानसिक शक्ती आणि भौतिक शक्ती यांचा समन्वय साधणं आणि शक्य तर भौतिक शक्तीचं रूपांतर करणं हा त्यामागचा हेतू होता. मी त्यासाठी खूप परिश्रम घेतले आणि एक दिवस अचानकपणे ते झालें. एका वस्तूचे दुसऱ्या वस्तूत रूपांतर करण्याची विद्या मला अवगत झाली मनोज!''

काका किंचित थांबले. आश्चर्याने मनोजच्या तोंडून प्रथम शब्दच फुटला नाही. नंतर एकदम उत्तेजित होत तो म्हणाला, ''खरंच काका तुम्हाला ते अवगत झालं? तर मग तुम्ही एखाद्या सिद्धयोग्याच्याच पंक्तीला जाऊन बसलात म्हणायचं.''

''नाही मनोज. तसं म्हणता येणार नाही. ही गोष्ट प्रत्येक माणसाला शक्य आहे. मात्र ती कष्टसाध्य आहे एवढंच. एका वस्तूचे दुसऱ्या वस्तूत रूपांतर करण्याच्या या विद्येला तू शास्त्रीय भाषेत 'ट्रान्स्फर्मेशन' म्हणू शकशील.''

मनोजच्या डोळ्यांत अजूनही अविश्वास तरळत असलेला काकांना दिसला. ते किंचित हसले. आणि म्हणाले,

''मनोज, मी आता तुला याचा प्रत्यक्ष प्रयोगच करून दाखवणार आहे. तू प्रथम ते दार लाव आणि हे डेस्क समोर काही अंतरावर ठेव.''

मनोजने त्याप्रमाणे केल्यावर त्यांनी कपाटातून काही उदबत्त्या व धूप काढून ते प्रज्वलित केले आणि त्यानंतर समोर ठेवलेल्या त्या डेस्कवर आपली नजर खिळवली. त्यांचे तेजस्वी नेत्र लकाकू लागले. मनोजला त्यांच्या त्या दृष्टीतून विशिष्ट किरण त्या वस्तूपर्यंत जाऊन तेथेच केंद्रिभूत होत असल्याचा भास होऊ लागला. हळूहळू ते डेस्क अस्पष्ट होऊ लागले. नंतर ते अधिकच धूसर होत जाऊन शेवटी फक्त कणांचा एक पुंजकाच त्या जागी दिसू लागला. थोड्या वेळाने त्या कणांमध्ये हालचाल सुरू झाली. ते कण खाली वर सरकू लागले. लवकरच त्यांनी

एक विशिष्ट आकार धारण केला आणि तो आकार हळूहळू अधिकाधिक स्पष्ट होऊ लागला. सरतेशेवटी ती क्रिया पूर्ण झाली! थांबली! आणि त्याच्या आश्चर्याला पारावार उरला नाही. कारण त्याच्या डोळ्यांदेखत ते डेस्क नाहीसे होऊन त्या जागी एक बैठे स्टूल अस्तित्वात आले होते. त्याने जागेवरून उठून ते स्टूल हाताने चाचपून पाहिले आणि त्याच्या खरेपणाविषयी खात्री करून घेतली.

"मनोज, मी तुझ्यावर मेस्मेरिझमचा प्रयोग करीत असेन अशी तुला शंका आली का?" हसत हसत काकांनी विचारले.

"नाही काका. पण... पण खरोखरच हे कल्पनेपलीकडचे आहे."

"होय मनोज. ते धक्का देणारे असले तरी टेलिट्रान्स्फर्मेशनचा हा एक यशस्वी प्रयोग आहे. मानसिक शक्ती एखाद्या वस्तूवर केंद्रिभूत करून त्या वस्तूच्या अणूंचे विघटन करायचे. त्यायोगे त्या वस्तूचा आकार जाऊन तेथे नुसताच एक अणूंचा पुंजका शिल्लक राहतो आणि मग त्या अणूंना पुन्हा आपल्या कल्पनेतील हवा तो आकार मन:शक्तीच्या द्वारे द्यायचा. अशा तऱ्हेची ही प्रक्रिया आहे."

किंचित थांबून काकाच पुढे म्हणाले,

"मनोज ही विद्या तुझ्या हाती सोपविण्याची मला इच्छा आहे. माझ्यानंतर ही विद्या नष्ट व्हावी असं मला वाटत नाही. म्हणूनच मी ती तुला अवगत करून देणार आहे. पण तत्पूर्वी तू त्या विद्येचा केवळ चांगल्याच कारणासाठी आणि लोककल्याणासाठीच उपयोग करशील अशी शपथ घेतली पाहिजेस."

"तशी शपथ घेण्यास मी तयार आहे काका." मनोज म्हणाला. आणि मग त्याच दिवसापासून मनोजच्या अध्ययनाला सुरुवात झाली. काकांनी सांगितल्यानुसार त्याचा एक आखीव दिनक्रम सुरू झाला. प्रथम केवळ चित्त एकाग्र करण्याचे धडेच त्याला गिरवावे लागले. काही वेळा त्याच्या मस्तकावर हात ठेवून काकाच त्याला एकाग्रता प्राप्त करून देत. तीन महिन्यांच्या अल्प कालावधीत काकांनी मनोजला त्या विद्येचे दान केले. त्यासाठी मनोजला तयार करताना त्यांना आपले योगसामर्थ्य खर्ची टाकावे लागले. पण अखेरीस त्यांना यश लाभले.

एक दिवस मनोजने स्वत:च टेलिट्रान्स्फर्मेशनचा प्रयोग काकांना करून दाखविला. तो पाहून काकांनी त्याची पाठ थोपटली. आणि ते म्हणाले,

"मनोज, ही विद्या तू पूर्णपणे हस्तगत केलीस याचा मला अत्यंत आनंद होतो आहे. पण सावधगिरीचा एक इशारा मी तुला आत्ताच देऊन ठेवतो. योगसामर्थ्याच्या बळावर ज्याप्रमाणे कुंडलिनी जागृत करता येते, त्याचप्रमाणे अघोरी विद्येच्या जोरावरही ते शक्य होत असते. म्हणूनच अशा प्रकारच्या एखाद्या मांत्रिकाच्या हातात ही विद्या गेली तर त्यालाही अशा प्रकारचे प्रयोग करता येतील. अशा अघोरी पंथाच्या माणसापासून संरक्षण मिळावं म्हणून मी तुला

काही मंत्र शिकवणार आहे, त्या मंत्रांद्वारे तुझ्याभोवती एक संरक्षक कवच तयार होईल. अमंगल शक्तीपासून ते कवच तुझे रक्षण करील. तसेच हा नीलमणीही घे. तो तुझ्याजवळ सतत ठेव. माझ्या योगसाधनेचे सारे सामर्थ्य त्यात एकवटले आहे. पण या गोष्टीबरोबरच शुद्ध आचरण आणि परमेश्वराची सेवा या दोन गोष्टी अधिक महत्त्वाच्या आहेत.''

काकांचा तो सारा आदेश मनोजने लक्षपूर्वक ऐकला. नंतर आपल्या इच्छेनुसार काकांनी मनोजला त्या साऱ्या ज्ञानाचे दान केले तेव्हा त्यांना कृतकृत्य झाल्यासारखे वाटले.

''आता मला समाधानाने मरण येईल मनोज. माझी ही वैद्यकशास्त्रावरची पुस्तकंदेखील दुर्मिळ आहेत. ती देखील नीट जपून ठेव. कुणी त्या क्षेत्रातला विद्वान आणि लायक माणूस दिसला तर त्याच्या हाती हे ग्रंथ सुपूर्द करायला हरकत नाही.''

''असं निरवानिरवीचं काय बोलताय काका तुम्ही?'' मनोजने गोंधळून विचारले. काका हसले.

''अरे आमचं काय आता? पिकलं पान झालो आम्ही. पण गळून पडण्यापूर्वी साऱ्या गोष्टी तुझ्या कानावर घातलेल्या बऱ्या.'' त्यांच्या या वाक्यासरशी मनोजचा चेहरा गोरामोरा झालेला पाहून विषय बदलण्याकरिता ते पुन्हा म्हणाले,

''अरे तुझी ती पेशंट... काय बरं तिचं नाव... सुनेत्रा! येते की नाही अजून तुझ्याकडे? काही प्रगती वगैरे असेल तर सांग बरं का!''

काकांनी केलेली ती थट्टा ऐकून मनोज अक्षरशः लाजला आणि केसातून हात फिरवीत, हसतच तिथून उठून गेला.

लवकरच मनोजला शहरात परतावे लागले. कारण दवाखाना आपल्या एका मित्रावर सोपवून तो गावी आला होता. शहरात येताच त्याचे धावपळीचे आयुष्य पुन्हा सुरू झाले. या गोष्टीला जेमतेम दोन महिने झाले असतील. एक दिवस रात्री अचानक मनोजच्या संवेदनाक्षम मनाला काकांकडून आलेल्या संदेशाच्या लहरी स्पर्शू लागल्या.

''मनोज लवकर निघून ये ... मी आजारी आहे ... लवकर ये.''

पुनःपुन्हा त्या लहरी त्याच्या मनावर आदळल्या आणि शांत बसल्या. मनोज अस्वस्थ होऊन गेला.

शक्य तितक्या घाईने तो साखरवाडीला गेला. पण त्याला उशीर झाला होता. तो येण्यापूर्वीच काकांचा देहान्त झाला होता. मनोजला अतिशय दुःख झाले. गावकऱ्यांच्या मदतीने त्याने त्यांचे क्रियाकर्म तर केले. एक दिवस तो तेथेच राहिला. नोकराने काकांची खोली झाडून-सारवून घेतली आणि मग खोलीला कुलूप घालून मनोज तिथून निघून आला. काकांच्या ग्रंथांची नीट व्यवस्था लावणे आवश्यक

होते. पण त्याचे मन क्षणभरही तेथे लागेना. पुन्हा केव्हातरी बघू असा विचार करून तो पुन्हा शहरात निघून आला.

...हे सारे त्याला आठवले आणि मग त्याच्या मनाला एक जबरदस्त धक्का बसला. नक्कीच हा टेलिट्रान्स्फर्मेशनचा प्रयोग असला पाहिजे. कुणा दुष्ट मांत्रिकाच्या हाती ही टेलिट्रान्स्फर्मेशनची विद्या लागली असली पाहिजे. म्हणूनच तर या सर्व गोष्टी घडवून आणणे त्याला शक्य झाले होते. नेमाड्यांच्या मुलीला वाचवायचे असेल तर त्याच्याशी लढत द्यावीच लागेल. पण त्यासाठी तो कोण हे प्रथम शोधून काढायला हवे. कदाचित नेमाड्यांचा नवा शेजारी देखील मांत्रिक असू शकेल. पण तो केवळ संशयच आहे आपला. नेमाड्यांच्या घरात झालेल्या तीनही विलक्षण प्रकारांच्या आधी तो त्यांच्याकडे येऊन गेला होता, एवढ्यावरूनच तसा तर्क करणे चुकीचे ठरेल. तो अगदी सामान्य माणूस असणेही शक्य आहे. पण मग जगाच्या एवढ्या अवाढव्य पसाऱ्यातून त्या मांत्रिकाला शोधून काढायचे कसे?

मनोजच्या डोक्यात उलट-सुलट विचारांचे थैमान चालू होते. कारण एखाद्या दुष्ट प्रवृत्तीच्या माणसाला 'टेलिट्रान्स्फर्मेशन' अवगत होणे या घटनेचा खरा अर्थ केवळ तोच जाणू शकत होता. माकडाच्या हाती कोलीत सापडण्याइतकेच ते धोकादायक होते. त्या विद्येद्वारा तो साऱ्या जगात हवे ते उत्पात घडवू शकेल; साऱ्या जगाला खेळण्यासारखे खेळवू शकेल; साऱ्या जगावर स्वामित्व गाजवू शकेल याची मनोजला पूर्णपणे कल्पना आली होती. आज नेमाड्यांच्या कुटुंबावर हा प्रयोग चालला होता. उद्या जगातल्या कुणाही व्यक्तीवर ही पाळी येणार होती. कुठेही....! केव्हाही! आणि हे सारे करणारी व्यक्ती मात्र अज्ञातच राहणार होती.

या साऱ्या विचारांसरशी मनोज विलक्षण उत्तेजित झाला. त्याची झोप उडाली. नेमाड्यांचा भेदरलेला चेहरा त्याला छळू लागला. अंथरुणातून उठून त्याने सिगारेट पेटवली आणि तो येरझारा घालू लागला. आणि मग एकाएकी त्याला काकांनी टेलिट्रान्स्फर्मेशनचा अभ्यास करीत असताना लिहून ठेवलेल्या त्या 'बाडाची' आठवण झाली. नक्कीच ते हस्तलिखित कुणाच्या तरी हाती लागले असले पाहिजे. कारण तो शोध काकांनी अतिशय परिश्रमपूर्वक लावला होता. तो त्याच पद्धतीने कुणाला अवगत होणे कठीण होते. तेव्हा ते हस्तलिखितच प्रथम जागेवर आहे की नाही याचा शोध घ्यायला हवा होता.

त्याप्रमाणे दुसऱ्याच दिवशी मनोज साखरवाडीकडे रवाना झाला. काकांच्या खोलीची त्याने कसून तपासणी केली. आणि त्याच्या लक्षात आले की ते 'बाड' नाहीसे झाले आहे. त्याबरोबर त्याला प्रथम आठवण झाली ती काकांच्या नोकराची! काका गेल्यावर त्यानेच ती खोली साफसूफ केली होती. त्याने नोकराला बोलावून घेतले.

“सुधाकर, काका गेल्यावर ही खोली तू साफसूफ केलीस. तेव्हा इथली त्यांची काही कागदपत्रे तू कचऱ्यात टाकलीस?” मनोजने विचारले.

“नाही बा. मला माहीत नाही.” सुधाकरने भोळेपणाचे सोंग घेण्याचा प्रयत्न केला.

“सुधाकर, खरं बोल.” मनोज दरडावून म्हणाला, “ते कागद हरवण्यासारखे नव्हते. त्याचे व्यवस्थित बाड बांधून ठेवले होते. आज ते नाहीसे झाले याचाच अर्थ तू ते कुणाला तरी दिलेस. खरं सांगितलं नाहीस तर मी तुला पोलिसाच्या हवाली करीन.” मनोजने दिलेली धमकी मात्र लागू पडली. सुधाकर भीतीने थरथर कापू लागला. गयावया करीत तो म्हणाला,

“साहेब... सगळं सांगतो साहेब. माझी चूक झाली साहेब. पण मला पोलिसांच्या ताब्यात नका देऊ.”

“तू खरं बोललास तर एकवेळ माफ करीन मी तुला. पण जर का बनवाबनवी करायला जाशील तर माझ्याशी गाठ आहे.”

“नाही. नाही. खरंच सांगतो साहेब. पहिल्यांदा मी खोली साफ केली तेव्हा इथली वर्तमानपत्रांची रद्दीही काढली आणि रद्दीवाल्याकडे जाऊन विकली. त्यावेळी काकांचे काही कागदही त्यात नजरचुकीने गेले. ते कागद सुटे असल्याने माझ्या लक्षातही आले नाही. पण काही दिवसांनी मला त्या रद्दीवाल्याकडून बोलावणं आलं. तिथे एक उंच किडकिडीत माणूस बसला होता. त्याने मला शंभराची नोट दिली आणि माझ्याबरोबर इथं येऊन ते सगळे कागद नेले बघा. पैशाच्या लोभापायी चुकी झाली बघा मालक. एकवार माफी करा.” सुधाकर मनोजच्या पाया पडत म्हणाला. मनोजने सुस्कारा सोडला.

“त्या कागदाचे महत्त्व तुला कळायचं नाही सुधाकर! तुझ्या पैशाच्या लोभापायी केवढा अनर्थ घडलाय याची तुला काय कल्पना येणार? माझंच चुकलं. मी ते हस्तलिखित इथं ठेवायला नको होतं.” मनोज विषादाने म्हणाला.

सुधाकरला त्यातले काहीच न कळल्याने तो नुसताच शुंभासारखा उभा राहिला. पण मालकाने फारसे न रागवता त्याला सोडून दिले तेव्हा त्याला अगदी हायसे वाटले. पडत्या फळाची आज्ञा घेऊन तो आला तसा लगबगीने निघून गेला.

सुधाकरने केलेल्या वर्णनामुळे नेमाड्यांच्या त्या नव्या शेजाऱ्याविषयी मनोजच्या मनातील संशय दुणावला. पण अजूनही त्याला ठामपणे काहीच निष्कर्ष काढता येत नव्हता. मात्र ह्या माणसाची प्रत्यक्ष गाठ घ्यायची असे त्याने मनाशी ठरवले. त्या दिवशी दवाखाना बंद होताच तो नेमाड्यांच्या घरी गेला. नेमाड्यांनीच त्याला दार उघडले. मनोजने पाहिले, त्यांच्या चेहऱ्यावर तेच भीतियुक्त भाव होते.

“या डॉक्टर” त्यांनी म्हटले.

"हं काय म्हणताय नेमाडे? कशी आहे सुधीराची तब्बेत?" मनोजच्या या प्रश्नासरशी नेमाड्यांचा चेहरा अधिकच उतरला.

"आता तुम्हीच काय ते पाहा डॉक्टरसाहेब." त्यांनी म्हटले. नेमाड्यांच्या पाठोपाठ मनोज लगेच सुधीराच्या खोलीत गेला. सुधीरा कॉटवर बसली होती. मनोज आणि नेमाडे खोलीत शिरताच तिने मान वळवून त्यांच्याकडे पाहिले आणि मनोजच्या जीवाचा थरकाप झाला. सुधीराच्या डोळ्यात ओळखीचे भाव किंचितही दिसत नव्हते. तिच्या डोळ्यांत हिरवट झाक आली होती आणि पापण्या पूर्णपणे पांढऱ्या झाल्या होत्या. अंगावरही बुरशीसारखी पांढरट लव दिसत होती. तिचे शरीर तर कमालीचे कृश झाले होते. अवाक होऊन तिच्याकडे पाहता पाहताच त्याचे लक्ष भिंतीवर पडलेल्या तिच्या सावलीकडे गेले आणि तो पुन्हा एकदा विलक्षण दचकला. भिंतीवर पडलेली सावली एका मांजराची होती. दोन पाय पुढे ठेवून मागचे पाय दुमडून कॉटवर बसलेले एक मांजर त्या सावलीत स्पष्ट दिसत होते. मनोजच्या कपाळावर घर्मबिंदू जमा झाले.

"सुधीरा, काय करतेस?" मनोजने धीर करून विचारले.

"बसलेय." तिने रुक्षपणे उत्तर दिले आणि मग चटकन कॉटवरून उडी मारली. पण उडी मारण्याची तिची पद्धत माणसासारखी नव्हती. मांजरासारखी अलगद उडी तिने घेतली होती. ती जाताच नेमाड्यांनी निराशेने मान हलवली.

"काय पोरीच्या नशिबात लिहिलंय काही कळत नाही." ते म्हणाले.

"इतके निराश होऊ नका नेमाडे. मी सुधीराला बरं करायचं ठरवलंय आणि यातून ती बरी होणारच अशी मला खात्री वाटतेय." नेमाड्यांच्या खांद्यावर थोपटत मनोज म्हणाला. "फक्त तुम्ही धीराने राहा."

मनोजच्या या वाक्यासरशी नेमाड्यांचा चेहरा किंचित उजळला. मनोजचे दोन्ही हात हातात घेऊन हलकेच दाबीत त्यांनी अधीरपणे विचारले,

"खरं म्हणताय डॉक्टर?"

"होय नेमाडे. पण तत्पूर्वी मी काय सांगतो हे नीट ऐकून घ्या. बसा तिथे."

मनोजच्या सांगण्यानुसार नेमाडे खुर्चीत बसले. मनोजही त्यांच्या समोरच्या खुर्चीत बसला. खिशातून सिगारेट काढून त्याने एकवार तिचे टोक सिगारेट केसवर आपटले आणि मग ओठांच्या कोपऱ्यात सिगारेट ठेवून त्याने ती पेटवली. एक मनसोक्त झुरका घेऊन त्याने नेमाड्यांकडे पाहिले.

"तुमच्या घरात सध्या चाललेल्या साऱ्याच विलक्षण प्रकारांना कुणी तरी दुष्ट मांत्रिक कारणीभूत आहे मिस्टर नेमाडे. आणि त्याने सध्या आपले अघोरी प्रयोग करण्याकरिता तुमचं कुटुंब निवडलंय. त्याचे तीनही प्रयोग 'टेलिट्रान्स्फर्मेशन' या विद्येचे आहेत. या विद्येमुळे त्याला कोणत्याही वस्तूचे त्याच्या कल्पनेनुसार रूपांतर

करता येते.'' मनोजच्या या वाक्यासरशी नेमाडे उत्तेजित झाले. खुर्चीच्या हातावरची त्यांची पकड अधिकच घट्ट झाली.

''घाबरू नका नेमाडे. सध्या तो करीत असलेला टेलिट्रान्स्फर्मेशनचा प्रयोग मलाही अवगत आहे. त्यामुळे तुमच्या मुलीला मी निश्चितच बरे करीन. पण त्या मांत्रिकाला शोधून काढून त्याचा पराभव करणंही महत्त्वाचं आहे. तसं झालं नाही तर टेलिट्रान्स्फर्मेशनच्या जोरावर तो मांत्रिक साऱ्या जगावर हुकमत गाजवू शकणार आहे नेमाडे! आणि त्याला कुणीही अडवू शकणार नाही. कुणी त्याला ओळखूही शकणार नाही. कारण एरव्ही सामान्य माणसासारखाच तो वागतो, बोलतो.''

नेमाड्यांनी कोरड्या पडलेल्या ओठांवरून जीभ फिरवली.

''म्हणूनच सुधीराला बरी करून मी त्याला एकप्रकारे शहच देणार आहे. असा शह बसताच तो आपलं खरं रूप प्रकट करील असं मला वाटतं. आणि मग मी त्याच्याशी समोरासमोर लढत देणार आहे. अर्थातच टेलिट्रान्सफर्मेशनची विद्या एवढंच त्यासाठी माझ्याजवळ भांडवल आहे. त्याने मात्र अनेक अघोरी विद्या साध्य केलेल्या असणार. अमंगल शक्तीही त्याला वश असतील. त्या दृष्टीने प्रतिस्पर्धी या नात्याने मी त्याच्यापुढे अगदीच नगण्य ठरेन हे खरं! पण आपल्यासारख्या सामान्य माणसांच्या ठायी वसत असलेल्या सत्प्रवृत्तीच अशा वेळी आपल्याला मदत करतात असा मला विश्वास वाटतो. त्याच जोरावर मी त्याच्याशी सामना देणार आहे. अर्थातच हा संघर्ष मानसिक पातळीवरचाच राहील. यात मी यशस्वी झालो तर तुमचेच काय साऱ्या जगावरचेच संकट टळेल. पण जर माझा पराभव झाला तर अन्य कुणालाही त्याची ओळख नसल्याने या जगात हवा तो धिंगाणा घालायला तो मोकळाच राहणार आहे.''

मनोज किंचित थांबला. नेमाड्यांनी खिशातून रुमाल काढून कपाळावरचा घाम पुसला. नोकराने आणून ठेवलेल्या ट्रेमधून एक कपबशी उचलून त्यांनी मनोजच्या हातात दिली. त्यांच्या हाताला सुटलेला कंप मनोजला जाणवत होता. कपबशी हातात घेत तो म्हणाला,

''मिस्टर नेमाडे, काही कारणाने तुमच्या समोरच्या त्या नव्या शेजाऱ्याबद्दल माझ्या मनात संशय उत्पन्न झाला आहे.''

नेमाड्यांनी आश्चर्याने त्याच्याकडे पाहिले.

''होय नेमाडे आणि तो संशय फेडून घेण्यासाठी आपण आताच त्याच्याकडे जाणार आहोत. त्याच्याशी काय बोलायचं ते मी पाहीन. तुम्ही फक्त माझ्याबरोबर या.''

नेमाड्यांनी होकारार्थी मान हलविली. दोघांनीही शांतपणे चहा संपवला. दोन-चार मिनिटे कुणीच बोलले नाही. मनोजने घड्याळात पाहिले. रात्रीचे नऊ वाजले

होते. ''चला.'' त्याने नेमाड्यांना उद्देशून म्हटले. नेमाडे तत्काळ उठले.

दोघेही अंगदच्या ब्लॉकसमोर जाऊन उभे राहिले. मनोजने बेल वाजवली. आतून कुणाचा तरी त्रासिक आवाज आला. ''कोण आहे?'' प्रश्नापाठोपाठच सपातांचा चटक फटक आवाज झाला. एक-दोन क्षणातच दार उघडले गेले. मनोजने पाहिले, दारात एक उंच, किडकिडीत मनुष्य उभा होता. त्याचा चेहरा अतिशय खप्पड होता. भुवया जाड होत्या आणि त्याचे केस वेडेवाकडे वाढलेले दिसत होते. पण या सर्व गोष्टींपेक्षाही मनोजचे लक्ष वेधले ते त्याच्या डोळ्यांनी! त्याचे डोळे खोल गेलेले असले तरी ते एखाद्या हिंस्त्र श्वापदासारखे होते. एखाद्या भक्ष्याकडे पाहावे तसे त्याचे ते बघणे मनोजला वाटले.

''काय पाहिजे?'' त्याने रुक्षपणे विचारले. खराब रेकॉर्डवर पीन खरखरावी तसा त्याचा आवाज होता. त्याच्या नुसत्या दर्शनानेच मनोजच्या डोक्यात तिडीक भरली.

''आम्ही तुमच्याकडेच आलो होतो सहज.'' नेमाडे ओशाळे हसत म्हणाले. अंगदने एकवार मनोजकडे पाहिले आणि वाटेतून दूर होत तो म्हणाला, ''या.''

नेमाडे आणि मनोज दोघेही त्याच्या पाठोपाठ आत गेले. खोलीत सोफा-सेट, टिपॉय इ. कुठल्याही सुखवस्तू माणसाच्या घरात दिसेल असे फर्निचर होते. खोलीच्या दर्शनी स्वरूपावरून तरी अंगदबद्दल संशय येण्याचे काहीच कारण नव्हते. सोफ्यावर बसत असतानाच मनोजने त्या खोलीचे धावते निरीक्षण केले. तिघेही बसल्यावर एक-दोन क्षणांनी नेमाड्यांनी घसा साफ करून बोलायला सुरुवात केली.

''हे डॉक्टर मनोज अभ्यंकर. तुमच्याशी मुद्दाम ओळख करून घेण्यासाठी आलेत. आणि मिस्टर अंगद, नुकतेच आमच्या शेजारी राहायला आलेत.''

नेमाड्यांनी ओळख करून देताच दोघांनीही औपचारिकपणे हात जोडले. पण अंगदच्या दगडी चेहऱ्यावरची एक रेषाही हलली नाही.

''इथे कुठे जवळच राहता का तुम्ही?'' अंगदने काहीतरी बोलायचे म्हणून विचारले.

''छे! छे! मी आंबेडकर रोडवर चर्चसमोर राहतो. नेमाड्यांची अन् माझी क्लबातली ओळख आहे.'' मनोज म्हणाला.

''असं होय!''

''इथं एकटेच राहता वाटतं तुम्ही? मनोजने विचारले.

''होय.''

''मग तुम्ही देखील येत जा ना आमच्या क्लबात. आम्हालाही कंपनी लाभेल आणि तुमचाही वेळ झकास जाईल.''

''येईन की.''

अंगदची उत्तरे अत्यंत तुटक आहेत हे मनोजच्या लक्षात आले होते. तरीही तो चिवटपणे संभाषणाचा धागा पकडून होता.

"तुम्ही कुठेशी सर्व्हिस करता? त्याने विचारले.

अंगद मोजके हसला. "सध्या मी सर्व्हिसच्या शोधात आहे. पण सुदैवाने माझी परिस्थिती अशी आहे की मला त्याबद्दल फारशी फिकीर नाही."

प्रथमच एक लांबलचक वाक्य तो बोलला.

"अरे वा! असं भाग्य फारच थोड्यांना लाभतं." मनोज उद्‌गारला.

"हो ना."

थोडा वेळ तिथे शांतता पसरली. ओढून ताणून चालवलेले संभाषण बंद पडले. इतक्यात मनोजची नजर कोपऱ्यात झोपलेल्या मांजराकडे गेली. अंगाचे मुटकुळे करून ते अगदी निपचीत पडले होते. एकाएकी मनोजच्या तीक्ष्ण बुद्धीला काहीतरी जाणवले. ते मांजर अत्यंत रोड झालेले असून त्याच्या अंगावरचे केस झडू लागलेले आहेत हे त्याच्या नजरेतून सुटले नाही.

"तुमचे मांजर आजारी आहे वाटतं!" मनोजने सरळच प्रश्न केला. त्याबरोबर अंगद किंचित दचकल्याचे त्याच्या लक्षात आले.

"होय. त्याला अशा स्थितीत फरशीच्या गारव्यात पडू देण्यात माझी चूकच झालीय." अंगद सावधपणे म्हणाला. चटकन उठून त्याने त्या मांजराला उचलले आणि "मी याला आत ठेवून येतो." असे म्हणत तो आतल्या खोलीत गेला.

तो जाताच मनोजही उठला आणि आतल्या खोलीत गेला आणि त्याला आपला संशय खरा असल्याचे लक्षात आले. आतल्या खोलीत फर्निचर अजिबात नव्हते. उत्तरेकडील खिडकीखाली एक व्याघ्रासनाची बैठक घातली होती. त्यावर एक हिरव्या रंगाचे चौकौनी आसन होते. पाठीमागे टेकण्याच्या तक्क्यावरील कव्हरही हिरवेच होते. एका खुंटीवर कवड्यांच्या माळा लोंबत होत्या. कागदावर रेघोट्या मारून त्यावर केलेली काही 'यंत्रे' तक्क्याच्या किंचित वर लटकावलेली होती. हिरव्या आसनाच्या समोरच एक अगदी बुटके स्टुल होते आणि... त्यावर काकांचे हस्तलिखित ठेवलेले होते. मनोजने दुरूनही ते 'बाड' अचूक ओळखले. मनोजचे निरीक्षण चालू असतानाच अंगद मांजराला गादीवर ठेवून माघारी वळला. मनोजकडे लक्ष जाताच त्याचे डोळे आग ओकू लागले.

"मिस्टर मनोज, तुम्ही माझ्या खाजगी आयुष्यात ढवळाढवळ करीत आहात."

"होय अंगद. तुझं खरं स्वरूप उघडकीस आणण्यासाठी तसं करणं मला भाग पडलं." मनोज त्याच्याइतक्याच दृढ स्वरात म्हणाला. आणि लगेच वळून तो बाहेरच्या खोलीत आला. अंगदही पाठोपाठ बाहेर आला. त्या दोघांचेही संतप्त चेहरे पाहून नेमाडे अस्वस्थ झाले.

"मिस्टर अंगद, नेमाड्यांच्या घरात चालू असलेल्या सर्वच विलक्षण प्रकारांना तुम्हीच जबाबदार आहात असा मी आता स्पष्ट आरोप करतो तुमच्यावर. तुम्ही टेलिट्रान्स्फर्मेशनची विद्या साध्य करून घेतलीत आणि तिचेच प्रयोग तुम्ही सध्या नेमाड्यांच्या घरावर करीत आहात. तुम्हीच त्यांच्या रेडिओचे फ्लॉवरपॉटमध्ये रूपांतर केलंत. कपाट आणि टिपॉयचे आकार बदलवलेत आणि आता त्यांच्या लाडक्या मुलीचं, सुधीराचं मांजरात रूपांतर करण्याचा क्रूर खेळ तुम्ही खेळत आहात." मनोज संतापाने म्हणाला.

मनोजचे बोलणे अंगदने ऐकून घेतले. नेमाड्यांकडे पाहून एकदा क्रूर हास्य केले आणि मग मनोजकडे वळून शांतपणे तो म्हणाला,

"खरं म्हणजे इतकं बोलल्यावर मी तुम्हा दोघांनाही हाकलून द्यायला हरकत नव्हती डॉक्टर! पण माझा सूड पुरा होण्याच्या दृष्टीने तुमचे सारे आरोप मला मान्य करायलाच पाहिजेत."

"पण... पण असा अघोरी सूड घेण्याइतका मी काय अपराध केलाय तुमचा?" नेमाड्यांनी रुद्ध कंठाने विचारले.

कडवट हसू ओठांवर खेळवीत अंगद म्हणाला,

"तुम्हाला ते माहीत आहे मिस्टर नेमाडे. पण आठवत नसेल तर सांगतो. तुमच्या वडिलांना बाहेरचा नाद होता हे तुम्हाला माहीत असेलच. त्या संबंधातूनच माझा जन्म झाला असल्याने मी तुमचा भाऊ आहे, हे सत्यच आहे. काही वर्षांपूर्वी माझा वाटा मागायला मी तुमच्याकडे आलो होतो. पण तुम्ही मला झिडकारलेत. पुरावा मागितलात. आज तुमचं सुख माझ्या हातात आहे नेमाडे! त्यावेळी पैशाविना मी साऱ्या जगात वणवण करीत राहिलो, त्याचा सूड घेणार आहे मी तुमच्यावर. त्यावेळी भुकेल्या पोटी उन्हातान्हात रखडताना माझे जे हाल झाले त्याची ओळख तुम्हाला पटावी म्हणून तुमच्या पोरीचे तुमच्या डोळ्यांदेखत हाल मांडलेत मी. माझ्या शक्तीची तुम्हाला कल्पना यावी म्हणून मी हा प्रयोग अगदी संथ गतीने चालवलाय. मिस्टर नेमाडे, तुमच्या मुलीचं मांजरात रूपांतर झालं तरी तिचं मन आणि बुद्धी मात्र माणसाचीच राहणार आहे." असे म्हणून तो खलपुरुष खदाखदा हसला. नेमाड्यांच्या डोळ्यांत अश्रू जमा झाले.

"अंगद, मी पाया पडतो तुमच्या. पदर पसरतो तुमच्यापुढे! पण माझ्या पोरीचा असा सत्यानाश नका करू. वाटलं तर तुम्ही म्हणता त्याप्रमाणे माझ्याजवळ जे काही आहे त्याचा अर्धा वाटा देतो तुम्हाला." गहिवरल्या आवाजात नेमाडे म्हणाले.

"आता त्याचा काही उपयोग नाही नेमाडे. तुम्ही मला रोख २५००० रु. देणार असलात तरच मी माघार घेईन. सध्या तेवढे पुरतील मला." अंगद म्हणाला.

मनोजने त्यांच्याकडे पाहिले. भक्ष्याला खेळवून मारणाऱ्या एखाद्या अस्वलासारखा

वाटला तो त्याला. त्याच्या नीच प्रवृत्तीचे स्पष्ट प्रतिबिंब त्याच्या चेहऱ्यावर पडलेले त्याला दिसले. त्याला अंगदची विलक्षण घृणा आली. किंचित पुढे झुकून त्याने म्हटले,

"नेमाडे तुम्हाला एक दिडकीही देणार नाहीत मिस्टर अंगद!"

"तर मग त्यांना परिणाम भोगावे लागतील." अंगद म्हणाला.

"परिणाम कोणाला भोगावे लागतील ते आपण पाहू मि. अंगद. चला नेमाडे." मनोज म्हणाला.

अंगद किंचित चमकला. पण दुसऱ्याच क्षणी त्याने दृढ स्वरात सांगितलं, "माझ्याशी टक्कर घेणं सोपं नाही डॉ मनोज."

"पण मी तुमच्याशी लढत देण्याचा निश्चय केलाय."

"अस्सं?" असं म्हणून एकाएकी त्याने आपली तीक्ष्ण नजर मनोजच्या डोळ्यांत रोखली. आपण बेसावध असतानाच अंगद आपल्यावर हल्ला चढवीत आहे याची मनोजला जाणीव झाली. पण काही विचार करायच्या आत त्याला आपण एकदम पिसासारखे हलके झाल्याची जाणीव झाली आणि तो अंतराळात ओढला गेला. त्या प्रचंड पोकळीत त्याचे अस्तित्व हेलकावू लागले आणि समोर लाल ठिणगीसारखे अंगदचे अस्तित्वही त्याला जाणवले. दुसऱ्याच क्षणी त्या लाल ठिणगीपासून काहीतरी जोराने आपल्या दिशेने येत असल्याची त्याला जाणीव झाली. अंगदने पाठविलेल्या त्या बीभत्स, अमंगल प्रवृत्ती होत्या. त्यांनी जोराने मनोजवर हल्ला चढवला. मनोजही आपल्या सत्प्रवृत्ती एकवटून त्यांच्याशी लढू लागला. आजवर केलेल्या सत्कृत्यांचे पुण्य त्याच्या पाठीशी उभे राहिले. पण लवकरच त्याची शक्ती कमी पडू लागली. भोवताली चाललेला बीभत्स वृत्तीचा नंगा नाच वाढू लागला. एखाद्या वादळात सापडलेल्या पानासारखी त्याची अवस्था झाली. त्याला भोवंड येऊ लागली. आता त्याला नजरेसमोर अत्यंत घाणेरडी पापमय कृत्ये दिसू लागली. आणि त्याकडे तो ओढला जाऊ लागला. जीवाच्या कराराने मनोज स्वतःला त्यापासून दूर ठेवण्याचा प्रयत्न करू लागला. दर क्षणाला मोह वाढू लागला. आता पुढच्याच क्षणी आपण सर्वनाशाच्या गर्तेत जाऊन पडणार असा विचार मनोजच्या मनात आला आणि त्याच क्षणी तो जोराने पृथ्वीकडे खेचला गेला. मनोजच्या भोवताली चाललेले ते वादळ एकदम शांत झाले. समोरची ठिणगी नाहीशी झाली आणि मनोजला एकदम आपल्या जड शरीराचे, भोवतालच्या परिस्थितीचे ज्ञान झाले. त्याच्या समोर नेमाडे आणि अंगद उभे होते. एक दोन क्षणातच मनोजच्या लक्षात आले की तो नीलमण्याचा प्रताप होता. काकांच्या सांगण्यानुसार मनोज नेहमीच 'तो' नीलमणी आपल्याजवळ बाळगत असे. त्यानेच मनोजचा प्रतिकार संपुष्टात येताच त्याला मागे खेचले होते. अंतराळात भरकटलेल्या त्याच्या अस्तित्वाला पृथ्वीतलाकडे त्याला ओढले होते.

"बचावलास!" अंगद ओठ आवळून म्हणाला; "पण एवढ्यावरूनच तुला माझ्या सामर्थ्याची कल्पना आली असेल. माझ्याशी सामना देणे म्हणजे मृत्यूला आमंत्रण देण्यासारखं आहे हे तू ओळखलंच असशील. माझ्या रस्त्यात येण्याचा मूर्खपणा तू आता तरी करणार नाहीस अशी मला आशा वाटते."

मनोजने काही न बोलता त्याकडे फक्त एक संतप्त कटाक्ष फेकला. आणि तो म्हणाला, "चला नेमाडे." दुसऱ्याच क्षणी ते दोघेही तेथून बाहेर पडले. नेमाडे अतिशय घाबरलेले होते. अंगदच्या घरात काय प्रकार घडला ते त्यांना कळले नव्हते. पण काहीतरी विलक्षण घडले आहे आणि आपल्यामुळे मनोजला धोका उत्पन्न झाला आहे याची त्यांना कल्पना आली होती.

नेमाड्यांच्या घरात येताच मनोजने प्रथम बूट काढून हातपाय स्वच्छ धुतले आणि तो तडक सुधीराच्या खोलीकडे गेला. जाण्यापूर्वी त्याने एका भांड्यात थोडे पाणी घेतले होते. आत जाताच त्याने पूर्वेकडे तोंड करून आसनमांडी घातली आणि त्या पाण्याच्या भांड्यावर हात ठेवून काही मंत्रांचा एकाग्र चित्ताने उच्चार केला. मग ते पवित्र पाणी त्याने सुधीराच्या खोलीत सर्वत्र शिंपडले. तसेच तिच्या अंगावरही त्याचे सिंचन केले. त्यानंतर त्याने सुधीराला आपल्या समोर बसवले आणि प्रयोगाला सुरुवात केली.

"सुधीरा, इकडे बघ." मनोजने म्हटले.

सुधीराने मान वर करून त्याच्याकडे पाहिले आणि तिची नजर त्याच्या डोळ्यांशी बांधली गेली. आता मनोजचे नेत्र एका आगळ्याच तेजाने चमकू लागले. त्याच्या नेत्रातून विशिष्ट किरण निघून ते सुधीराच्या शरीरावर केंद्रिभूत झाले. हळूहळू सुधीरामध्ये अपेक्षित बदल होऊ लागला. तिच्या शरीरात सामावलेले मांजराच्या शरीराचे उपरे अणू वेगळे होऊ लागले. सुदैवाने तिचे पूर्ण ट्रान्स्फर्मेशन झालेले नसल्याने तिच्या शरीराचे विभक्त झालेले अणू तिच्या देहापासून फारसे दूर जाऊ शकले नव्हते. मनोजने आपल्या मनोबलाने त्या अणूंना आपली जागा घ्यायला लावली. आणि थोड्याच वेळात ते घडले! सुधीरा पुन्हा पूर्ववत झाली. खोलीच्या बाहेर उभे राहून मनोजकडे पाहणाऱ्या नेमाड्यांना गहिवरून आले. आपल्या मुलीला पहिल्या स्वरूपात पाहताच त्यांना आनंदाचे भरते आले. पण मनोजच्या परवानगीशिवाय ते आत जाऊ शकत नव्हते.

मनोजचा प्रयोग पूर्ण होताच मनोजने पुन्हा मंत्रोच्चाराला प्रारंभ केला. आता तो त्याच्या उपास्य देवतेचे शंकराचे कवच म्हणत होता. मंत्रोच्चाराबरोबरच तदनुसार हातांच्याही हालचाली करून तो सुधीरच्या देहाभोवती शिवाचे संरक्षक कवच तयार करीत होता. पंधरा वीस मिनिटांनी त्याचे सर्व काम आटोपले, तेव्हा त्याने नेमाड्यांना

हाक मारली.

"नेमाडे, माझं काम झालं. आता तो मांत्रिक तुमच्या मुलीला काहीही त्रास देऊ शकणार नाही." मनोज म्हणाला.

"डॉक्टर, तुमचे आभार कोणत्या शब्दांत मानावे हेच मला कळत नाहीय. केवळ माझ्यासाठी तुम्ही तुमचा जीव देखील धोक्यात घातलात."

"मी माझं कर्तव्यच केलं आहे नेमाडे. त्यात आभार कसले मानायचे?" असे म्हणून मनोजने त्यांचा निरोप घेतला आणि तो घरी गेला. त्या रात्री त्याला शांत झोप लागली.

मनोजचा दुसरा दिवस धावपळीतच गेला. दवाखाना आणि नित्यउद्योग यात दिवस कसा संपला ते त्याला कळले देखील नाही. सबंध दिवसात नेमाडे फिरकले नव्हते. त्यामुळे तिकडे काही गडबड झाली नसावी असे त्याला वाटले. त्याचे शरीर इतके दमले होते की इच्छा असूनही नेमाड्यांकडे जाणे त्याने टाळले. अंथरुणावर पडताच त्याला झोप लागली.

रात्री केव्हातरी त्याला एकाएकी जाग आली. त्याने डोळे उघडले तेव्हा दारावरची बेल कर्कश वाजत असल्याचे त्याच्या लक्षात आले. एवढ्या रात्री कोण आले असावे असा विचार करीतच त्याने नाइटगाऊन चढवला आणि दार उघडले. बाहेर नेमाड्यांना उभे पाहून त्याला धक्काच बसला. नेमाड्यांचा चेहरा अतिशय भेदरलेला दिसत होता.

"या." मनोज बाजूला होत म्हणाला.

नेमाडे आत आले. "डॉक्टर....डॉक्टर त्यांनी माझ्या सुधीराला अखेर पळवून नेलं हो." नेमाडे कळवळून म्हणाले.

"आँ? काय म्हणताय काय? आणि ते त्यांना शक्य झालं कसं?" मनोजने एकापाठोपाठ एक प्रश्न विचारले.

"ते मी सर्व नंतर सांगेन तुम्हाला. पण आत्ता आपल्याला त्यांचा ताबडतोब पाठलाग करायला हवा. त्यांनी तिला कालभैरवीच्या देवळात नेलं आहे. अंगदने तशी चिठ्ठीच ठेवलेली आहे."

"अस्सं!" मनोज ओठ आवळून म्हणाला. "नेमाडे मी पोलिसांना फोन करू का?" त्याने विचारले.

"नको. नको;" नेमाडे अधिकच घाबरून म्हणाले, "त्यामुळे त्या अंगदचे मन वळविण्याची संधी देखील आपल्याला मिळणार नाही. आणि तो अधिकच भडकला तर साराच घोटाळा होईल."

"ठीक आहे. मी कपडे करतो आणि आपण लगेच निघू." असे म्हणून मनोज आत गेला. नेमाडे खुर्चीत बसले. मनोजने चटकन कपडे केले. नेहमीच्या सवयीनुसार

तो नीलमणीही त्याने खिशात टाकला आणि केसावरून कंगवा फिरवीतच तो बाहेर आला. काहीतरी बोलण्यासाठी म्हणून त्याने नेमाड्यांकडे पाहिले आणि तो दचकलाच. त्याला दिसलेले ते दृश्यच तसे हिडिस होते. नेमाड्यांच्या त्या खुर्चीवर मनुष्याकृतीचा आकार असलेली एक पांढरट विरविरीत आकृती होती. तिच्या चेहऱ्याच्या जागी नाक-डोळ्यांचा केवळ आभास होत होता आणि मान एकसारखी हलत होती. मनोज काही न बोलता ड्रेसिंग टेबलापाशी गेला. आरशात पाहता पाहताच त्याने कोन साधून नेमाड्यांच्या त्या खुर्चीकडे पाहिले. ती त्याला रिकामीच दिसली. कारण त्या आकृतीला प्रतिबिंब नव्हतेच. मनोजने सहजच खिशातला नीलमणी टेबलावर काढून ठेवला आणि मागे वळून पाहिले. आता पुन्हा त्याला त्या जागी नेमाडे दिसले.

"डॉक्टर चला लवकर, निघायला हवं." ते म्हणाले.

मनोजने मान हलवली. सर्व प्रकार त्याच्या लक्षात आला. नेमाड्यांच्या स्वरूपात त्याच्याकडे आलेली आकृती म्हणजे अंगदने पाठवलेली अमंगल शक्ती आहे हे त्याला समजले.

"एक मिनिटांत आलोच हं " असे म्हणत मनोज आत गेला. अंगदने दिलेले हे आव्हान त्याने स्वीकारायचे ठरवले. आतल्या पवित्र केलेल्या जागेत ती शक्ती येऊ शकणार नाही याची त्याला कल्पना होतीच. आत येताच त्याने काकांच्या तसबिरीला नमस्कार केला आणि देवासमोर उभे राहून मंत्र म्हणण्यास सुरुवात केली. थोड्याच वेळात त्याने आपल्याभोवती 'संरक्षक कवच' तयार केले. आता त्याला अंगदपासून किंचितही धोका नव्हता. आपल्याला अशा रीतीने बोलावून नेण्यात अंगदचा काय हेतू असावा हे मात्र त्याच्या लक्षात येत नव्हते. विचार करीतच तो बाहेर आला आणि 'नेमाड्यांना' (!) म्हणाला, "चला."

रात्रीच्या त्या भयाण अंधारात त्या हिडीस आकृतीबरोबर चालण्याचा विचार देखील अंगावर काटा आणणारा होता. पण मनोजचा नाईलाज होता. आपले मनोधैर्य टिकवून धरणे त्याच्या दृष्टीने अत्यंत महत्त्वाचे असल्याने त्याने त्या आकृतीला सांगितले, "नेमाडे, तुम्ही माझ्या मागून चला."

"ठीक आहे." असे म्हणून मी आकृती डोळ्यांपुढून गेली तेव्हा मनोजला बरे वाटले. पण तिच्या अस्तित्वाची जाणीव मात्र त्याला सलत होतीच. थोड्याच वेळात ते शहराबाहेरच्या माळरानावर पोचले. भोवताली अंधाराचा काळा डोह आ वासून पसरला होता. रातकिड्यांचा किर्र ऽऽ आवाज कर्णकटु वाटत होता. मनोजच्या हातातल्या विजेरीचा प्रकाश तेवढा अंधाराचे पोट चिरीत पुढे-पुढे जात होता. मनोज मोठ्या आत्मविश्वासाने एकेक पाऊल पुढे टाकीत होता.

बरेच अंतर चालून गेल्यानंतर रस्त्यापासून थोडे बाजूला असलेले कालभैरवीचे मंदिर त्याला दिसले. मंदिराचे बांधकाम मजबूत दगडाचे असून त्या सभोवती

गवताचे रान माजलेले त्याला बॅटरीच्या उजेडात दिसले. मंदिराच्या प्रवेशद्वाराकडे जाण्यासाठी एक छोटीशी पाऊलवाट तयार झालेली होती. त्यावरून चालत मनोज आत गेला. आत कालभैरवीची काळ्या दगडात घडविलेली रौद्र स्वरूपाची मूर्ती होती. तिच्या गळ्यातल्या कवड्यांच्या माळा, बाहेर पडलेली लाल जीभ, वटारलेले डोळे आणि हातात असलेली मुंडकी इत्यादींमुळे तिचे रूप भयानक वाटत होते. तिच्या समोरच एक दगडी चौथरा दिसत होता. बहुधा त्याचा उपयोग नरबळी देण्यासाठी केला जात असावा. आत्ता देखील त्यावर गुलाल उधळलेला पाहून मनोज थरारला. इतक्यात मंदिरात लावलेल्या पणतीच्या उजेडात चौथऱ्याजवळ हातपाय बांधलेल्या अवस्थेत पडलेल्या एका स्त्रीची आकृती त्याला दिसली. आणि सारा प्रकार त्याच्या लक्षात आला. आपल्याला मोहवश करून त्या स्त्रीची हत्या करायला भाग पाडले जाणार होते हे ध्यानात येताच तो शहारला. आपली मानसिक शक्ती खच्ची करण्यासाठी आणि केवळ आपल्याला निष्प्रभ करण्यासाठी एका जीवाची हत्या करायला देखील अंगद मागे पुढे पाहात नाही हा विचार त्याच्या मनात आला आणि त्याचे मन अंगदविषयीच्या घृणेने व्याप्त झाले.

"अंगऽऽद" त्याने तिरस्काराने आणि जरबेने भरलेली एक हाक घातली. त्या हाकेने अंगद देखील क्षणमात्र थरारला असला पाहिजे. दुसऱ्याच क्षणी अंगद समोर आला.

"मूर्ख माणसा, तुझा डाव पूर्णपणे फसला आहे. तुला काय वाटले? माझ्या मागे उभ्या असलेल्या या हिडीस आकृतीला मी नेमाडे समजेन? आणि तुझ्या इशाऱ्यासरशी या स्त्रीची हत्या करेन? गाढव आहेस! तसे करायला मी तुझ्याइतका नीच आणि क्रूर नाही, समजलास?"

"होय! आणि तुझ्यासारख्या अधिक बुद्धी असणाऱ्यांना कुठे पाठवायचं हे देखील मला चांगलं समजतं.'

असे म्हणून संतप्त झालेल्या त्या मांत्रिकाने त्या हिडीस देहाला इशारा केला. त्यासरशी वखवखलेल्या हिंस्त्र प्राण्याप्रमाणे ती आकृती मनोजवर तुटून पडली. अंगद खदखदा हसला. पण पुढच्याच क्षणी त्याचे हसणे बंद पडले. कारण मनोजच्या शरीराचा स्पर्श होताच मोठी भयानक किंकाळी मारून ती आकृती मागे सरली. आणि मग संतप्त होऊन तितक्याच आवेगाने तिने अंगदवर झेप घेतली. अंगद बेसावध होता. तो खाली कोसळला. आता काय होणार याची कल्पना येताच मनोज अंगदच्या रक्षणासाठी पुढे झाला. आपल्या सामर्थ्याने त्याने त्या अमंगल शक्तीला तेथून पळवून लावले.

"डॉक्टर मनोज.... तू.... तू मला वाचवलंस!" असहाय्य होऊन पडलेला अंगद म्हणाला.

''होय अंगद.'' त्याच्या डोळ्यांत आपली नजर रोखत मनोज म्हणाला, ''कारण तुला इतका हिडीस मृत्यू येऊ देऊन मानवांना छळणाऱ्या अमंगल शक्तीमध्ये मला भर घालायची नव्हती. पण तुझ्यासारखी माणसं म्हणजे समाजाला लागलेली कीड आहे आणि ती नष्ट करणं हे मी माझे कर्तव्य समजतो.'' असे म्हणून अंगदला काही समजायच्या आतच मनोजने टेलिट्रान्स्फर्मेशनचा प्रयोग केला. त्या विद्येच्या साह्याने त्याने त्याच्या शरीराचे अणु-परमाणूत रूपांतर केले आणि मग ते वातावरणात सर्व दिशांना पसरवून टाकले. आपला प्रयोग संपवून थोड्याच वेळात मनोज भानावर आला. त्याने चौथऱ्यावर पडलेल्या त्या स्त्रीला मुक्त केले. तिच्या गळ्यात घातलेल्या लाल फुलांच्या माळा तोडून टाकल्या आणि तिच्याकडे पाहात तो म्हणाला, ''तू आता घरी जाशील आणि घडलेला सर्व प्रकार विसरून जाशील.'' त्या स्त्रीने होकारार्थी मान हलवली आणि ती बाहेरच्या अंधारात निघून गेली. तिच्या पाठमोऱ्या आकृतीकडे पाहात मनोज काही क्षण तेथेच उभा राहिला.

❑

मृत्यूचे दलाल

ऊन रणरणत होतं. अंग घामानं चिप्प भिजलं होतं. पोटात कावळे कोकलत होते आणि तरीही लक्षा सायकल कसाबसा रेटीत होता. रिकाम्या पोटी सारी शक्ती एकवटून बेंबीच्या देठापासून आरोळी देत होता, ''ए रद्दीवालाऽ''. गेले दोन दिवस त्याला फाके पडले होते. नुसत्या चुरमुऱ्याच्या भेळीवर ढसाढसा पाणी पिऊन त्याने कोरडीच ढेकर दिली होती. घरोघरी हिंडूनदेखील त्याला अजिबात रद्दी मिळाली नव्हती. आजकाल लोक शहाणे झाले होते. दारावर रद्दी घ्यायला येणारे लोक वजन करताना 'दांड्या मारतात' या समजामुळे बरेचसे लोक दुकानातच जाऊन रद्दी घालू लागले होते. त्यामुळे दिवसभर वणवण करूनही फारच थोडा धंदा होत होता. गेले दोन दिवस तर अजिबात कमाई झाली नव्हती. विडीची, चहाचीदेखील तलफ भागवता येत नव्हती. रात्री झोपडीवर परतल्यावर शेजारच्या बब्याकडून त्याने विडी उसनी घेतली होती. रिकाम्या पोटी भसाभसा धूर काढीत आणि ठसकत त्याने दिवसभराचा शीण घालवण्याचा प्रयत्न केला होता.

लक्षाने कंटाळून विजयानगरमधली फेरी आटोपती घेतली आणि तो मुख्य रस्त्यावर आला. वेळ उन्हाची असल्याने अख्खी बाजारपेठ सुस्तावलेली होती. बरीचशी मंडळी दुकानांना टाळी ठोकून घरी दुपारच्या जेवणासाठी आणि विश्रांतीसाठी गेली होती. पायडल कसंबसं रेटीत लक्षा इकडे तिकडे पाहत होता. कोपऱ्यापाशी येताच त्याला ते दुकान दिसलं. घराच्या पुढच्या व्हरांड्याला चारी बाजूंनी फळ्या मारून केलेलं जेमतेम '४ x ८' चं दुकान! पण हमरस्त्यावर असल्याने त्याला महत्त्व प्राप्त झालं होतं. लक्षाच्या नेहमी मनात यायचं, असं एखादं दुकान मिळायला हवं म्हणजे धंदाही बरा होईल आणि दगदगही वाचेल. पण त्याच्या दृष्टीने ते एक स्वप्नच होतं, कधीच वास्तवात येऊ न शकणारं! पण गेले आठ-पंधरा दिवस ते दुकान बंद दिसत होतं. दुकानावरची लाँड्रीची पाटीही दिसत नव्हती. लक्षाच्या मनातली आशा पुन्हा पालवली होती. तिथून जाताना दर वेळी मनात

यायचं, विचारावं का मालकाला? बघावी का एकदा नशिबाची परीक्षा? पण स्वत:च्या मूर्खपणाला स्वत:च हसून तो मान हलवून मनातला विचार झटकून टाकीत असे. दुकान मागे टाकून तो पुढे आला आणि वळणावर वळत असतानाच काय झालं कुणास ठाऊक, एकाएकी त्याच्या डोळ्यांसमोर लाल-काळी असंख्य वर्तुळं फिरली आणि दुसऱ्याच क्षणी तो सायकलवरून खाली आपटला.

तो तसा तिथं किती वेळ पडला होता कुणास ठाऊक. पण त्याने डोळे उघडले तेव्हा त्याला बरीच हुषारी वाटत होती. इतका वेळ कुणी दारुडा असेल या विचाराने त्याला कुणी हात देखील लावला नव्हता. तो जिवंत आहे की मेलाय हे पाहायला फुरसत होती कुणाला? जवळच असलेल्या चिंचेच्या झाडाने मात्र त्याच्यावर सावली धरली होती. विषादपूर्ण हास्याने त्याच्या ओठांना किंचित मुरड पडली आणि मग धडपडत तो उठला. जवळ पडलेली सायकल त्याने उचलली आणि एकाएकी त्याच्या डोक्यात असह्य 'कलकल' सुरू झाली. सुरुवातीस कमी असलेला तिचा जोर हळू हळू तीव्र होत गेला आणि लक्षाने दोन्ही हातांनी डोकं गच्च आवळून धरलं. मेंदूत प्रचंड उलथापालथ होत असल्यासारखं होत होतं. मेंदू कुणीतरी पोखरून, खरवडून काढल्यासारख्या कळा येत होत्या. लक्षा थोडा वेळ तसाच उभा राहिला आणि मग हलके हलके ती 'कलकल' कमी कमी होत जाऊन पूर्णपणे थांबली. हे सारे उपाशी पोटाचेच खेळ आहेत असं समजून लक्षाने सायकल धरली आणि पायीच तो घराकडे निघाला.

त्यानंतर एक दोन दिवसांचीच गोष्ट! रात्री नऊच्या सुमारास लक्षाच्या मनात काय आलं कुणास ठाऊक त्याने पायात चप्पल सरकवली, झोपडीचं दार ओढून घेतलं आणि तो सायकल घेऊन बाहेर पडला. विचारांच्या तंद्रीत त्या विशिष्ट दुकानाशी तो केव्हा येऊन पोचला हे त्याला कळलं देखील नाही. दुकानाच्या मागच्या भागात मालकाचं बिऱ्हाड होतं. बिऱ्हाडाचं दार डाव्या बाजूच्या गल्लीत उघडणारं होतं. लक्षाने सरळ जाऊन दार ठोठावलं. एका म्हाताऱ्या माणसाने दार उघडलं.

"काय पाहिजे?" तो चिडखोरपणे खेकसला.

"ही दुकानाची जागा द्यायची आहे का?" त्याने विचारलं.

"आत या." असं म्हणत म्हातारा आत वळला. लक्षाही पाठोपाठ आत गेला. एक प्रकारचा कुबट दर्प आत कोंडून राहिला होता. मातीने सारवलेल्या भिंतींवर कधीकाळी पिवळा रंग घालून चुन्याचा हात दिलेला असावा. पण ठिकठिकाणी आता पोपडे पडले होते. खोलीत एका बाजूला एक कळकट अंथरुण आणि तसलीच पांघरायची गोधडी दिसत होती. कोपऱ्यात एक माठ आणि त्यावर खापराचंच झाकण घातलेलं दिसत होतं. इकडे तिकडे फिरत लक्षाची नजर पुन्हा

म्हाताऱ्याकडे वळली आणि तो किंचित चरकला. इतका वेळ सुरकुतलेल्या चेहऱ्याच्या खोबणीत बसवलेले ते डोळे त्याचेच निरीक्षण करीत होते. त्याची ती अविचल, थिजलेली नजर लक्षाला मुळीच आवडली नाही.

"मी...मी त्या जागेची चौकशी करायला आलो होतो." तो पुन्हा म्हणाला. म्हातारा जरा हलला. त्याने आपली बैठक नीट करीत म्हटलं,

"जागा द्यायचीय. पन्नास रुपये भाडं आणि हजार रुपये डिपॉझिट द्यावं लागेल."

लक्षाला घाम फुटला. वाढत चाललेल्या महागाईनुसार हे आकडे फार नव्हते. पण खिशात फुटकी कवडी नसलेल्या लक्षाच्या दृष्टीने मात्र ते डोंगराएवढे होते. क्षण दोन क्षण तो तसाच बसून राहिला.

"भाडं जास्त वाटतंय?" म्हातारा खोचकपणे म्हणाला.

"नाही...पण मला परवडेल की नाही..."

"चाळीस द्या. पण डिपॉझिटमध्ये मात्र एक रुपयादेखील कमी होणार नाही?" म्हातारा तोडून बोलल्यासारखा बोलत होता.

"ठीक आहे." लक्षा म्हणाला. जमिनीवर रेघोट्या मारीत तो तसाच बसला आणि मग विषय बदलण्याच्या दृष्टीने म्हणाला,

"तो लाँड्रीवाला का सोडून गेला."

क्षणभरच म्हाताऱ्याने रोखून त्याच्याकडे पाहिलं आणि मग म्हटलं, "कारण तो मेला. समजलं?"

ज्या पद्धतीने त्याने शब्द उच्चारले आणि हवेत हात झटकला ते पाहून लक्षाच्या अंगावर शहाराच आला.

"एक-दोन दिवसांत पैशाची व्यवस्था करा. या आता." म्हाताऱ्याने सडेतोडपणे म्हटलं, तसा लक्षा उठला. तो दाराबाहेर पडताच म्हाताऱ्याने जोरात दार लावून घेतलं. मोकळ्या हवेत आल्याबरोबर लक्षाला बरं वाटलं. त्या खोलीत त्याला विलक्षण गुदमरल्यासारखं झालं होतं.

डिपॉझिटची रक्कम आपण कशी भरणार हे मात्र त्याला कोडंच होतं. त्याच्याजवळ म्हातारीचं जे किडुक-मिडुक होतं, ते अगोदरच मोडून खाल्लं होतं. विकायला अगर मोडायला त्याच्यापाशी काहीही शिल्लक नव्हतं. मान झटकून त्याने तो विषय मनातून काढला. पण त्याचं नशीब जोरावर असावं. दिवसभराच्या कमाईतून थोडेसे पैसे मिळताच रात्री तो गुत्त्यावर गेला. खिशातले पैसे संपल्यावर थोडी उधारही प्यायला आणि मग मित्रांबरोबर गप्पा-टप्पा करून रात्री बाराच्या सुमारास घराकडे परतला. गांधी पुलाजवळ येताच त्याला एक भयानक दृश्य दिसलं. रस्त्याच्या कडेला एक स्कूटर पडली होती आणि तिच्यापासून काही अंतरावर एक माणूस पालथा पडलेला दिसत होता. थोडंसं रक्तही सांडलेलं दिसत होतं. लक्षाची धुंदी त्या

दृश्याने झटक्यात खाली आली. गृहस्थ भल्या घरचा असावा असं कपड्यांवरून वाटत होतं. तो जिवंत आहे की मेलाय हे पाहण्यासाठी लक्षा थोडा पुढे सरकला आणि त्याने डोळे ताणून पाहिलं त्याच क्षणी त्याची नजर त्या माणसाच्या बॅक-पॉकेटमधून डोकावणाऱ्या पाकिटाकडे गेली. चांदण्यांच्या अंधुक प्रकाशात ते पाकीट दिसताच त्याची उरलेली नशाही उतरली. त्याच्या आशा पालवल्या. झटकन वाकून त्याने ते पाकीट खेचून घेतलं आणि इकडे-तिकडे चोरटा दृष्टिक्षेप टाकून तो झपाझप चालायला लागला. त्याक्षणी त्याचे काळीज विलक्षण धडधडत होतं. आजवर त्याने कधी चोरी केली नव्हती आणि अशा स्थितीत असलेल्याचं पाकीट चोरणं म्हणजे तर महत्पाप होतं. पण लक्षाची निकड त्याच्या सद्‌सद्‌विवेकबुद्धीवर मात करून गेली. 'रात्रीचे कितीतरी चोर-चिलटे या बाजूने फिरकणार. दुसरे कुणीतरी ते पाकीट उडवणारच, मग मीच घेतलं तर कुठं बिघडलं?' त्याने स्वत:चीच समजूत घातली. पुलावर आल्यावर आसपास कुणी नाही असं पाहून त्याने ते पाकीट उघडलं, आतली नोटांची चवड अलगद काढून खिशात सारली आणि दुसऱ्याच क्षणी पाकीट नदीत फेकून दिले. जणू काही घडलंच नाही असा चेहरा करून तो चालायला लागला. परंतु अद्यापही त्याच्या छातीतली धडधड कमी झाली नव्हती. तळहातांना तर चक्क घाम फुटला होता. पण त्या भीतीवर विजय मिळवण्यासाठी तो फक्त झपाझप पाय उचलीत राहिला.

झोपडीचं दार उघडून लक्षा आत शिरला. त्याने दाराला काळजीपूर्वक कडी घातली आणि घासलेटची चिमणी पेटवली. मग चवड त्याने बाहेर काढली. एकेक करीत त्याने त्या नोटा काळजीपूर्वक मोजल्या आणि त्याच्या आश्चर्याला पारावर राहिला नाही. ते बरोब्बर हजार रुपये होते. एक रुपयादेखील कमी नाही की जास्त नाही. त्याने खांदे उडवले आणि मग ती चळत एका हातरुमालात गुंडाळून छताचा पत्रा आणि रुंद वासा यांच्या सापटीत लपवून ठेवली. दारूच्या नशेत रात्रभर तो मेल्यासारखा झोपणार होता. त्यामुळे अगोदरच खबरदारी घेतलेली बरी असा त्याचा विचार होता. कांबळं अंथरून त्यावर तो पसरला आणि थोड्याच वेळात एखाद्या लाकडाच्या ओंडक्यासारखी त्याची स्थिती झाली.

आणि मग लक्षाने ती जागा घेण्यास अजिबात विलंब केला नाही. हम-रस्त्यावरच्या त्या जागेत त्याच्या धंद्यालाही लवकरच बरकत आली. पैसा हातात खुळखळू लागल्यावर पाहिले काही दिवस लक्षाने आपल्या परीने चैनीतच घालवले.

एक दिवस अचानक लक्षाच्या डोक्यात पुन्हा तसाच असह्य कलकलाट सुरू झाला. वेदनेने तो सैरभैर झाला. मेंदूत कुणी गिरमीट फिरवीत असल्यासारख्या असह्य वेदना व्हायला लागल्या. त्याने मस्तक गच्च दाबून धरलं. पण छे! मस्तकातली शीर न् शीर जणू पिळवटून तुटण्याच्या बेतात होती. ते सारं विसरण्यासाठी

त्याने एक पेन्सिल घेतली आणि समोरच पडलेल्या एका कोऱ्या कागदावर तो रेघोट्या मारू लागला. अगदीच निरर्थक हालचाल. जरा वेळाने तो भानावर आला. कारण डोक्यातली 'कलकल' एकाएकी थांबली होती. एकदम हलकं-हलकं वाटत होतं. जणू मेंदूवरचा प्रचंड भार नुकताच कुणीतरी काढून टाकला होता. सहजच त्याचं हातातल्या कागदाकडे लक्ष गेलं आणि आश्चर्याने त्याच्या भुवया वर गेल्या. त्याने काढलेल्या रेघोट्यातून एक चित्र साकार झालं होतं. पण किती भयानक! पुलाचा कठडा तोडून खाली नदीत पडलेली एक बस! पुराच्या पाण्यात गटांगळ्या खाणारे अनेक असहाय जीव! लक्षाच्या अंगावर भीतीने शहारच आले. त्याची चित्रकला फारशी चांगली नव्हती. पण तरीही त्या वेदनेच्या सपाट्यात त्याने चित्र काढलं होतं. अत्यंत बोलकं पण हिडिस! असले चित्र आपण का काढावं हे त्याच्या लक्षातच येईना. पण अखेर वेदनांमुळे भरकटलेल्या मेंदूचे हे काहीतरी वेडाचार असावेत अशी स्वत:ची समजूत घालून त्याने तो कागद बाजूला सारला.

ही गोष्ट तो कदाचित विसरूनही गेला असता. पण तसं व्हायचं नव्हतं. दुसऱ्याच दिवशीच्या पेपरात ठळक मथळ्याखाली ती बातमी होती- 'पुलावरून बस कोसळून भीषण अपघात!' खाली अपघाताचा साद्यंत वृत्तांत दिला होता. बस अतिशय वेगात होती; समोरून वेगातच येणाऱ्या ट्रकला वाट देण्यासाठी ड्रायव्हरने चाक थोडे डावीकडे फिरवलं आणि दुसऱ्याच क्षणी पुलाचा कठडा तोडून बस खालून फोफावत वाहणाऱ्या नदीच्या पाण्यात पडली होती. रात्रीची वेळ असल्याने बहुतेक प्रवासी झोपेत होते. झोपेतच त्यांना जलसमाधी मिळाली होती. जे जागे होते त्यांनी बाहेर पडण्याचा निष्फळ प्रयत्न केला होता आणि पुराच्या पाण्याबरोबर गटांगळ्या खात ते वाहत गेले होते. किती भयंकर बातमी! लक्षाने घाईघाईने कालचा तो कागद बाहेर काढला. त्यावरही चित्ररूपाने हेच सारं रेखाटलेलं होतं. किती विलक्षण योगायोग! पण त्या योगायोगाने लक्षा अस्वस्थ झाला. दिवसभर त्याचे कशातच चित्त लागलं नाही. हे काहीतरी वेगळं, विचित्र होतं! नेहमीच्या चाकोरीत न बसणारं!

दिवसभर वणवण करून चार पैसे कमवावे, हॉटेलात चमचमीत पदार्थ चापावेत आणि पैसे असल्यास गुत्त्याकडे वळावं असा त्याचा सरधोपट दिनक्रम होता. त्यात असलं कधी घडलंच नव्हतं.

त्यानंतरचे आठ-पंधरा दिवस मजेत गेले. आणि एक दिवस दुपारच्या निवांत वेळी त्याच्या डोक्यात पुन्हा ती असह्य कलकल व्हायला लागली. वेदना पराकोटीला पोचल्या. पुन्हा एकदा लक्षाने समोर पडलेली पेन्सिल हातात धरली. एक कागद पुढे ओढला आणि तो रेघोट्या मारू लागला. प्रचंड दाबाखाली त्याचा मेंदू चुरमडला जात होता, आपण काय करतोय याचं त्याला भानच नव्हतं. जरा वेळाने 'कलकल'

थांबली आणि त्याने पुढ्यातल्या कागदाकडे पाहिलं. तो कमालीचा दचकला. पुन्हा एकवार त्याच्या लेखणीतून एक उत्तम पण भयंकर चित्र साकार झालं होतं. रोरांवत येणारा ट्रक आणि पुढच्याच क्षणी त्याच्या चाकाखाली सापडलेला सायकलस्वार! रक्त-मासांचा चिखल! शी! ... शी!! ... किती घाणेरडे चित्र! लक्षाने तो कागद मुठीतच चुरगळला आणि बोळा कोपऱ्यात भिरकावून तो भेदरल्यासारखा इकडेतिकडे पाहू लागला. इतक्यात दुकानात गिऱ्हाईक आलं. लक्षाच्या भयग्रस्त चेहऱ्याकडे संशयाने पाहत त्याने पिशवीतली रद्दी काढून त्याच्यापुढे आदळली. लक्षाने मोठ्या प्रयासाने आपलं गेलेलं अवसान गोळा केलं आणि रद्दीची सुतळी सोडून तो ते पेपर्स तागडीत भरू लागला.

त्यानंतर दोनच दिवसांनी त्या रस्त्यावर एक भयानक अपघात झाला. तुफान वेगाने रोरांवत लक्षाच्या समोरून एक ट्रक पुढे गेला. आणि थोड्याच अंतरावर त्याने एका सायकलस्वाराला धडक दिली. दुसऱ्याच क्षणी सायकलस्वार चाकाखाली आला. एकदम ओरडा झाला. ब्रेक्सचा कर्णकटू आवाज झाला. लोक हातातलं काम टाकून अपघाताकडे पळाले. पण लक्षाला जागचं हलावंसं देखील वाटेना. त्याने जणू ते दृश्य पूर्वीच पाहिलं होतं. मणाच्या बेड्या पायात पडल्यासारखा तो सुन्न होऊन बसला. लोक हळहळत होते. चुकचुकत होते. आणि गर्दी करीत होते आणि मग एकाएकी लक्षाच्या डोक्यात वीज चमकल्यासारखा तो विचार येऊन गेला. आपल्या डोक्यात होणारी ती असह्य कलकल, त्यानंतर आपण काढलेलं चित्र आणि नंतरचा अपघात यात नक्कीच काहीतरी संगती आहे! आपल्या डोक्यात काहीतरी विकृती निर्माण झाली आहे असाच निष्कर्ष त्याने त्यावरून काढला. पण त्याचक्षणी त्याच्या मेंदूवर विलक्षण दबाव आला. कलकलाट सुरू झाला आणि आता प्रथमच त्याच्या लक्षात आलं की ती 'कलकल' म्हणजे हजारो आवाजांचा एकत्रित गोंगाट आहे. खर्जातला आवाज, किनरा आवाज, भसाडा आवाज, कोमल आवाज, घोगरा आवाज असे कितीतरी आवाज एकात एक मिसळून मस्तकात थैमान घालीत आहेत.

''खुः खुः खुः! त्याच्या ते लक्षात आलेय.'' कुणीतरी तारस्वरात किंचाळलं आणि मग त्याच्या मस्तकात हास्याचा कल्लोळ उठला. ''खिः खिः खिः! ही-ही-ही-ही! हाः हाः हाः! खिस-खिस-खिस्!'' हास्याचे हजारो प्रकार! लक्षाने कानांत बोटं घातली तरी ते आवाज त्याला एकू येतच होते. ''चला अपघाताकडे!'' स्वर किंचाळला.

''रक्त...रक्त...मजा!'' खर्जातला स्वर ओरडला. पुन्हा हास्याचा कल्लोळ उठला आणि मग सारं शांत झालं. मेंदूवरचा भार एकदम नाहीसा झाला आणि शक्तीपात झाल्यासारखा लक्षा मटकन खाली बसला. अपघाताच्या ठिकाणी आता

पोलीस आले होते. पुढची व्यवस्था सुरू झाली होती. पण लक्षाला त्यात स्वारस्य नव्हतं. त्याने स्वत:शीच निर्धार केला इथून पुढे ती कलकल सुरू झाली की चित्र काढायचं नाही. काय वाटेल ते होवो.

पण निर्धार करणं सोपं असलं तरी तो अमलात आणणं सोपं नव्हतं. याचा त्याला लवकरच अनुभव आला. ते असंख्य आवाज त्याच्या डोक्यात गोंगाट करू लागताच लक्षा हाताची घडी घालून मख्खपणे बसून राहिला. त्याने पेन्सिलदेखील लपवून ठेवली होती. पण त्यामुळे आवाज अधिकच चेकाळले, वेदना असह्य झाल्या. लक्षा लवकरच स्थळकाळाचे भान विसरला. थोड्या वेळाने तो भानावर आला, तेव्हा त्याच्या हातात कागद, पेन्सिल होती, आणि त्यावर एका माणसाचा चेहरा रेखाटलेला होता. रेष न् रेष बोलकी होती; या माणसाला लक्षाने कधीही पाहिल्याचं त्याला आठवत नव्हतं. लक्षाला त्यातल्या त्यात थोडे समाधान वाटलं. यावेळचं चित्र निदान मागच्या दोन खेपांसारखे भयंकर तरी नव्हतं. पण त्याचं हे समाधान अल्पकाळच टिकलं. दोन-चार दिवसांतच चित्रातल्या त्या माणसाचा फोटो 'अपघाती निधन' या मथळ्याखाली पेपरमध्ये आलेला त्याला पाहायला मिळाला. लक्षाला विलक्षण हळहळ वाटली. त्याच्या मृत्यूला आपण जबाबदार आहोत, असं त्याच्या मनानं घेतलं. स्वत:ला त्याने असंख्य दूषणं दिली. पण त्याचा खरोखर काय उपयोग होता? जे काही घडत होतं ते टाळणं त्याच्या हातात होतं का?"

याच प्रकारची आणखी एक-दोनदा पुनरावृत्ती झाली आणि लक्षा माणसातून उठल्यासारखा झाला. आत्यंतिक बेचैनीमुळे त्याची खाण्या-पिण्यावरची वासना उडाली. तो रोडावत चालला. रात्रीची झोपदेखील शांतपणे लागेना. भयानक स्वप्नांनी तो दचकून जागा व्हायचा. अंग घामाने थबथबलं असायचं. काय करावं हेच लक्षाला समजत नव्हतं. हे सारं थांबवावं असं वाटत असूनही तो काही करू शकत नव्हता.

एकदा असाच तो 'त्यांच्या' दडपणाखाली चित्र काढीत होता. आसपासच्या जगाचं त्याला भानच उरलं नव्हतं. इतक्यात "अहो रद्दी घेता ना?...बहिरे आहात की काय?" कुणीतरी मोठ्याने त्याच्या कानाशी ओरडलं. खाडकन थोबाडीत मारल्यासारखा लक्षा जागा झाला. त्याच्या मस्तकातले आवाज एकदम चूप झाले. समोर एक थुलथुलीत बाई हातातली रद्दीची पिशवी दुकानात ठेवून मानेवरचा घाम पुसत उभी होती.

"दोनदा बोलले मी. लक्ष कुठे होतं तुमचं?" ती तक्रारीच्या आवाजात म्हणाली. लक्षाने एकदा तिच्याकडे पाहिले आणि मग एकदम त्याची नजर हातातल्या कागदावर पडली. दुसऱ्याच क्षणी तो मोठ्यांदा किंचाळला. कारण त्याने काढायला घेतलेलं चित्र त्याच्या समोरच्याच झोपडीत राहणाऱ्या केसरशी मिळतं-जुळतं होते. चित्र अजून अपुरं होतं. पण केसांची आणि कपाळाची ठेवण, डोळे यावरून ते चित्र

कुणाचं असणार याचा अंदाज बांधता येत होता. काळी-सावळी, गोड चेहऱ्याची आणि नीटस बांध्याची केसर आणि तरुण लक्षा! त्या दोघांमध्ये नुकतेच प्रेमाचे अंकुर फुटू लागले होते. नजरेची भाषा सुरू झाली होती. अजाणता झालेले स्पर्श बोलके होऊ लागले होते आणि आता 'त्यांचे' लक्ष नेमके तिच्यावरच वळले होते.

"नाही! नाही! मी हे होऊ देणार नाही.'' लक्षा तार स्वरात किंचाळला.

समोरची बाई एकदम दचकली. दुसऱ्याच क्षणी तो कागद लक्षाने टराटरा फाडून टाकला. रद्दीवाल्याला वेड लागलं असावं असं वाटून बाईने पटकन रद्दीची पिशवी उचलली आणि ती लगालगा चालायला लागली. लक्षाला त्याबद्दल काहीच वैषम्य वाटलं नाही. तिने अजाणताच त्याच्यावर फार मोठा उपकार केला होता. घाई-घाईने लक्षाने दुकान बंद केलं आणि सायकलवर टांग टाकून तो आपल्या झोपडीकडे गेला.

"केसर ऽ केसर!'' धापा टाकीत त्याने हाका मारल्या. पिठाने बरबटलेल्या हातांनी केसर झोपडीच्या दाराशी आली. तिच्या चेहऱ्यावर आश्चर्य होतं. "काय झालं! तू यावेळी कसा आलास?'' तिने पटकन विचारलं.

"काही नाही, तू ठीक आहेस ना?'' लक्षाने कसेबसे शब्द उच्चारले आणि तो आपल्या झोपडीकडे वळला. केसरला सुरक्षित पाहून त्याला समाधान वाटलं होतं. त्याच्या पाठमोऱ्या आकृतीकडे केसर अचंब्याने थोडा वेळ पाहत राहिली आणि मग आत वळली.

दुसऱ्या दिवशी लक्षाने दुकान उघडताच त्या आवाजांनी त्याला घेरलं. कालच्या त्याच्या कृतीमुळे ते सारे चिडले होते. बेभान झाले होते, त्यांचा बळी जणू त्यांच्याकडून हिसकावून घेतला होता. त्यांनी त्याच्या मस्तकात जणू थयथयाट आरंभला. पण लक्षाने आज अगदी निकराने विरोध करायचा ठरवला होता. "ए साल्या चित्र काढ.'' कुणीतरी ओरडलं. आणि मग सारेजणच शिव्या देऊ लागले. अर्वाच्य शिव्या! ऐकवणार नाहीत अशा. लक्षाला विलक्षण चीड येत होती. शिवी देणारा समोर असता तर त्याने त्याच्या नरडीचा घोटच घेतला असता. पण तो 'त्यांना' काहीच करू शकत नव्हता. त्यांना तो पाहू शकत नव्हता. स्पर्शही करू शकत नव्हता आणि ते मात्र त्याच्या डोक्यात गोंगाट करीत होते. काही वेळ लक्षाने तो त्रास सहन केला आणि मग दुकान बंद करून तो सरळ घरी गेला. पण आता 'ते' पिसाळले होते. त्यांनी त्याची पाठ सोडली नाही. आपल्या दबावाखाली ते त्याचा मेंदू चुरमडत राहिले. दिवसभर लक्षा घरातच तळमळत पडला. त्याची विरोध करण्याची शक्ती तासा-तासागणिक कमी-कमी होऊ लागली होती. झोपडीचं दार बंद करून लक्षा झोपला आहे, त्याअर्थी त्याला बरं नसावं अशा समजुतीने केसर त्याची चौकशी करायला आली. पण वेदनांनी बेभान झालेल्या लक्षाने तिला जवळ

जवळ हाकलूनच बाहेर काढलं. संध्याकाळपर्यंत लक्षा वेडा-पिसा झाला. त्याची विरोध करण्याची शक्ती अगदीच क्षीण झाली होती. अखेरीस लटपटत तो उठला. सायकल घेतली आणि कसाबसा दुकानावर आला. कुलूप काढतानादेखील त्याचे हात थरथरत होते. आत जाऊन त्याने दिवा लावला. कागद पेन्सिल समोर घेतली आणि तो ओरडला.

"चूप बसा एकदम! मी तुमचा बळी तुम्हाला देतोय." आणि आश्चर्य म्हणजे खरोखरच ते सारे चूप झाले. लक्षाला एकदम हलकं वाटलं. त्याने भराभर चित्र काढायला सुरुवात केली. रेषे-रेषेगणिक चित्र जणू जिवंत होत होते. थोड्याच वेळात लक्षाने चित्र पुरे केले आणि पेन्सिल बाजूला ठेवली. समाधानाने त्याने पुढ्यातल्या कागदाकडे पाहिलं. कारण त्याने जाणून-बुजून स्वत:चंच चित्र काढलं होतं.

...अपघाताच्या जागेवरची गर्दी बाजूला हटवीत इन्स्पेक्टर शिंदे बरोबरच्या दोन-तीन हवालदारांसह तेथे जाऊन पोचले. त्यांनी अपघाताची पाहणी केली. प्राथमिक चौकशीही केली.

"याला ओळखणारं आहे का रे कुणी गर्दीत?" त्यांनी ओरडून विचारलं.

"होय साहेब. हा या मेनरोडच्या कोपऱ्यावरच्या दुकानाचा मालक लक्षा रद्दीवाला आहे." कुणीतरी पुढे येत म्हटले.

"अस्सं, हवालदार, चार-पाच चांगली माणसं बाजूला बोलावून घे. पंचनामा उरकून टाकू आणि यादव तू ॲम्ब्युलन्स बोलावून घे. आटपा झटपट."

असं म्हणत इन्स्पेक्टरसाहेब रस्त्याच्या बाजूला असलेल्या पायरीवर जाऊन बसले. सारे सोपस्कार पार पडले. त्यातच तास-दोन तास सहज मोडले. इन्स्पेक्टर साहेब कंटाळून गेले होते. त्यांचं डोकंही आता दुखू लागलं होतं. आपोआपच त्यांचा हात कपाळाकडे गेला आणि ते हाताच्या बोटांनी कपाळ चेपू लागले.

"साहेब, डोकं दुखायला लागलं की काय?" हवालदाराने विचारलं.

त्यांनी होकारार्थी मान हलवली. आता वेदना वाढल्या होत्या. डोक्यात 'असह्य कलकल' व्हायला लागली होती. मेंदूत कुणीतरी गिरमीट फिरवल्यासारखं वाटू लागलं होतं. आजपर्यंत शिंद्यांनी असंख्य अपघात पाहिले होते. याबाबतीत त्यांची नजर मेली होती. मग आजच हे असं का व्हावं? आपल्या वयाचा तर हा परिणाम नसेल? सहजच त्यांच्या मनात येऊन गेले. आणि दुसऱ्याच क्षणी वेदना असह्य झाल्याने त्यांनी डोकं गच्च दाबून धरलं.

❑

चक्रव्यूह

त्या एवढ्या मोठ्या फ्लॅटमध्ये रुपाली खिन्न मुद्रेने उगाचच इकडून तिकडे भिरभिरत होती. पापण्यांचे बांध तोडून मधूनच अश्रू गालांवर ओघळत येत. दु:खाचे कढ तिला अनावर होत होते. हे असं का घडलं हेच तिला समजत नव्हतं. गतकाळाच्या वाईट स्मृती तिने स्वत:पुरत्या तरी गाडून टाकल्या होत्या आणि ती सुखाने राहत होती.

पण आज त्याच गतकाळाने तिच्यावर मात केली होती. गेली कितीतरी वर्षं तिचं मायेनं संगोपन करणारा, तिचा विश्वासू नोकर चंदन नाहीसा झाला होता. आज ती खऱ्या अर्थाने अनाथ, पोरकी बनली होती.

थोड्याच वेळापूर्वी तिने पोलीस स्टेशनला फोन लावला होता. पण त्याचा काही उपयोग होईलसं तिला वाटत नव्हतं. पोलीस चंदनबाबत काहीही करू शकणार नाहीत असंच तिला वाटत होतं. पिसाटाप्रमाणे बाहेर पडलेल्या चंदनला पंचमहाभूतांचं विक्राळ स्वरूप देखील अटकाव करू शकणार नव्हतं, तिथं पोलिसांचा काय पाड?... आणि....आणि चंदनला जर कुणी वेळेवर रोखलं नाही तर त्याचा शेवट ठरलेलाच होता.

त्या भयंकर कल्पनेनेही तिच्या अंगावर शहारा आला. चंदनला थोपवायला तशीच कुणी समर्थ व्यक्ती आवश्यक होती. समर्थ व्यक्ती! विचार करून तिचं मस्तक शिणून गेलं.

आणि एकाएकी वीज चमकावी तसं विभाकरचं नाव तिच्या डोळ्यांपुढे आलं. विभाकर! तिचा कॉलेजामधला क्लासमेट! अतींद्रिय शक्ती, अतिमानुषशक्ती याविषयी त्याचा दांडगा अभ्यास होता. त्याचे अनुभवही चित्तथरारक होते. त्याला गुरुसमान पूज्य असलेल्या पंडितरावांबद्दलचे काही किस्से त्याने तिला सांगितलेही होते. त्यामुळे त्याला तिच्याबद्दल आदर वाटत होता.

पण असल्या प्रकारांशी आपला काही संबंध यावा अशी तिची इच्छा नव्हती.

म्हणून या प्रकारांबाबत तिने अधिक उत्सुकता दाखवली नव्हती. विभाकरचं नाव आठवताच तिने चटकन फोन जवळ जाऊन रिसीव्हर उचलला आणि ती नंबर फिरवू लागली.

"हॅलोऽ, विभाकर?"

"बोलतोय....आपण?"

"मी रुपाली. विभाकर, तू आत्ता माझ्या घरी येऊ शकशील? फार महत्त्वाचं काम आहे."

"ठीक आहे. येतो." विभाकर क्षणभराने उत्तरला. रुपालीचा थरथरता स्वर, घबराट यामुळे तिला फोनवर जास्ती काही विचारण्याची त्याला आवश्यकताच वाटली नाही.

बरोबर पंधरा मिनिटांनी विभाकरने रुपालीच्या फ्लॅटची डोअरबेल वाजवली; तेव्हा रुपालीने स्वत:ला बरंच सावरलं होतं. विभाकरचं तिने हसून स्वागत केलं. दोघंही हॉलमध्ये येऊन बसले. तिच्याकडे पाहून आश्वासक स्मित करीत विभाकर म्हणाला,

"हं. बोल. काय झालंय?"

"विभाकर. चंदन नाहीसा झालाय." रुपालीने चटकन मुद्यावर येत म्हटलं.

"नाहीसा झालाय म्हणजे कुणी त्याला पळवून नेलाय....की नोकरी सोडून गेलाय?" विभाकरने मुद्दामच विनोद करण्याचा प्रयत्न केला.

"ते इतकं सोपं असतं तर मी एवढी अस्वस्थ कशाला झाले असते?" किंचित विषादाने रुपाली म्हणाली.

"आज मी ऑफिसातून आले, तेव्हा चंदन इथल्या शोकेसची झाड-पूस करीत होता. आतल्या साऱ्या वस्तू काढून नीट पुसून जागेवर लावण्याचं काम करण्यात तो मग्न झाला होता. मी येताच माझ्यापुढे नाश्ता, चहाचा ट्रे वगैरे ठेवून तो पुन्हा आपल्या कामाला लागला.

वॉश घेऊन मी मजेत नाश्ता घेत होते, इतक्यात चंदन मोठ्याने किंचाळला. घाबरून मी चटकन उठले आणि त्याच्याजवळ गेले. त्याला काय चावलं की काय अशी प्रथम मला शंका आली. पण आता तो नुसताच उभा होता. डोळे तारवटल्यासारखे दिसत होते. त्याच्या हातात एक चपटी डबी होती. ती पाहताच मी दचकले.

पाच वर्षांपूर्वी मी मध्यप्रदेशच्या जंगलात स्टडी-टूरसाठी गेले होते, तेव्हा आणलेल्या अनेक वस्तूंपैकी ती एक होती.

'चंदन, काय झालं?' मी त्याला विचारलं. त्याने माझ्याकडे पाहिलं. पण काय सांगू विभाकर! ती नजर मी कधीही विसरू शकणार नाही इतकी शून्य होती. त्या नजरेत ओळख नव्हती. हातातली डबी त्याने शोकेसवर ठेवली आणि तो म्हणाला,

'मला जायला हवं.' मी त्याला अडवण्याचा आटोकाट प्रयत्न केला. पण त्याच्या अंगात काय संचारलं होतं कोण जाणे. माझ्या कोणत्याही प्रश्नाचं उत्तर न देता तो मला बाजूला सारायचा प्रयत्न करीत होता. अखेरीस त्याने मला सरळ ढकलून दिलं आणि दार उघडून तो बाहेर पडला. त्याच्या एकंदर हालचालीत एक प्रकारचा पिसाटपणा भरून राहिला होता.''

विभाकर मध्ये काहीही न बोलता तिची हकीकत ऐकत होता. त्याच्या चेहऱ्यावर आश्चर्य आणि उत्सुकता असे संमिश्र भाव होते.

''ती डबी मला दाखवू शकशील?'' त्याने विचारलं. रुपाली घुटमळली.

''पण....पण तू ती उघडणार नाहीस ना? मला फार भीती वाटतेय विभाकर. या साऱ्या प्रकाराच्या मुळाशी तीच अपशकुनी डबी आहे असं मला खात्रीने वाटतंय.''

''म्हणूनच तर मला ती पाहायला हवी.'' विभाकर म्हणाला.

रुपाली अनिच्छेनेच उठली आणि तिने ती संगमरवराची चपटी डबी त्याच्या हातात ठेवली. विभाकर सावधपणे हातातल्या त्या डबीचं निरीक्षण करू लागला. डबीच्या झाकणावरील विचित्र आकृत्या पाहतच तो एकदम ताठ झाला. त्याचा चेहराही गंभीर बनला. डबीच्या पाठीमागच्या भागावर विचित्र लिपीत काहीतरी लिहिलेलं होतं.

''आत काय आहे याची काही कल्पना आहे रुपाली तुला?'' त्याने विचारलं.

''हो. कसलं तरी चूर्ण आहे.''

''हूं. माझ्या मते ही बरीच धोकादायक वस्तू आहे. मला ही पंडितरावांना दाखवायलाच हवी. तू मला ती कागदात नीट गुंडाळून दे.''

''ठीक आहे. पण विभाकर, त्या डबीच्या रहस्यापेक्षा चंदनचा शोध घेणं फार महत्त्वाचं आहे. आपण उशीर केला तर तो आपल्याला जिवंत सापडणार नाही असं मला निश्चितपणे वाटतं.''

विभाकरच्या दोन भुवयांमध्ये एक सूक्ष्मशी उभी आठी दिसू लागली. ''असं कोड्यात बोलू नकोस रुपाली. जे काही या प्रकाराशी संबंधित असल्याचं तुला वाटतंय ते सारं सविस्तर मला सांग. क्षुल्लकशीही गोष्ट सोडू नकोस.'' तो म्हणाला.

''तर मग पाच वर्षांपूर्वी घडलेल्या साऱ्याच घटना तुला संगतवार सांगायला हव्यात. पण त्यावर तू कितपत विश्वास ठेवतोस हाच मोठा प्रश्न आहे. जरा थांब हं. मी पटकन आपल्यासाठी कडक कॉफी करते. कॉफी पिता पिता आपण बोलू.'' रुपालीने सुचवलं, विभाकरलाही ती कल्पना पसंत पडली. त्याने संमती दर्शवताच रुपाली आत गेली. जरावेळाने ती बाहेर आली. तेव्हा किटली, दोन मग, एका डिशमध्ये बिस्किटं असा सरंजाम असलेला ट्रे होता, ट्रे टिपॉयवर ठेवून तिने

त्याच्याकडे हसून पाहत म्हटलं,

"भरपूर कॉफी केलीय. हकिगत सांगता सांगता आणखी एखादा कॉफीचा राऊंड घ्यावासा वाटला तरी उठायला नको."

बोलता बोलताच तिने दोन्ही मगमध्ये कॉफी ओतली आणि एक मग आपल्या हातात घेऊन ती सोफ्यावर काहीशी रेलून बसली आणि आपल्या हकिकतीसाठी शब्दांची जुळवाजुळव करीत गरम कॉफीचे घुटके घेऊ लागली. विभाकर उत्सुकतेने तिच्याकडे पाहत होता.

मध्यरात्र होऊन गेलेली होती. चहूकडे गडद काळोख दाटला होता. मध्यप्रदेशाच्या त्या घनदाट जंगलात दाट झाडीत दडलेल्या त्या डाकबंगल्यात ती पाचही जणं निद्रादेवीची आराधना करीत होती.

रुपाली, तिचे दोघे सहाध्यायी, प्रो. सिन्हा आणि नोकर चंदन! सारे जण आपापल्या बिछान्यावर दमून-भागून पडले होते. प्रवासाचा क्षीण साऱ्यांनाच जाणवत होता. पण रुपाली अद्याप जागीच होती. घोरणाऱ्या चंदनला ओलांडून ती बाहेर व्हरांड्यात आली आणि खिडकीतून बाहेर पाहू लागली.

चांदण्याचे लहान-मोठे कवडसे दाट झाडीतून कसेतरी खाली झिरपले होते. त्या अधुंक प्रकाशाने भोवतालचा काळोख अधिकच गडद वाटत होता. सकाळी निसर्गरम्य दिसणारं जंगल आता भयाण वाटतं होतं.

त्या काळोखाच्या पोटात काय-काय दडलं असेल या कल्पनेनेच अंगावर भीतीचा काटा येत होता. इतक्यात जवळच्याच झाडीत काहीतरी खसफसलं आणि दुसऱ्याच क्षणी "हूऽकी...हूंऽऽ...." अशी उच्च स्वरातली कोल्हेकुई ऐकू आली. भयाण शांततेला चिरत गेलेला तो आवाज ऐकून रुपालीच्या अंगावर सरारून शहारा आला. त्या आवाजाला प्रतिसाद म्हणूनच की काय, खोल जंगलात आणखी एक दोन आरोळ्या उठल्या. कुठेतरी धीरगंभीर डरकाळी घुमली आणि पुन्हा सारं शांत झालं.

रुपालीला हा साराच अनुभव नवीन होता. जंगलात, हरतऱ्हेच्या वन्य प्राण्यांच्या निकट राहण्याचा हा तिचा पहिलाच प्रसंग होता.

वन्य, हिंस्त्र श्वापदं तिनं पाहिली होती. पण ती सारी पिंजऱ्याच्या गजांआड राहणारी त्यामुळे तिला हा अनुभव चित्तथरारक वाटत होता. ती पुरातत्त्व शास्त्राची विद्यार्थिनी होती. या जंगलात एका फार प्राचीन संस्कृतीचे अवशेष सापडतात अशी खात्रीलायक माहिती मिळाल्याने ते सर्वजण इथे आले होते. पूर्वी एका पुराणवस्तू संशोधकाला याच जंगलात प्राचीन संस्कृतीचे महत्त्वाचे अवशेष उत्खननात मिळाले होते.

त्याने लिहून ठेवलेली त्याबद्दलची सारी माहिती प्रो. सिन्हांकडे होती. इथल्या आदिवासींना अशा जागांची नेमकी माहिती होती आणि म्हणूनच या विषयात अधिक प्रगती करण्याची जिद्द घेऊन गुरुशिष्यांचं ते पथक इथं आलं होतं.

सकाळ झाली. दवबिंदूंनी सुस्नात झालेली वनश्री सूर्यप्रकाशात मोठी विलोभनीय दिसू लागली. हर तऱ्हेच्या पक्षांचा मंजुळ ध्वनी मनाला प्रफुल्लित करू लागला.

साऱ्यांच्या चहापानाची आणि नाश्त्याची व्यवस्था चंदनने मुद्दामच डाकबंगल्यापुढील मोकळ्या अंगणात केली होती. सारेजण मोठ्या प्रसन्न चित्ताने आपापल्या खुर्च्यांवर येऊन बसले. मजेत गप्पाटप्पा, हास्यविनोद करीत त्यांचा ब्रेकफास्ट सुरू झाला. इतक्यात जवळच्याच रस्त्यावरून हरणांचा एक कळप जाऊ लागला. माणसांच्या आवाज ऐकताच त्यांनी कान टवकारून इकडे-तिकडे पाहिलं आणि मग त्या गोष्टीला फारसे महत्त्व न देता ते पुढे निघून गेले.

"ओ: ब्यूटीफूल...." रुपाली चीत्कारली.

"हरणांना इंग्रजी येत नाही हं रुपाली. ती काही तू स्तुती केलीस म्हणून 'थँक्स फॉर द कॉम्लीमेंट्स' असं म्हणत मान झुकवणार नाहीत."

केदार म्हणाला. त्यावर सारेच हसले.

"हे पाहा, आता ब्रेकफास्ट झाला की आपण इथून बाहेर पडणार आहोत." प्रो. सिन्हा म्हणाले.

"इथल्या आदिवासींच्या वस्तीवर आपण जाणार आहोत. डाकबंगल्याचा इथला नोकर आपल्याबरोबर वाट्याडा म्हणून येईल. दुभाषाचंही काम तोच करील."

"पण सर, इथले आदिवासी एकदम तिरकमठे वगैरे घेऊन हल्ला तर करणार नाहीत ना?" विकासने विचारलं.....

"अजिबात नाही." सरांनी हसत म्हटलं.

"शिवाय आपण चार पुरुषासारखे पुरुष आहोत की!" विकास म्हणाला.

"हो. आणि मी सुद्धा हातात बांगड्या भरलेल्या नाहीत." रुपालीने आपली मोकळी मनगटं दाखवीत विनोद केला.

"इथल्या आदिवासींना बरेचदा खोदताना जुनी थडगी वगैरे सापडतात. या थडग्यात मृतांबरोबर पुरलेल्या चित्रविचित्र वस्तूही सापडतात. दिवा, पाणी प्यायचं भांडं, अन्नाचे वाडगे, क्वचित कधी एखादा दागिनादेखील! आणि त्या वस्तूंवरून, त्यावर खोदलेल्या अक्षरांवरून अगर चित्रांवरून आपल्याला बरीच माहिती मिळू शकते. इथल्या लोकांना त्या वस्तूंचं फारसं महत्त्व नसतं. विचित्र घाटाच्या त्या वस्तू ते धान्याच्या मोबदल्यात देखील देऊन टाकतात."

"अय्या खरंच? पण सर...मग आपण नाही उत्खनन करायचं?" रुपालीनं विचारलं.

"करायचं ना. पण त्यासाठीही आपल्याला मदत घ्यावीच लागेल." सिन्हा उत्तरले. मग मात्र मंडळींनी वेळ घालवला नाही. आपापले स्नानादी कार्यक्रम उरकून सर्वजण तयार झाले. दुपारच्या जेवणासाठी पुन्हा डाकबंगल्यावर येणं शक्य नव्हतं. म्हणून बरेचसे खाद्यपदार्थ, कॉफी वगैरे बरोबर घेण्यात आली. जय्यत तयारीनिशी सगळे बाहेर पडले. सकाळची थंड वेळ, भोवतालच्या झाडीचा गारवा, मन प्रसन्न करणारी दृश्यं यामुळे सुरवातीला बरेचसे अंतर त्यांनी उत्साहात कापलं. मग मात्र मंडळी रेंगाळू लागली.

वाटाड्याला पुन: पुन्हा वळून पाहावे लागले. एकंदर अंदाज घेऊन सिन्हा सरांनी कॉफीचा एकेक कप घेण्याचा प्रस्ताव मांडला. तो ताबडतोब मंजूर झाला. त्यानिमित्ताने थोडी विश्रांतीही मिळाली.

आदिवासींची पालं दुरून दिसायला लागली तेव्हा मध्यान्ह टळली होती. सगळ्यांच्याच पोटात भुकेने कावळे कोकलू लागले होते. दुरून ही मंडळी दिसताच पालांमध्ये गडबड उडाली. पुरुष मंडळी गडबडीने बाहेर आली. शहरी लोक दिसताच त्यांचा प्रमुख स्वागतासाठी पुढे झाला. शहरी लोकांच्या भेटीचा त्यांनाही आता सराव झाला होता. मौज म्हणून जंगलात काही दिवस वास्तव्य करणारे कितीतरी गुलहौशी लोक त्यांना भेटल्याशिवाय जात नसत. त्यांच्याकडून कितीतरी मौजेच्या वस्तू त्यांना मिळत. प्रमुखाने वाटाड्याकडे पाहून लांबूनच हात उंचावला. आणि लांब ढांगा टाकीत तो पुढे आला.

आलेल्या मंडळींचं त्याने भरघोस स्वागत केलं. तोपर्यंत बाकीच्या मंडळींनी पाहुण्यांसाठी बैठक तयार केली. पिण्याचे पाणी आणून ठेवलं. त्यांच्या स्वागताचा स्वीकार करीत सारेजण येऊन बसले. दुभाषामार्फत त्यांच्या गप्पा सुरू झाल्या. प्रो. सिन्हांनी आपल्या येण्याचा हेतू सांगितला. प्रमुखाने त्यांना मदत आणि मार्गदर्शन करण्याचं आनंदानं कबूल केलं. त्याने दुसऱ्या आदिवासीला आपल्या भाषेत काहीतरी सांगितलं, तसा तो एका झोपडीत गेला. तो परतला तेव्हा त्याच्या हातात दोन-तीन नक्षीदार धातूंची भांडी होती. उत्खननात सापडलेल्या त्या पुरातन वस्तू पाहून प्रो. सिन्हा आणि त्यांचे शिष्य कमालीचे आनंदले. प्रत्येकजण ती भांडी उलट-सुलट करून पाहात राहिला. एव्हाना आदिवासींची बायकामुलंही कुतूहलाने भोवती जमली होती. बायका, विशेषत: रुपालीचं निरीक्षण करण्यात गुंग झाल्या होत्या.

प्रो. सिन्हांनी आपल्या बास्केटमधून एक छोटासा ट्रॅन्झिस्टर काढून त्या प्रमुखाच्या हातात दिला. धान्याच्या एकदोन पिशव्याही दिल्या. त्या भेटीने प्रमुख खूष झाला. प्रोफेसरांनी ट्रॅन्झिस्टर ऑन केला. त्याबरोबर लता मंगेशकरच्या सुरेल आवाजातील गीत ऐकू येऊ लागलं. चारदोन क्षण सारेच अवाक झाले. त्या छोट्याशा वस्तूतून गाणे ऐकू येत आहे हे पाहून त्यांनी आनंदाने टाळ्या वाजविल्या.

प्रोफेसरांनी बटणं कशी फिरवायची ते त्यांना शिकवलं. बटण फिरवून त्यांचा प्रमुख वेगवेगळी स्टेशनं लावून गमतीने हसत होता. इतक्यात कुणीतरी चलाख पोऱ्याने मध्येच हात घालून दुसरं बटण फिरवलं आणि रेडिओ 'फुल व्हॉल्यूम' मध्ये किंचाळू लागला. त्यासरशी सारेच दचकले. प्रमुखाने घाईघाईने बटण बंद केलं. त्याची ती फजिती पाहून प्रोफेसर आणि त्यांचे शिष्य हसले. त्यांच्या पाठोपाठ सारे आदिवासीही हसू लागले.

इतक्यात फळं आणि खाद्यपदार्थांनी भरलेली ताटं पुढे आली. रुपाली आणि मंडळी त्याचीच वाट पाहत होती. रुपालीने हळूच आपल्याही टिफीनमधले काही पदार्थ काढले आणि मग त्यांनी तिथेच व्यवस्थित भोजन केलं. विश्रांती वगैरे झाल्यावर आदिवासी स्त्री-पुरुषांनी नाचाचा कार्यक्रम आखला. एकमेकांच्या कमरेभोवती हात टाकून, गोलाकार करून सारेजण मागेपुढे होत नाचत होते. स्त्री-पुरुषांच्या संमिश्र आवाजात गाणंही चाललं होतं. कुणीतरी ढोलक्यावर ताल धरला होता. थोड्या वेळाने प्रो. सिन्हांखेरीज बाकीची तरुण मंडळीही नृत्यात सहभागी झाली. गाणं कळत नसलं तरी त्यातली लय, ताल यांनी धुंदी चढत होती.

या साऱ्या कार्यक्रमात दुपार केव्हाच टळून गेली होती. वाटाड्या परत चलण्याविषयी घाई करू लागला. बरेच अंतर कापायचं असल्याने सगळ्यांनी आपापले सामान आवरलं. रुपालीची पर्स त्या धांदलीत कुठे दिसेना. इतक्यात कुणीतरी एका झोपडीकडे बोट दाखवलं. तिथे एक षोडषा बसली होती आणि रुपालीची पर्स पळवून त्यातल्या पावडरच्या डबीतली निम्मी अधिक पावडर तिने आपल्या तोंडाला फासून घेतली होती.

आता तिच्या हातात लिपस्टिकची कांडी होती आणि तिचा उपयोग कसा करावा याविषयीच तिचा विचार चालू होता. सगळ्यांचं तिच्याकडे लक्ष जाताच त्यांची हसून हसून मुरकुंडी वळली. कारण त्या पावडरमुळे ती पिठाच्या गिरणीत दिवसभर काम करणाऱ्या गिरणीवाल्यासारखी दिसत होती. सारे हसताहेत हे पाहून ती युवती लाजली आणि आत पळाली. रुपालीही तिच्या पाठोपाठ आत गेली. तिने तिची पावडर पुसून माफक केली. तिच्या ओठांवर हलकीशी लिपस्टिक लावली. कपाळावर लाल कुंकू रेखलं आणि मग ती कशी दिसते ते आपल्या जवळच्या छोट्या आरशात दाखवलं. ती युवती खूपच खूष होऊन गेली. मग तिनेही आपली पेटी काढून निरनिराळ्या रंगाच्या मण्यांच्या माळा रुपालीच्या गळ्यात घातल्या. मोठ्या प्रेमाने तिचा निरोप घेऊन रुपाली तिच्यासह बाहेर आली तेव्हा सारी जण तिच्याकडे कौतुकाने पाहत होती.

आदिवासींचा निरोप घेऊन ते निघाले तेव्हा संध्याकाळ झाली होती. १०-१२ आदिवासी बरेच अंतर चालत त्यांच्या बरोबर आले. अखेर सिन्हांनीच त्यांचा निरोप

घेऊन त्यांना परत जायला लावलं. आता अंधार पडू लागला होता. भोवतालच्या जंगलाचा दाटपणा मनात भय उत्पन्न करीत होता. सगळेजण भराभर चालून मुक्काम गाठण्याच्या फिकिरीत होते. या गडबडीत वाटाड्या, चंदन आणि विकास बरेच पुढे निघून गेले. रुपाली, केदार आणि प्रोफेसर मागून येत होते. बोलता बोलता चुकून उजवीकडे जाणारा रस्ता त्यांनी पकडला. आणि थोड्याच वेळात त्यांच्या लक्षात आलं की तो रस्ता १०० एक पावलांवर संपत आहे. पण समोरच्या झाडीतून मंदसा प्रकाश येत होता. त्यामुळे तिथे कुणीतरी राहत असावं अशा कल्पनेने ती तिघे आणखी पुढे गेली. प्रकाश आणखी जवळ येऊ लागला.

अखेर ते रस्त्याच्या टोकाला येऊन पोचले. समोरची झुडपं बाजूस सारून त्यांनी पाहिलं, तर तिथे बराच मोकळा भाग होता. तिथे एक झोपडी होती आणि त्या झोपडीसमोरील अंगणात एक युवती खाटेवर बसली होती. झोपडीच्या दारापाशी एक जुनाट पद्धतीचा दिवा तेवत होता. त्याचाच प्रकाश त्यांना दिसला असावा. ती युवती कुठेतरी एकटक पाहत होती एखाद्या चित्रासारखी! पानांच्या खजबजाटाचा, बुटांचा आवाज तिला ऐकू गेला नसावा. सगळ्यांनी एकमेकांकडे साभिप्राय नजरेने पाहिलं. इतक्या घनघोर जंगलात एक सुंदर युवती आणि तीही एकटी राहत असावी याचं त्यांना आश्चर्य वाटलं होतं.

"मला वाटतं तिचं आपणाकडे लक्ष गेलं नसावं. आपण जरा पुढे येऊ या." प्रोफेसर म्हणाले.

ते तिघेही झाडी ओलांडून मोकळ्या अंगणात आले आणि त्याच क्षणी त्या युवतीने हलकेच त्यांच्या दिशने मान फिरवली एखाद्या कळसूत्री बाहुलीसारखी! त्या तिघांना पाहताच तिच्या चेहऱ्यावर आनंदाचे भाव उमटले.

"मी...मी तुमची वाटच पाहत होते." ती आनंदाने म्हणाली.

"म्हणजे? आम्ही इथे येणार हे तुम्हाला कसं माहीत?" प्रोफेसरांनी गोंधळून विचारलं.

"तसं नव्हे. पण कुणीतरी शहरातली माणसं इकडे येतील, कधीतरी माझी या जंगलातून सुटका होईल याची मी वाट पाहत होते." ती हसून म्हणाली.

"अच्छा! ....पण तुम्ही या भयाण जंगलात एकट्या कशा?"

"तीच तर दुदैवी कहाणी आहे. कितीतरी वर्षं झाली मी या जंगलात चुकले आहे. कुणीही इकडं फिरकत नाही. एकटीच कशीबशी दिवसांमागून दिवस ढकलते आहे. बाहेरच्या जगात काय चाललंय नी काय नाही काहीही कळत नाही." ती करुण स्वरात म्हणाली.

रुपालीने हळूच केदारला कोपरखळी मारली अन् म्हटलं, "केदार, तुला स्कोप आहे बघ."

त्यानेही खट्याळपणे डोळे मिचकावले.

"तुम्ही माझी इथून सुटका कराल? ...बाहेरच्या मोकळ्या जगात मला घेऊन जाल?" ती त्या तिघांकडे आळीपाळीने पाहत आशेने विचारू लागली.

"तुम्ही केव्हापासून इथं आहात?" प्रोफेसरांनी प्रश्न केला.

"काही आठवत नाही. माझी सारी विचारशक्तीच नष्ट झाल्यासारखी वाटतेय. आता तुम्ही इथे आला आहात म्हणून मला बोलता येतंय याची तरी खात्री पटली." ती अत्यंत विषादानं म्हणाली.

साऱ्यांनाच तिची कीव आली. पण प्रोफेसरांचा चेहरा गोंधळल्यासारखा दिसत होता. तरी त्यांनी संभाषण चालू ठेवण्याच्या उद्देशाने आपण कोण, इथं कशासाठी आलो याची माहिती तिला सांगितली.

"आम्ही इथून जाऊ तेव्हा तुला नक्कीच बरोबर नेऊ." ते म्हणाले.

"ठीक आहे. माझ्याकडेही काही पुरातन वस्तू आहेत त्या मी तुम्हाला देईन. उद्या रात्री तुम्ही परत याल इथे?" तिने विचारलं.

रुपालीने प्रोफेसरांच्या कोटाची बाही हलकेच ओढून इशारा केला. तो लक्षात घेऊन त्यांनी म्हटलं,

"नको. त्यापेक्षा तूच डाकबंगल्याकडे ये."

रुपालीला तिथून केव्हा एकदा निघतोय असं होऊन गेलं होतं. त्या युवतीनेही त्यांना 'बसा' म्हटलं नव्हतं.

"चला ना सर. उशीर होतोय आपल्याला." ती हट्टी मुलासारखं म्हणाली. सर हसले आणि,

"निघतो आम्ही." असं त्या युवतीकडे पाहून म्हणत माघारी वळले. झाडीतून ते पुन्हा रस्त्यावर आले आणि त्याच क्षणी चंदनच्या हाकांचा आवाज त्यांना ऐकू आला.

"प्रोफेसरऽऽऽ...रुपालीऽऽऽ..."

केदारनेही उलट प्रतिसाद देण्यासाठी आपले तळहात तोंडापाशी कर्ण्यासारखे धरले अन् तो ओरडला,

"आम्ही येतोऽऽय तिथेच थांबाऽऽ.

झपाझप चालत तिघांनी रस्ता गाठला. तिथे चंदन, विकास, वाटाड्या तिघेही उभे होते. रुपालीने सहज मागे पाहिले. पण आता तिकडून प्रकाश येत नव्हता. तिला मोठे चमत्कारिक वाटलं.

"हे काय? इकडे कुठे वळलात तुम्ही?" वाटाड्याने घाबरट स्वरात विचारलं.

"चुकून गेलो झालं. बरं झालं तुम्ही परत फिरलात. नाहीतर या अंधारात जंगलात कुठे भरकटलो असतो, नेम नाही." प्रोफेसर हसून उद्गारले.

यावर कुणीच काही बोललं नाही. सगळेजण भराभर आणि निमूटपणे चालत एकदाचे डाकबंगल्यावर पोहोचले. हातात बॅटऱ्या असल्या तरी सापांची आणि श्वापदांची भीती साऱ्यांच्याच मनाला ग्रासून राहिली होती.

दुसरा दिवस उजाडला. त्यादिवशी काही आदिवासींना बरोबर घेऊन एक-दोन ठिकाणी त्यांनी खणून पाहिलं. त्याठिकाणी प्राचीन थडगी असावीत असा त्यांचा तर्क होता. पण काहीच मिळालं नाही. सारा दिवस वाया गेल्यासारखा झाला. घरी आल्यावर जेवणखाण आटोपून प्रोफेसर टेबलाशी वाचत बसले. इतरांनी झोपायची तयारी केली. पूर्वी याच जंगलात उत्खनन करून पुरावे मिळवणाऱ्या त्या पुराणवस्तुसंशोधकांचं ते हस्तलिखित बाड होतं. थोडा वेळ वाचनात गेला आणि एकाएकी ते दचकले. कारण जंगलात भेटलेल्या त्या तरुणीचा उल्लेख होता. तिची झोपडी, तो दिवा, खाट, झोपडी समोरचे ते मोकळे अंगण आणि त्या अंगणात तसूभरही न येता बाहेरच थबकलेलं जंगल! प्रोफेसर शहारले. या उल्लेखावरून ती तरुणी कमीत कमी दोनशे वर्षांपासून तरी तिथे असावी असं स्पष्ट मत त्या संशोधकाने नोंदलं होतं. इतक्यात कुणाचा तरी हात त्यांच्या खांद्यावर पडला आणि पाठोपाठ शब्द आले,

"किती वेळ वाचणार आहात सर?"

त्यासरशी गडबडून ते एकदम उभे राहिले. मागे रुपालीला पाहताच ते ओशाळले. रुपालीला त्या तरुणीबद्दल खरी गोष्ट सांगावी की नाही विचार करीतच त्यांनी प्रश्न केला,

"रुपाली, त्या जंगलातल्या एकाकी युवतीबद्दल काय मत आहे तुझं?"

"मला नाही आवडली ती. तिची ती बर्फासारखी थंड नजर... ते वागणं! एखाद्या भुताटकीच्या गोष्टीतलीच वाटत होती ती." रुपाली फटकन उत्तरली.

'खरोखरच भूत होती ती.' असं सांगायचं प्रोफेसरांच्या ओठांवर आलं होतं. इतक्यात खिडकीतून समोरच्या उंचवट्यावर कुणीतरी उभं असलेलं त्यांना दिसलं. ते खिडकीजवळ गेले. समोर ती युवती होती. तिने त्यांना बाहेर येण्याची खूण केली.

"रुपाली तीच आलीय बघ. मी आत्ता बाहेर जाऊन येतो." असं म्हणत प्रोफेसर बाहेर गेले देखील.

त्या तरुणीने त्यांच्या हातात काही वस्तू दिल्या आणि म्हटले, "मी माझं वचन पाळलंय."

"फार आभारी आहे मी तुझा. आम्हीही तुझी सुटका करून आमचं वचन पाळू." सर म्हणाले.

"तुम्हाला माझी कहाणी ऐकायची आहे ना? येताय आता झोपडीकडे?" तिने विचारलं.

"नको. पुन्हा केव्हातरी येईन. आज दमलो आहे फार." असं म्हणून प्रोफेसरांनी लगेच तिचा निरोप घेतला. ते आत आले ते अक्षरश: नाचतच.

"रुपाली, रुपाली हे पाहिलंस तिने काय काय दिलंय ते? बोलाव...बोलाव इकडे बाकीच्यांना."

रुपालीने केदार, विकासला बोलावून आणलं. तोपर्यंत सरांनी त्या वस्तू टेबलावर मांडून ठेवल्या. त्यात एक सिंहाचं तोंड असलेले खुजासारखं पाण्याचं भांडं होतं. पण अधातू असून त्यावर सुरेख नक्षीकाम केलेलं होतं. एक सुंदर नक्षीदार मुठीची कट्यार होती. आणि एक चपटी दागिन्यांच्या पेटीसारखी पेटी होती.

तिला चार नक्षीदार पाय होते आणि तिच्या झाकणावर आणि बाजूंवर सुरेख नक्षीकाम केलेलें होतं.

"व्वा! सर, आपली मोहीम खूपच यशस्वी झाली असं म्हणायला हरकत नाही." केदार म्हणाला.

"होय केदार." प्रोफेसर अभिमानाने म्हणाले. ती पेटी हातात उचलून घेत त्यांनी म्हटले, "शिवाय या झाकणावर एका वेगळ्याच लिपीत काही लिहिलेलं दिसतं. आपल्याला यावर खूपच मेहनत घ्यावी लागणार आणि जर आपण त्यात यशस्वी झालो तर त्या प्राचीन संस्कृतीबाबत कितीतरी गोष्टींचा आपल्याला उलगडा होईल."

बोलता बोलता त्यांनी पेटी उघडली. आत एक चपटी डबी होती. ती हातात घेऊन उलट सुलट करून ते पाहू लागले. यावर मात्र नक्षी नव्हती. काही विचित्र आकृत्या तेवढ्या कोरलेल्या होत्या आणि तत्कालीन लिपीत काही लिहिलंही होतं. एकंदर वजनावरून आत काहीतरी असावं असं वाटत होतं. सरांनी ती डबी उघडण्याची खूप खटपट केली, पण झाकण उघडेना. इतक्यात योगायोगानेच डबीच्या बाजूवर बसवलेल्या खटक्यावर त्यांचं बोट दाबलं गेलं आणि फट्कन झाकण उघडलं. आत कसलं तरी पांढरं चूर्ण होतं. खटक्यावरचं बोट अभावितपणेच निघाल्याने डबी लगेच बंदही झाली. सरांनी ती बाजूस ठेवली आणि एकाएकी ते मोठमोठ्याने हसू लागले. सगळ्यांनी एकमेकांकडे पाहिले. सरांना हर्षातिरेक झाला की काय अशी त्यांना शंका आली. काही सेकंद याच अवस्थेत गेले आणि मग एकाएकी ते तीरासारखे दाराकडे धावले. कुणाच्या काही लक्षात यायच्या आतच ते दार उघडून बाहेर पडले देखील. पहिल्यांदा भानावर आला तो केदार. त्याने व्हरांड्यातून सरांना जोरजोरात हाका मारल्या पण प्रत्युत्तर आलं नाही. त्यांच्या हसण्याचा ध्वनी मात्र दूरदूर जात नाहीसा झाला.

बॅटऱ्या हातात घेऊन त्यांनी जवळपासच्या परिसरात शोधाशोध केली. पण उपयोग झाला नाही. उरलेली रात्र सगळ्यांनी जागूनच काढली. पण सर परतले

नाहीत. सकाळ उजाडताच रुपाली सोडून बाकी सर्वजण प्रोफेसरांच्या शोधात निघाले. जंगलाचा केवढा तरी भाग त्यांनी पायाखाली तुडवला. पण व्यर्थ! सरांचा कुठेही पत्ता नव्हता. नको त्या शंका आता त्यांच्या मनात डोकावू लागल्या. सरांवर एखाद्या श्वापदाने तर...पण तो विचार बाजूस सारून केदारने म्हटलं, ''मला वाटतं त्या तरुणीकडे तर ते गेले नसतील?''

''माझीही तीच अटकळ आहे. आपला बळी घेतल्याशिवाय राहायची नाही. या जंगलातली सर्वात धोकादायक जागा आहे साहेब ती! जंगलचे प्राणी देखील तिकडे फिरकत नाहीत.'' वाटाड्या म्हणाला.

केदार दचकला. त्याला ही माहिती नवी होती. एका अमानवी स्त्रीशी आपण काल बोललो हा विचार मनाला धक्का देणारा होता. शेवटचा उपाय म्हणून सगळे तिकडे वळले. आणि त्यांची अटकळ खरी ठरली.

सर त्यांना त्या मोकळ्या रिंगणातच सापडले. पण मृतावस्थेत! आता तिथे झोपडी वगैरे काही नव्हतं. चंदन आणि वाटाड्याने मिळून त्यांना तेथून बाहेर आणलं. केदारने रुपालीला बोलावून आणलं. ती धक्कादायक बातमी ऐकून रुपाली आंतरबाह्य हादरली. तिची त्यांच्यावर लेकीसारखी माया होती. सरांच्या मृतदेहाजवळ बसून हमसाहमशी खूप रडली.

मोठ्या प्रयासानंच तिला बाजूला घेण्यात आलं आणि सरांच्या मृतदेहावर अग्निसंस्कार करण्यात आला. मोठ्या उत्साहाने सुरू केलेल्या मोहिमेचा असा करुणास्पद शेवट झाला होता.

आपली कहाणी संपवून रुपालीने विभाकरकडे पाहिलं. त्याचा चेहरा विचारमग्न झाला होता.

''रुपाली, प्रोफेसरांच्या मृत्यूनंतर तू ती डबी जवळ कशी ठेवलीस?''

''त्यावेळी त्यांच्या मृत्यूचा आणि डबीचा काही संबंध असेल असं मला वाटलं नव्हतं. पण आता चंदनच्या बाबतीत जेव्हा असा प्रकार घडला तेव्हा मात्र तिचाच संबंध या प्रकाराशी असावा असं मला वाटू लागलंय.''

''तर मग याचा अर्थ असा की आता चंदन मध्यप्रदेशच्या त्या जंगलातच जाणार.'' विभाकर म्हणाला.

''मलाही तसंच वाटतंय विभाकर आणि काही घडण्यापूर्वीच आपण त्याला वाचवायला हवं.''

''ठीक आहे. तू प्रवासाची तयारी कर. उद्या सकाळी शक्य तितक्या लवकर आपण निघू.''

पंडितरावांची झोप तशी सावध होती. दारावरची बेल पहिल्यांदा वाजली तेव्हाच ते जागे झाले होते. उठून दारापाशी येईपर्यंत बेल दुसऱ्यांदा वाजली. पंडितरावांनी दार उघडलं आणि समोर विभाकरला पाहताच त्यांना आश्चर्य वाटलं.

"विभाकर तू? आणि अशा अपरात्री?" त्यांनी विचारलं.

"होय. एका महत्त्वाच्या कामासाठी आलोय."

"नवी केस?" त्याच्या अस्वस्थ हालचाली निरखत त्यांनी विचारलं.

विभाकरने होकारार्थी उत्तर दिलं आणि मग रुपालीची कहाणी थोडक्यात आणि नेमक्या शब्दांत त्यांना सांगितली. पंडितरावांनी त्याचं बोलणं लक्षपूर्वक ऐकून घेतलं. विभाकरने खिशातून ती रहस्यमय डबी काढली आणि त्यांच्यापुढे ठेवली. पंडितरावांनी चार-दोन क्षण तिचं निरीक्षण केलं. त्यांचा चेहरा गंभीर झाला.

"विभाकर, तुझ्या लक्षात आलं काही?" मान वर करून त्यांनी विचारलं.

"होय. वरच्या आकृत्यांवरून तरी असं वाटतंय की कुणा दुर्दैवी आत्म्याला आतल्या आत जखडून ठेवण्याचा हा अघोरी प्रकार असावा."

"बरोबर ओळखलंस." पंडितराव समाधानाने म्हणाले.

"शिवाय या संबंधात तुम्हाला आणखी काही जाणून घेण्याची इच्छा झाली तर रात्रीची वेळच त्यासाठी योग्य आहे. म्हणून मी घाईनेच इथे आलो."

"अगदी योग्य केलंस." पंडितराव हसून म्हणाले, "मी शुचिर्भूत होऊन येतो तोवर तू थोडी तयारी करून ठेव."

विभाकरने कपाटातून काही उदबत्त्या काढून उदबत्तीघरात खोचून ठेवल्या. विशिष्ट मंत्राच्या संस्करणाने बनवलेल्या त्या खास उदबत्त्या होत्या. त्यांच्या सुगंधाने वातावरण भारीत होत असे. त्यानंतर त्याने त्या पेटवल्या आणि मग पंडितरावांचं आसन, रांगोळी, गुलाल, रुद्राक्षमाळा, पाण्याचा कमंडलू, दर्भ अशी सारी तयारी केली.

थोड्याच वेळात पंडितराव बाहेर आले. त्यांनी प्रथम रांगोळीच्या साह्याने एक गोल काढला आणि आत काही विशिष्ट आकृत्या रेखाटल्या. त्यावर गुलाल शिंपडला, त्यावर ती डबी ठेवून ते आसनावर बसले. रुद्राक्षमाळा गळ्यात घालून भस्माचे पट्टे त्यांनी आपल्या कपाळावर, छातीवर आणि दोन्ही दंडांवर ओढले. नंतर कमंडलू समोर ठेवून त्यावर हात पालथा ठेवून थोडा वेळ मंत्रपठण केलं. आता ते पाणी त्यांच्या वापरासाठी तयार झालं होतं. विभाकरकडे साभिप्राय पाहत त्यांनी हातात एक दर्भाची काडी घेतली आणि मग एकाएकी ती डबी टण्टण् उड्या मारू लागली. दुसऱ्याच क्षणी पुरुषी आवाजातली किंकाळी खोलीभर घुमली.

"कोण आहेस तू?" पंडितरावांचा धीरगंभीर आवाज आला.

"तुम्ही मला त्रास देऊ नका." क्षुब्ध, पुरुषी आवाज उमटला. त्यात सुप्त धमकीही होती.

"आम्ही तुला त्रास नव्हे, मुक्ती देणार आहोत."

चमत्कारिक शांतता पसरली. त्याचा त्यावर विश्वास नसावा.

"आम्ही तुला मुक्ती देऊ. पण त्यासाठी तू कोण हे आम्हाला कळलं पाहिजे." पंडितरावांच्या शब्दात जरब होती. त्यांनी पुन्हा कमंडलूत दर्भ बुडवताच आवाज आला,

"थांबा, सांगतो. माझं नाव सोमदत्त. चारशे वर्षांपूर्वी हुसेनअली खाँ नावाच्या मुसलमान राजाच्या पदरी मी सेनापती होतो. माझ्या शौर्यामुळे, रूपामुळे त्याच्या बेगमचं माझ्यावर प्रेम बसलं. दासीकरवी तिने आपली मेहेरनजर मला कळवली. हलके-हलके आमचे चोरटे प्रेमसंबंध प्रस्थापित झाले. पण एक दिवस तिच्याच दासीने घात केला. बेगमबरोबर तिच्या महालात असतानाच मी गिरफदार झालो. त्या क्रूर सुलतानाने माझ्यावर अनन्वित अत्याचार करून माझे हाल-हाल केले. बेगमेलाही माहेरी पाठवण्याचा बहाणा केला आणि मूठभर सैनिकांसोबत ती मेण्यातून माहेरी जात असताना मारेकऱ्यांकरवी तिचा खूनही केला.

मला ठार करण्यापूर्वी त्या क्रूराने मला सांगितले, "तू मेलास म्हणून माझ्या हातून सुटलास असं समजू नकोस सोमदत्त. मी तुझ्या आत्म्यालाही कायमचा जखडून ठेवणार आहे. त्यानुसार त्याने केलंही. माझ्या अस्थिंचं चूर्ण करून त्याने ते एका डबीत भरलं त्यावर अघोरी मांत्रिकाकरवी विधी करून मला आत कायमचं बंदिस्त करून टाकलं. त्यानंतर एका पेटिकेत ती डबी ठेवून बेगमेच्या प्रेताबरोबरच ती पेटिकाही थडग्यात ठेवण्यात आली. मला भूमीच्या पोटात हजारो वर्षे क्लेश भोगत, तडफडत राहावं लागावं हीच त्याची योजना होती आणि ती यशस्वीही झाली. मृत्यूच्या क्षणापासून आजपर्यंत मी सूडभावनेने धुमसतो आहे, जळतो आहे."

सोमदत्ताच्या त्या करुण कहाणीने पंडितरावांचे डोळे ओलावले. विभाकरचंही अंत:करण हेलावून गेलं.

"सोमदत्त, मी...पंडितराव तुला आश्वासन देतो की, मी तुझ्या अस्थिचूर्णावर धार्मिक संस्कार करवून तिचे योग्य ठिकाणी विसर्जन करीन आणि तुला कायमची मुक्ती मिळवून देईन. तू शांत राहा."

सोमदत्तचा आवाज पुन्हा आला नाही. त्या अर्थी त्याला आपले आश्वासन समजलं हे लक्षात घेऊन पंडितरावांनी आपला प्रयोग आटोपला.

"विभाकर, किती भयानक सूडकथा आहे ही! कुणातरी पुराणवस्तू संशोधकाने ही डबी वर काढली आणि मग एका दुष्टचक्राला सुरुवात झाली असावी." पंडितराव म्हणाले.

विभाकरने नुसताच उसासा सोडला. काही वेळाने तेच पुन्हा म्हणाले, "विभाकर, उद्या सकाळीच आपण रुपालीला घेऊन मध्यप्रदेशातील त्या जंगलात जाणार

आहोत. आपल्याला विलंब होणार नाही अशी आपण आशा करू या.''

दीड दिवसाचा कंटाळवाणा प्रवास करून ते तिघे मध्यप्रदेशातील त्या घनदाट जंगलात पोचले, त्यावेळी संध्याकाळ येऊ लागली होती. आगाऊ कळवलं नसूनही डाकबंगल्यावर उतरण्याची त्यांची सोय झाली. सामान तिथे ठेवून, वॉश वगैरे घेऊन सगळेजण ताजेतवाने झाले. तिथल्या नोकराने किशनने त्यांच्यासाठी चहा केला. बरोबर आणलेल्या खाद्यपदार्थांचा नाश्ता करून आणि चहा पिऊन त्यांनी थोडी विश्रांती घेतली. बाहेर अंधार पडू लागला होता.

''रुपाली, आता आम्ही बाहेर जाणार आहोत. तुम्हाला ती युवती भेटली त्या जागेला भेट देण्याचा माझा विचार आहे.'' पंडितराव म्हणाले.

''मीही येते ना तुमच्याबरोबर.'' रुपाली म्हणाली. किशनही त्यांच्याबरोबर येण्यास तयार झाला. विभाकरजवळ बॅटरी होतीच. किशननेही एक टॉर्च आणि मोठी काठी बरोबर घेतली. काठीचा मुद्दामच आवाज करीत, रुळलेल्या पायवाटेने ते पुढे-पुढे जाऊ लागले. 'ती जागा' जसजशी जवळ येऊ लागली, तसतसा दिव्याचा प्रकाश दिसू लागला. ते चौघे टोकाच्या झुडपांपाशी येऊन पोहोचले आणि आतील दृश्य पाहताच पंडितराव उद्गारले,

''विभाकर, माझा अंदाज खरा ठरला तर!'' समोर पूर्वीसारखीच झोपडी आणि तिच्यापुढे मोकळे अंगण दिसत होते. झोपडीच्या दाराशी दिवा तेवत होता आणि खाटेवर ती पूर्वीची युवती नव्हती. तिथे होता चंदन! चंदनला पाहताच रुपाली आनंदली.

''चंदनऽ चंदन!'' तिने मोठमोठ्याने हाका मारल्या. पण...

त्याने मान वळवली नाही. त्याला ऐकू जात नाहीसे पाहून ती झुडपातून पुढे येणार, तोच पंडितरावांनी तिचा दंड पकडला.

''रुपाली, तो चंदन नाही. आता ती फक्त एक अमानवी, शक्ती आहे. त्याचं जग आता भिन्न आहे. तू या जगातून मारलेल्या हाका त्याला ऐकू जाणार नाहीत. आणि तू त्या रिंगणात पाऊल ठेवलंस तर त्यांचं विश्व ढवळलं जाईल. कदाचित त्याचे परिणाम वाईटही होतील.

हे अंधारातलं काळे जग आणि आपलं जग यांच्या सीमारेषा क्वचित कधीतरी एकमेकींना स्पर्श करतात आणि आपल्याला त्यातली काही दृश्यं दिसतात. पण मानवी मन, मानवी डोळे यांच्यासाठी नाही हे सारं.'' त्यांनी तिला समजावलं.

तिला त्यातलं कितपत समजलं कुणास ठाऊक, पण तिचा चेहरा व्याकूळ होता. नजर भयचकित होती. चंदनचं काय झालं हे कळल्यावर तिथं उभं राहण्यात काहीच अर्थ नव्हता. चौघेही परत फिरले.

''विभाकर, तुझ्या लक्षात आलं ना हे सारं? सोमदत्ताची ती डबी दोनशे

वर्षांपूर्वी कुणातरी युवतीने उघडली आणि मग तिच्या आत्म्याला थडग्यापाशी पहारा करीत बसण्याची पाळी आली. वर्षांमागून वर्षे गेली आणि एक दिवस आपल्या प्रोफेसरांनी तिची सुटका केली. आज पाच वर्षांनी प्रोफेसरांची जागा चंदनने घेतलीय. हे दुष्टचक्र आहे.''

रुपालीच्या लक्षात हा प्रकार आला नसता तर हे असंच चालू राहिलं असतं. पण आता आपण हे सारं थांबवू.'' पंडितराव चालता चालता बोलत होते.

''या भागात जंगलातलं चिटपाखरू देखील फिरकत नाही साहेब. मग माणसं तर लांबच राहिली.'' किशन म्हणाला.

''होय, आहेच ती जागा धोक्याची.'' पंडितराव उद्गारले ''विभाकर, उद्या सकाळी आपल्याला बरंच काम उरकायला हवं.'' ते पुन्हा म्हणाले.

विभाकरने मान डोलावली. बोलत बोलत ते सर्वजण डाकबंगल्यावर पोहोचले.

दुसऱ्या दिवशी सकाळी नित्यकर्मे आटोपून पंडितराव, विभाकर, रुपालीसह पुन्हा त्या जागेकडे निघाले. त्या जागेचे शुद्धीकरण आणि चंदनच्या आत्म्याची सोडवणूक ही दोन महत्त्वाची कामं त्यांना करायची होती.

पंडितरावांनी सारी तयारी जय्यत केली होती. तिघांनी त्या मोकळ्या रिंगणात प्रवेश केला आणि सकाळची प्रसन्न वेळ असूनही त्यांना एकाएकी तिथला ताण जाणवला. जणू जंगलाची सीमा ओलांडताच एका वेगळ्याच काळ्या जगात प्रवेश होत होता. एक प्रकारचा विखार, एक प्रकारचं दडपण तिथल्या वातावरणात होतं. आसपासच्या जंगलात झाडांवर किलबिलणाऱ्या पक्षांचा मंजूळ कलरव देखील तिथे ऐकू येत नव्हता.

आता तिथे काहीही, कोणीही दिसत नसलं, तरी या मानवांचा त्या जागेतील प्रवेश 'कुणालातरी' आवडलेला नाहीय, अशी विरोधाची स्पष्ट जाणीव तिथल्या वातावरणात होत होती.

पंडितरावांनी आपल्या पिशवीतून आपले आसन, निरनिराळ्या वस्तू, काही पुड्या, उदबत्त्या वगैरे काढल्या. रिंगणाच्या मधोमध आणि सीमारेषांवर काही विशिष्ट आकृत्या काढल्या. मग त्यांचे धार्मिक विधी सुरू झाले.

रुपालीला त्यातले काही कळत नव्हतं. पण ती लक्षपूर्वक त्यांच्या हालचाली न्याहाळीत होती. अर्ध्या पाऊण तासाचा तो विधी उरकल्यावर पंडितरावांनी पद्मासन घातलं आणि डोळे मिटून ते ध्यानस्थ अवस्थेत बसले. सकाळच्या कोवळ्या उन्हात, उदबत्त्यांच्या धुराने वेढलेली त्यांची ती तेजस्वी आकृती कुणालाही दिपवून टाकील अशी दिसत होती.

पंधरा-वीस मिनिटांनी त्यांनी डोळे उघडले तेव्हा त्यांच्या कपाळावर धर्मबिंदू चमकत होते. चेहरा श्रांत दिसत होता. विभाकरने ओळखलं, पंडितरावांना मानसिकरीत्या

बरीच मोठी झुंज 'कुणाशीतरी' द्यावी लागली आहे. विभाकरकडे लक्ष जाताच पंडितराव प्रसन्नपणे हसले आणि म्हणाले.

"विभाकर, आपण लढाई जिंकलीय." क्षण-दोन क्षणातच तिथला ताण एकदम नाहीसा झाला. छातीवर ठेवलेलं प्रचंड ओझं एकदम कुणी उचलून बाजूला केल्यासारखं त्यांना वाटलं. वाऱ्याची मंद झुळूक मनाला आल्हाद देऊन गेली.

"विभाकर, आपलं काम यशस्वी झालं की नाही पाहायचंय? त्या पिशवीतले गव्हाचे दाणे टाक सगळीकडे." पंडितराव म्हणाले.

विभाकरने तसं केलं. थोड्याच वेळात आसपासच्या झाडांवरील पक्षी तिथे येऊन चटाचट दाणे टिपू लागले. तिघेही एकमेकांकडे पाहून प्रसन्न हसले.

"रुपाली, चंदन आपल्यातून गेला हे खरं असलं तरी त्याच्या आत्म्याला क्लेश भोगत इथं पिचत पडावं लागलं नाही याबद्दल आपण देवाचे आभार मानायला हवेत. तू आता त्याच्यासाठी दुःख करीत बसू नकोस. एखादा चांगला जीवनसाथी मिळवून सुखी हो." बोलता बोलता पंडितरावांनी रुपालीच्या मस्तकावर हात ठेवला. रुपालीला इतकं बरं वाटलं की तिने चटकन खाली वाकून त्यांना नमस्कार केला.

विभाकर पंडितरावांच्या उरलेल्या वस्तू गोळा करून पिशवीत भरत होता. त्याचं काम होताच ते तिघे तिथून बाहेर पडले.

"विभाकर, आता आपण डाकबंगल्यावर पोचलो की जेवण घेऊ. नंतर तू रुपालीला घेऊन घरी परत जा. मी काशीला जाणार आहे. सोमदत्तला दिलेलं वचन मला पुरं करायला हवं." पंडितराव जाताना म्हणाले.

"सोमदत्त कोण?" रुपालीने गोंधळून विचारलं.

पंडितराव हसले. "ते सर्व विभाकर तुला परतीच्या प्रवासात सांगेल." ते उद्गारले.

❑

त्या दारापलीकडे

रात्र काळोखी आहे. नि:स्तब्धपणे अस्ताव्यस्त पसरलेली. भक्ष्य गिळून सुस्त पडलेल्या अजगरासारखी! दूर कुठेतरी मधूनच कुत्र्यांचा कालवा ऐकू येतो आणि जरा वेळाने आपोआप कमी कमी होत थांबतो. पुन्हा एकदा ती जीवघेणी शांतता अंगावर चालून आल्यासारखी वाटते. बाहेरच्या बाजूला असलेल्या झुडपांमधून रातकिड्यांचा एका लयीत चाललेला किर्र...किर्र...आवाज देखील मला सोबतीचा आधार देतोय. या थंडगार दगडी कोठडीत उंचावर असलेल्या एकुलत्या एका खिडकीमधून आभाळाचा एक तुकडा दिसतोय. काळोखामुळे मळकट निळसर दिसणाऱ्या त्या तुकड्यात एखादीच फिकट चांदणी चमचमतेय.

माझी नजर आता अंधाराला सरावलीय. भिरभिरत कोठडीच्या भिंतीशी टकरा घेत ती एका कोपऱ्यात स्थिरावते. तिथे एक पाण्याचा माठ आहे. झाकणावर एक भांडेही आहे. माठ दिसताच आपल्याला तहान लागल्याची मला तीव्रतेने आठवण होते. कोरड्या पडलेल्या ओठांवरून मी जीभ फिरवतो. पण तीही शुष्क पडलेली. उठण्यासाठी मी शरीराची किंचितशी हालचाल करतो. आणि वेदनांचा डोंब उसळतो. पोलिसांच्या मारहाणीने सारं शरीर पिंजून निघालेय. पण वेदनेच्या इंगळ्या शरीराप्रमाणे मनालाही डसल्या आहेत. कारण मी पूर्णपणे निरपराधी आहे. प्रत्येकाला घसा फोडून, जीव तोडून हेच सांगायचा मी प्रयत्न करतोय. पण कुणी ऐकून घ्यायला तयारच नाही.

ग्रीन व्ह्यू हॉटेलमध्ये दिवाण डॉक्टरच्या पत्नीचा मी खून केला असा माझ्यावर आरोप आहे. पण तो निखालस खोटा आहे. खरोखरच तो खून मी केलेला नाही. इतकेच काय मी त्या बाईला पूर्वी कधी पाहिलेले देखील नाही. म्हणजे तिच्या जिवंतपणी! पण पाहिले नाही म्हणावे तर मला तो चेहरा असा ओळखीचा का वाटावा? खरोखर हे सारेच एखादे दुष्ट स्वप्न असावे आणि त्यातून आपण शक्य तितक्या लवकर जागे व्हावे असे वाटतंय.

पण नाही! हे सारे सत्य आहे. माझ्या शरीराला होत असलेल्या मारहाणीच्या वेदनेइतकेच सत्य! खरे तर हा सारा प्रकारच मोठा विचित्र आणि दुर्दैवी आहे. प्रश्न एवढाच आहे की वेळीच सावध होऊन मला यातलं काही टाळता आलं असतं का? ... पण... पण मला वाटतं याचं उत्तर नकारार्थीच द्यावं लागेल. जे काही घडलंय ते मला पाहिलेल्या चित्रपटासारखं स्पष्ट आणि संगतवार आठवतंय...

...मसुरी हिलस्टेशनवरचं ते एक पॉश हॉटेल होतं. रात्रीच्या काळोखात हॉटेलच्या दर्शनी भागावरची निऑन लाईटसने नटलेली 'ग्रीन व्ह्यू' ही अक्षरं झगमगत होती. बाजूच्या भल्या मोठ्या पोर्चमध्ये निरनिराळ्या आकाराच्या आणि कंपन्यांच्या भारी गाड्या विश्रांती घेत होत्या. वेळ साधारणपणे मध्यरात्रीची असावी. हवेत सुखद गारवा जाणवत होता. सगळीकडे नीरव शांतता पसरली होती. हॉटेलमध्ये उतरलेली सगळी गुलहौशी मंडळी निद्रासुखात मग्न झाली होती. प्रत्येक मजल्यावरच्या पॅसेजमध्ये मंद दिवे जळत होते. बाकी सारे चिडीचूप होते. रात्रपाळीचा मॅनेजर देखील आपल्या खुर्चीत मान मागं टेकून आणि तोंड उघडं टाकून घोरत होता. त्याच्या हातातले रहस्यकथेचे पुस्तक केव्हाच गळून पडले होते. नाही म्हणायला हॉटेलबाहेरचा वॉचमन तेवढा पूर्ण जागा होता. मधूनच तो हॉटेलभोवती एखादी फेरी टाकी आणि त्याच्या बुटांच्या आवाजाने शांततेचा भंग होई तेवढाच!

एकाएकी ही शांतता भेदीत एक कर्णकटु किंकाळी हॉटेलच्या अंतर्भागात दुमदुमली. मॅनेजर खाडकन जागा झाला. वॉचमनने दचकून हॉटेलच्या दिशेने मान वळवली. पाठोपाठ दुसरी आणि तिसरी किंकाळीही त्यांच्या कानांवर आदळली. त्यासरशी परिस्थितीचे भान येऊन दोघेही आपापल्या जागा सोडून आवाजाच्या दिशेने धावत सुटले. इतरही मजल्यावरच्या खोल्यांमधले दिवे फटाफट लागले. शक्य त्या त्वरेने नाइटगाऊन अंगाभोवती गुंडाळत जो-तो "काय झाले?" "काय झाले?" अशी पृच्छा करीत बाहेर पडू लागला. धावत धावतच जिने चढणारा मॅनेजर २०९ नंबरच्या खोलीपाशी येऊन पोहोचला. तेव्हा त्याला दम लागला होता. घाईत लिफ्टची देखील आठवण त्याला राहिली नव्हती.

२०९ नंबरचे दार सताड उघडे होते आणि आत एक मध्यमवयीन गृहस्थ अत्यंत भयाकुल अवस्थेत किंचाळत होता. त्याचे डोळे तांबारले होते. अस्ताव्यस्त झालेले केस त्याने आपल्या हातांच्या मुठीत गच्च पकडले होते आणि भयाने त्याचा चेहरा विकृत बनला होता.

मॅनेजरच्या पाठोपाठच तिथे आणखीही बरीच मंडळी येऊन पोचली होती. त्या घोळक्यावर लक्ष जाताच तो गृहस्थ थोडा भानावर आला. त्याचे ओरडणे थांबले. त्यासरशी चटकन पुढे येऊन मॅनेजरने त्याचा दंड पकडला आणि विचारले, ''मिस्टर हा काय प्रकार आहे? काय झालंय काय इथे?''

त्या गृहस्थाने एकवार मॅनेजरकडे आणि एकवार जमलेल्या घोळक्याकडे असहायपणे पाहिले आणि थरथर कापत तो कसेबसे बोलला,

''ती...ती बाई...तिथे त्या टबमधे कशी आली मला माहीत नाही. मी तिचा खून केलेला नाहीय, अगदी देवाशपथ मी तिचा खून केला नाही.''

बोलत असतानाच त्याला रडू फुटत होते. जमलेल्या मंडळींनी साभिप्राय नजरेने एकमेकांकडे पाहिले. त्यांचा पुढे घुसण्याचा इरादा लक्षात येताच मॅनेजरने हातानेच त्यांना थोपवले आणि त्या गृहस्थचा दंड सोडून तो बाथरूमच्या दिशेने वळला. धीरोदात्त पावले टाकीत तो बाथरूमकडे गेला आणि दार ढकलून त्याने आत प्रवेश केला. सर्वांनी नकळत श्वास रोखून धरले होते. आता काहीतरी भीषण नाट्य पाहायला मिळणार या कल्पनेने त्यांचे जीव टांगणीला लागले. काही क्षण अत्यंत ताणलेल्या मन:स्थितीत गेले. पुढच्याच क्षणी मॅनेजर बाहेर आला. पण अपेक्षेप्रमाणे त्याचा चेहरा घाबरलेला दिसत नव्हता, उलट चिडलेला दिसत होता. बाहेर येताच रागानेच त्याने त्या गृहस्थाचा दंड धरला आणि म्हटले, ''मिस्टर, जरा इकडे या पाहू.''

''नको नको, मला ते पुन्हा पाह्यचं नाहीय.'' तो गृहस्थ प्रतिकार करीत म्हणाला. पण त्याचे काहीही न ऐकता मॅनेजरने त्याला ओढतच बाथरूमकडे नेले. धाडकन दार उघडून त्याने त्याला आत नेले आणि तो ओरडला-

''काही दिसतंय तुम्हाला या टबमध्ये? संपूर्ण बाथरूम रिकामी आहे. समजलं?''

जमलेल्या लोकांनी आश्चर्याने एकमेकांकडे पाहिलं.

''पण...पण थोड्या वेळापूर्वी ती तिथे होती.'' तो गृहस्थ दुबळ्या आवाजात म्हणाला.

''तिथं कुणीही नव्हतं. तुम्हाला भास झाला असेल भास!... नाहीतर स्वप्न पडलं असेल.'' त्याला घेऊन बाहेर येत मॅनेजर चढ्या सुरात म्हणाला.

''आरडाओरडा करून सगळं हॉटेल डोक्यावर घेतलंत. काही सेन्स आहे की नाही तुम्हाला? झोपा आता.'' असे रागारागाने बडबडत मॅनेजर जमलेल्या गर्दीतून वाट काढीत बाहेर निघून गेला.

''क्या यार, सारी नींद खराब कर दी.''

''सोते टाईम पी गया होगा जादा.''

''और नही तो क्या? बेवकूफ कहींका! खून हो गया बोलता है!''

''और मैने नही किया!''

असे काही ना काही ताशेरे ओढत, त्या गृहस्थाची टिंगल उडवीत हसत सगळी मंडळी पांगली. एकच तरुण माणूस तेवढा हाताची घडी घालून भिंतीला टेकलेल्या अवस्थेत अद्यापि तिथेच उभा होता. त्या मध्यमवयीन गृहस्थाकडे तो बारकाईने पाहात होता. त्या गृहस्थाच्या कपाळावर आता घामाचे थेंब जमा झाले होते. थरथर कापत तो आपल्या कॉटवर बसला आणि त्याच क्षणी त्याचे लक्ष त्या तरुणाकडे गेले. त्याच्या रोखलेल्या नजरेने तो अधिकच नर्व्हस झाला. त्याने जे काही अनुभवले ते इतरांच्या दृष्टीने भास असो की स्वप्न, पण त्याच्या दृष्टीने तो अगदी जिवंत अनुभव असला पाहिजे हे त्या तरुणाने ओळखले. तो लगेच पुढे   झाला. हाताने त्या गृहस्थाचा खांदा थोपटीत त्याने म्हटले, ''''मिस्टर, खूप घाबरलात तुम्ही. मी तुम्हाला थोडीशी ब्रँडी आणून देतो ती घेतलीत की तुम्हाला थोडं बरं वाटेल. ओ. के.?''''

गृहस्थाने आश्चर्याने त्याच्याकडे पाहात मान डोलावली, तसा तो तरुण दिलखुलास हसला. ''आत्ता आलोच'' असे म्हणत तो खोली बाहेर पडला. आणि खरोखर पाचच मिनिटात पुन्हा २०९ नंबरमध्ये हजर झाला. ग्लासमध्ये ब्रँडी ओतून त्या गृहस्थापुढे धरत त्याने म्हटले, ''माझं नाव डॉ. संदीप दिवाण. जनरल फिजिशयन. पुण्याला असतो मी. आपण?''

त्या गृहस्थाने प्रथम ब्रँडी संपवली आणि ग्लास बाजूला ठेवीत तो प्रथमच डॉ. दिवाणकडे पाहून हसला.

''मी जयवंत नामजोशी. नागपूरच्या महाविद्यालयात इकॉनॉमिक्सचा प्रोफेसर आहे. सहज हवापालट म्हणून इकडे आलो.''

एकमेकांशी ओळख झाल्यावर काही क्षण शांततेत गेले.

''माझं मघाचं वागणं अगदीच मूर्खपणाचं होतं नाही? सगळ्यांनाच त्रास झाला त्यामुळे.'' नामजोशी दिलगिरीच्या सुरात म्हणाले.

''तुम्ही काही मुद्दाम तसं वागला नाहीत. तसंच काही जबरदस्त कारण असल्याशिवाय तुमच्यासारखा सुशिक्षित माणूस....'' डॉ. दिवाणांनी आपले वाक्य अर्धवटच सोडले असले तरी अभिप्राय लक्षात येण्याजोगा होता.

''तुमचा तर्क बरोबर आहे. सत्य आणि स्वप्न यांची माझ्या मनात भयानक गल्लत होते. मी त्यावेळी कुठल्या वेगळ्याच सृष्टीत वावरत असतो, कोण जाणे, पण त्या भयानक अनुभवातून जाताना भीतीने माझ्या मनाच्या पार चिंध्या चिंध्या होतात. माझ्यापुरता तो प्रसंग अत्यंत वास्तव असतो.''

''तुमची हरकत नसेल तर मला नेमकं काय झालं ते सांगू शकाल?''डॉ.

दिवाणनी विचारले,

नामजोशी क्षणभरच घुटमळले,

"त्यात लपवून ठेवण्याजोगं काही नाहीच म्हणा, मी त्यावेळी सुट्टी घालवायला दक्षिणेकडे वंडीपूर फॉरेस्टच्या एका गेस्ट हाऊसमध्ये उतरलो होतो. साधारणपणे तीन वर्षांपूर्वीची गोष्ट आहे ही. तिथल्या निसर्गरम्य वातावरणात मी अगदी रमलो होतो आणि एका नि:स्तब्ध रात्री ते घडलं. मी माझ्या खोलीत अगदी गाढ झोपलो होतो. रात्र जंगलातलीच असल्याने मधूनच केव्हातरी दूर कोल्हेकुई उठत होती खरी. पण तेवढ्याने माझ्या झोपेत विक्षेप येण्याचं कारण नव्हतं.

आणि तशा गाढ झोपेतच मला ते स्वप्न पडलं... की मी कुठल्या वेगळ्याच विश्वात ओढलो गेलो. कोण जाणे, पण मला दिसलं की मी एका सोफ्यावर बसलो होतो. माझ्या उजव्या हाताला एक स्टील ग्रे रंगाचं दार दिसत होतं. ते अर्धवट उघडं होतं आणि आतून पाण्याचा आवाज येत होता. त्यावरून ती बाथरूम असावी. मला काय वाटलं कोण जाणे, पण मी जागचा उठलो, बाथरूमच्या दाराचं हँडल पकडून मी दार उघडलं आणि आत पाऊल टाकलं. प्रथम समोरच्या भिंतीला अर्ध्यापर्यंत लावलेल्या हिरव्या टाईल्स, स्टीलचे चकचकीत नळ मला दिसले आणि दुसऱ्याच क्षणी माझी नजर बाजूला असलेल्या पांढऱ्याशुभ्र टबकडे गेली त्यासरशी मी नखशिखांत हादरलो. टब पाण्याने भरलेला होता आणि आत एका तरुणीचे अल्प वस्त्रातलं प्रेत होतं. तिचे गोरे पाय टबबाहेर डोकावत होते आणि चेहरा अर्धवट पाण्यात बुडालेला होता. सर्वात भीतिदायक गोष्ट म्हणजे तिचे डोळे चक्क उघडे, काहीसे विस्फारलेलेच होते. दुसऱ्याच क्षणी त्या घटनेचा अर्थ माझ्या डोक्यात विजेसारखा उलगडला. 'खून! ...खून!! .... खून!!!...' असे ओरडत मी बाहेर पडलो. भानावर आलो तेव्हा दुसऱ्या रूममधले एक गृहस्थ मला गदागदा हलवीत होते. घडलेला सारा प्रकार भास होता हे कळलं. तेव्हा मला खूपच हायसं वाटलं. मी त्या गृहस्थांची क्षमा मागितली, पण त्यानंतर कित्येक दिवस टबातल्या त्या तरुणीचा चेहरा माझ्या डोळ्यांसमोरून हलत नव्हता. गोरा रंग, कुरळे केस आणि घारे डोळे!"

नामजोशींची नजर कुठेतरी शून्यात खिळली होती आणि त्यांच्या कपाळावर पुन्हा घर्मबिंदू जमा झाले होते. डॉ. दिवाणही अस्वस्थ झाले होते. खिशातून सिगारेटचे पाकिट काढून त्यांनी एक सिगारेट ओठात ठेवली आणि मग लायटरची ज्योत तिच्या टोकाला लावून ती पेटविली. एकाग्र चित्ताने एक मनसोक्त झुरका घेऊन त्यांनी पुन्हा नामजोशींकडे पाहिले.

"आणि याच भासाची किंवा स्वप्नाची आज पुनरावृत्ती झाली, असंच ना?" त्यांनी विचारले.

नामजोशींनी मान हलवली, ''यापूर्वीही तीन-चारदा हाच प्रकार घडला. पण दर वेळी त्यात प्रगती होत होती. स्वप्नाची सुरुवात बाथरूमच्या दारापासूनच व्हायची. पण नंतर मात्र घटना पुढे सरकायची. त्यानंतरच्या स्वप्नात मला माझ्या खोलीच्या दारात माणसांची गर्दी जमा झालेली दिसली. पुढच्या स्वप्नात पोलीसही त्या गर्दीतून पुढे आलेले दिसले आणि माझे काहीही ऐकून न घेता त्यांनी मला पकडून नेल्याचं दिसलं. नंतरचं स्वप्न एका मित्राच्या घरी झोपलो असताना पडलं. त्यात आणखी प्रगती झालेली होती. स्वप्नाच्या शेवटी मी इन्क्वायरी केबिनमध्ये होतो. माझ्या चेहऱ्यावर प्रखर प्रकाशझोत टाकलेला होता आणि पोलीस माझ्यावर प्रश्नांची सरबत्ती करीत होते. मी जीव तोडून त्यांना सांगत होतो की मी तो खून केलेला नाही.''

''आणि आज?''

''आज? ... आज ते मला मारहाण करून कबुलीजबाब मिळवण्याच्या प्रयत्नात होते आणि मी मोठमोठ्यांदा किंचाळत होतो.''

डॉ. दिवाण जागेवरून उठून खोलीत येरझारा घालू लागले. ''मोठाच गूढ प्रकार आहे हा. पण मला वाटतं याच्यामागे काही मानसिक तणाव असण्याची शक्यता आहे. तुमच्याच सबकॉन्शस माइंडने निर्माण केलेली भुतावळ असावी ही. नामजोशी, तुम्ही एखाद्या मानसोपचारतज्ज्ञाकडे गेला होतात?''

''होय. आणि त्याने अगदी ह्याच शब्दात माझी बोळवण केली. मला असंख्य प्रश्न विचारून त्याने माझा भूतकाळ खणून काढला. पण त्याच्या हाती काहीच लागलं नाही. तसा त्याने निष्कर्ष काढला की मी अविवाहित असल्याने माझ्याही नकळत स्त्रीद्वेष्टा झालो असेन आणि त्यातूनच कुणातरी तरुणीचा खून करण्याची सुप्त इच्छा त्या मनात जागी झाली असावी. ती अशा स्वप्नांच्या द्वारे माझं मन पूर्ण करीत असावं.'' नामजोशी उपहासाने तोंड वेडेवाकडे करीत खांदे उडवीत म्हणाले,

''इट इज क्वाइट पॉसिबल.'' डॉ. दिवाण आपल्या फेऱ्या थांबवीत म्हणाले, ''तुमचा काही प्रेमभंग वगैरे...''

''छे हो. माझं एका तरुणीवर प्रेम होतं खरं, पण तिच्यावर अत्यंत उत्कट, उच्च पातळीवरचं प्रेम केलं. तिच्याशी लग्न करून तिला प्रापंचिक अडचणीत गुंतवण्याची, किराणा, रेशन, रॉकेलची लाईन, मुलं, स्वयंपाक या खातेऱ्यात आणण्याची माझी इच्छा नव्हती म्हणून मीच ते प्रेम स्वप्नाच्या पातळीवर राहू दिलं आणि तिला निरोप दिला. त्यामुळे स्त्रीद्वेष, प्रेमभंग वगैरेचा काही संबंधच राहात नाही.'' नामजोशी निक्षून म्हणाले.

डॉ. दिवाण आपल्याच विचारात जरा वेळ गुरफटून गेले. खुर्चीत बसून

हवेत सिगारेटची वलयं सोडीत ते स्वस्थ बसून होते. नामजोशीही समोरच्या टिपॉयवरील पेपरवेटशी चाळा करीत बसून राहिले.

"मिस्टर नामजोशी, तुमच्याजवळ त्या मानसोपचारतज्ञाचे रिपोर्ट्स आहेत?" मधेच डॉ. दिवाणांनी विचारले.

"आहेत, पण घरी. का?"

"तुम्ही उद्याच ते रिपोर्ट्स मागवून घ्या. ते माझ्या ओळखीच्या एका तज्ज्ञाला दाखवीन म्हणतो. बघू या यातून काही मार्ग निघतो का ते." असे म्हणत दिवाण उठले. हातातली सिगारेट त्यांनी समोरच्या रक्षापात्रात चुरडून टाकली आणि मग नामजोशींचा हात घट्ट हातात पकडीत त्यांनी म्हटले,

"आजपासून आपण दोघे दोस्त आहोत. ओ. के?" नामजोशींनी हसून मान डोलावली. ब्रिफकेसमधून एक टॅब्लेट काढून त्यांच्यावर हातावर ठेवीत ते पुन्हा म्हणाले, "ही झोपेची गोळी घ्या आणि स्वस्थ झोपा आता. गुड नाईट!"

"गुड नाइट!" त्यांच्या पाठमोऱ्या आकृतीकडे पाहात नामजोशी उद्‌गारले...

खरोखरच त्या दिवसानंतर दोघेही जिवलग दोस्तांप्रमाणे एकमेकांबरोबर राहू लागले. पहाटेच्या रम्य वातावरणातला फेरफटका ते बरोबरच करीत. एरवीही कधी पत्ते खेळणे, कधी कॅसेट ऐकणे तर कधी सिगारेट्स ओढीत नुसत्याच गप्पा मारणे असा दिनक्रम चालू होता. नामजोशींना त्यामुळे उत्साह जाणवू लागला होता. आपल्या मनाच्या चोरकप्प्यात इतके दिवस दाबून ठेवलेली व्यथा डॉ. दिवाणांना सांगून टाकल्याने त्यांना मोकळे मोकळे वाटत होते.

एकदा असेच ते पत्ते खेळण्यासाठी डॉक्टरांच्या खोलीवर गेले. सकाळची नऊची वेळ होती. डॉक्टरांनी मोठ्या उत्साहाने पत्त्यांचा कॅट काढला. मग टिपॉयवरची सिगारेटकेस उचलून पाहिल्यावर आत सिगारेट्स नसल्याचे त्यांच्या लक्षात आले.

"अरे! सिगारेट्स नसल्यावर खेळण्यात मजा कसली? नामजोशी, मी दोन मिनिटांत खालून सिगारेट्स घेऊन येतो. शिवाय चहाही पाठवून द्यायला सांगतो."

"आपण दोघेही जाऊ या की."

"कशाला? मी आत्ता धावत जातो आणि पळत येतो. तुम्ही बसा. आलोच मी." असं म्हणून डॉ. दिवाण गडबडीने बाहेर पडले देखील.

नाइलाजाने नामजोशी सोफ्यावर बसून राहिले. शीळेवर कसलसे गाणे गुणगुणत ते इकडे-तिकडे पाहात होते पाहता पाहता त्यांचे लक्ष उजव्या हाताला असलेल्या दाराकडे गेले. दार अर्धवट उघडे होते आणि आतून पाण्याचा नळ सुटल्यासारखा धो धो आवाज येत होता. डॉक्टर तर बाहेर गेले होते आणि आत नळ सुटलेला होता. नामजोशींची शीळ थांबली. ते जागेवरून

उठले आणि बाथरूमच्या दिशेने चालू लागले. आतला तो नळ बंद करायलाच हवा होता. दाराचे हँडल पकडून त्यांनी ते आपल्याकडे ओढले आणि आत पाऊल टाकले. समोरच्या भिंतीवरच्या हिरव्या टाइल्स आणि चकचकीत स्टीलचे नळ त्यांना दिसले. एकाच ढांगेत पुढे होऊन त्यांनी नळ बंद केला आणि ते वळले. त्यासरशी त्यांची नजर शेजारच्या टबकडे गेली आणि ते कमालीचे दचकले. त्यांच्या हातापायातले अवसानच नाहीसे झाले. कारण तो टब पाण्याने भरलेला होता आणि आत एका तरुणीचा मृतदेह होता. तिचे गोरे पाय टबाबाहेर डोकावत होते आणि विस्फारलेले घारे डोळे चक्क उघडे होते. त्यांच्याकडेच पाहात असल्यासारखे! भयाची एक लहर त्यांच्या शरीरातून दौडत गेली. खूप मोठ्यांदा किंचाळावे असे वाटत होते पण जीभ टाळूला घट्ट चिकटली होती. हे स्वप्न आहे की वास्तव याचा त्यांना पत्ताच लागत नव्हता. घटनेचा खरा अर्थ त्यांच्या डोक्यात शिरला आणि "खूनऽ! खून!" असे ते मोठ्यांदा किंचाळणार इतक्यात दुसऱ्याच कुणाच्या तरी किंचाळीने ते नखशिखांत हादरले.

त्यांनी पाहिले तर बाथरूमच्या दारात घाबरलेले डॉ. दिवाण उभे होते. थोडे भानावर येताच नामजोशींकडे तिरस्काराने पाहत, थरथरत ते ओरडले,

"यू...यू किल्ड हर मिस्टर नामजोशी. वेडाच्या झटक्यात तुम्ही खून केलात तिचा."

त्याच वेळी चहा घेऊन आलेल्या वेटरने आवाज ऐकून आत प्रवेश केला आणि तिथले एकंदर दृश्य पाहून तो ओरडतच बाहेर पळाला.

"मी हा खून केलेला नाही. खरंच सांगतो मी खून केलेला नाही." नामजोशी म्हणाले.

या वेळेपर्यंत ही बातमी हॉटेलात सर्वत्र पसरली होती. हॉटेल मॅनेजरकडे ओरडत गेलेल्या वेटरमुळे घडलेली घटना षट्कर्णी झाल्याशिवाय राहिली नाही. मॅनेजरने लगेच पोलिसांना फोन लावला आणि खुनाची वर्दी दिली. फोन खाली ठेवताच घाई-घाईने तो डॉ. दिवाणांच्या खोलीकडे निघाला. त्याच्या नोकरीत असला प्रकार हॉटेलमध्ये प्रथमच घडत असल्याने तो चांगलाच घाबरला होता. आणि वारंवार आपल्या सेंटेड रुमालाने चेहरा पुसत होता. डॉक्टरांच्या खोलीपुढची गर्दी बाजूला करीत तो आत गेला. सोफ्यावर डॉक्टर डोक्याला हात लावून बसले होते आणि मधूनच हुंदके देत होते. नामजोशी जवळच केविलवाणेपणाने उभे होते. काही दिवसांपूर्वी रात्री किंचाळत उठलेला आणि हॉटेल डोक्यावर घेणारा हाच तो माणूस हे मॅनेजरच्या लक्षात आले.

"डॉक्टर दिवाण, इथं काय घडलंय हे सांगू शकाल मला?" मृदु आवाजात त्याने प्रश्न केला.

डॉक्टरांनी मान वर करून मॅनेजरकडे पाहिले. त्यांचे डोळे पाण्याने भरले होते. एकवार नामजोशींकडे कटाक्ष टाकून त्यांनी म्हटले, ''साहेब, या गृहस्थाने माझ्या पत्नीचा खून केला साहेब. काल रात्रीच्या गाडीने ती इथे आली. आम्ही दोघे नेहमीप्रमाणे पत्ते खेळण्यासाठी खोलीत आलो, तेव्हा ती अंघोळीला गेली होती. सिगारेट्स आणण्यासाठी मी खाली गेलो, तेव्हा हे गृहस्थ इथेच बसले होते. मी वर आलो तेव्हा हे बाथरूममध्ये होते आणि माझी पत्नी टबमध्येच मृतावस्थेत होती. साहेब, टबमधली तरुणी - तिचा खून असं काहीतरी वेड या गृहस्थाच्या डोक्यात आधीचेच होते. त्या भरातच त्यांनी तिचा खून केला असावा. पण... पण मला हे कळत नाहीये की हिच्या हातून दरवाजा उघडा कसा राहिला?''

''शांत व्हा... शांत व्हा. डॉ. दिवाण. तुमची मन:स्थिती मी समजू शकतो. पण खोलीत नवरा बायको दोघेच म्हटल्यावर बाथरूमचे दार त्यांनी कडी लावून बंद न करता नुसतंच लोटलं असलं तर त्यात नवल वाटण्याजोगे काही नाही. त्यामुळे आपल्यावर मृत्यूचा घाला पडणार आहे, याची त्यांना तरी काय कल्पना असणार?'' मॅनेजरने शेवटचे वाक्य नामजोशींकडे पाहात उच्चारले.

नामजोशींनी नकारार्थी मान हलवली.

''छे छे हे कृत्य मी केलेले नाहीये.'' ते भेदरलेल्या स्वरात म्हणाले.

''तुम्हाला काय सांगायचंय ते आता पोलिसांनाच सांगा.'' मॅनेजरने तुच्छतेने म्हटले.

तेवढ्यात पोलिसांच्या गाडीचा सायरन ऐकू येऊ लगला. थोड्याच वेळात पोलीस-पार्टी खोलीत येऊन दाखल झाली. दाराजवळची गर्दी बाजूला करीत इन्स्पेक्टर राव आणि त्यांचे कॉन्स्टेबल्स आत आले. त्यांच्या बरोबरचे फोटोग्राफर्स, ठसेतज्ज्ञ त्वरित आपल्या कामाला लागले. आणि इन्स्पेक्टर राव डोक्यावरची हॅट काढून हातात घेत प्राथमिक चौकशीसाठी डॉ. दिवाणांकडे वळले. डॉक्टरांनी सगळी कथा पुन्हा एकदा त्यांना ऐकवली. त्यांची शोकाकुल अवस्था पाहून रावांनी त्यांना अधिक छेडले नाही. मॅनेजर तिथे होताच. त्यानेही आपल्याला माहीत असलेली सर्व घटना सांगून, त्यापूर्वी रात्री नामजोशींच्या खोलीत घडलेला प्रकारही बारीक-सारीक तपशिलांसकट त्यांना सांगितला. इन्स्पेक्टरनी सारे काही लक्षपूर्वक ऐकून घेतले आणि मग एका कॉन्स्टेबलकडे वळून त्यांनी ऑर्डर सोडली.

''राणे, ॲम्ब्युलन्सवाल्यांना वर बोलाव आणि बॉडी हॉस्पिटलकडे पोस्टमार्टेमसाठी पाठवून दे.''

''यस् सर.''

“मोहिते, तुमचं ठशांचं, फोटोंचं काम झालं?”

“होय साहेब.”

“मग तुम्ही निघायला हरकत नाही.”

“साहेब, माझं थोडं ऐकून घ्याल तर बरं होईल साहेब.” नामजोशी मधेच म्हणाले.

“तुम्हाला काय सांगायचंय ते आता चौकीवर आम्ही विचारू तेव्हाच सांगा.” राव करड्या आवाजात म्हणाले, “तूर्त मिसेस दिवाणांच्या खुनाच्या आरोपावरून मी तुम्हाला अटक करीत आहे. भोसले घेऊन चला यांना.”दुसऱ्या कॉन्स्टेबलकडे पाहात त्यांनी हुकूम केला आणि ते पुन्हा डॉ. दिवाणांकडे वळले.

“डॉक्टर, तुम्हाला तुमच्या पत्नीच्या मृत्यूचा केवढा शोक झालाय ते मी जाणतो.” त्यांच्या खांद्यावर हात ठेवीत ते म्हणाले, “म्हणूनच आत्ता मी जास्त काही विचारत नाही. पण उद्या आपल्याला चौकीवर यावं लागेल.”

“कशासाठी?”

“खुन्यावर आरोप सिद्ध होण्यासाठी आपल्याला मला आणखी काही प्रश्न, माहिती विचारावी लागेल. तुमच्याबद्दल मला खूप सहानुभूती वाटतेय. पण आमचं कठोर कर्तव्य आम्हाला पार पाडावंच लागतं.”

“ठीक आहे.” डॉक्टर विषण्णपणे म्हणाले आणि इन्स्पेक्टर राव रुबाबदार पावले टाकीत बाहेर पडले. त्यांच्या पाठोपाठच पोलीस नामजोशींच्या ओरडण्याकडे दुर्लक्ष करीत त्यांना घेऊन गेले.

तर अशा प्रकारे मी या कोठडीत येऊन पडलोय. आता मी जसाजसा विचार करतोय, तसतसे सारेच चित्र माझ्यापुढे स्पष्ट होत आहे. हा खून ज्या अर्थी मी केलेला नाही, त्याअर्थी तो डॉ. दिवाणनेच केलेला असणार हे उघड आहे. त्याची पत्नी रात्री तिथे आली ही गोष्ट त्याने मला न सांगण्याचे नाहीतर काही कारणच नव्हते. प्रथम पत्नीचा खून करून मुद्दाम खेळायच्या निमित्ताने मला तिथे थांबवून तो सिगारेट्स आणायला बाहेर पडला. भविष्यात घडणाऱ्या या साऱ्याच घटनेची पूर्वसूचना माझी स्वप्ने मला देत होती. पण ते मला कळले नाही आणि जेव्हा कळले, तेव्हा फार उशीर झाला होता. डॉ. दिवाणने मात्र त्या स्वप्नांचाच पुरेपूर फायदा उठवला. पद्धतशीर प्लॅन आखून पत्नीचा काटा काढला आणि त्या आरोपात माझी मान अगदी अलगद अडकवली.

कालच माझे वकील येऊन गेले. त्यांनी माझी हकिकत ऐकून घेतली आणि निराशेने मान हलवली. प्रत्यक्ष खून करताना मला पाहणारी व्यक्ती

कुणीही नसली, तरी परिस्थितीजन्य पुरावा पूर्णपणे माझ्या विरूद्ध आहे, असे त्यांचे म्हणणे आहे. माझ्या मूर्खपणामुळे म्हणा किंवा भोळेपणामुळे म्हणा माझे मानस तज्ज्ञाकडचे रिपोर्ट्सही डॉ. दिवाणांच्याच हातात आहेत. माझ्याविरूद्ध पुरावा म्हणून ते त्याचा निश्चितच वापर करतील. माझ्या मनात स्त्रीद्वेष होता. टबमधल्या तरुणीचा खून झाल्याचे स्वप्न मला वारंवार पडत होते व मी भयभीत होत होतो. म्हणजे नक्कीच माझ्या सबकॉन्शस माइंडमध्ये तशी इच्छा मूळ धरून होती. त्यामुळे डॉक्टरची पत्नी टबमध्ये अंघोळ करीत असलेली दिसताच मी तिचा खून केला असेच प्रतिपादन ते करणार.

माझ्यापुढे आता त्यामुळे दोनच पर्याय आहेत. एकतर आरोप सिद्ध झाल्यावर फाशीची शिक्षा पत्करणे किंवा आरोप करून वेडाच्या भरात हे कृत्य घडले असे सिद्ध करण्याची वकिलाला परवानगी देऊन कोर्टाची सहानुभूती मिळविणे. थोडक्यात मेंटल हॉस्पिटल की फाशी याबद्दल आता मीच निर्णय घ्यायचा आहे.

'...ग्रीन व्ह्यू' हॉटेलमधली डॉ. दिवाणची खोली. आज डॉ. दिवाण अत्यंत खुषीत होता. सारे काही त्याच्या मनासारखे पार पडले होते आणि तो पुन्हा आपले फुलपाखरू स्वच्छंदी आयुष्य जगायला मोकळा झाला होता.

प्रा. नामजोशींना त्याने मन:पूर्वक धन्यवाद दिले. कारण त्याच्यामुळेच त्याला ही कल्पना सुचली होती. प्रिया, त्याची पत्नी त्याला आवडत होती, पण तिच्यापेक्षाही तिच्या इस्टेटीवरच त्याचे अधिक प्रेम होते.

पण प्रिया त्याच्या कल्पनेपेक्षा जास्ती संशयी आणि पझेसिव्ह वृत्तीची निघाली. त्यामुळे डॉ. दिवाणला आपला स्वच्छंदीपणा चालू ठेवायला पुरेसा वाव मिळेनासा झाला. त्यात पुन्हा अलीकडेच दीप्ती नावाच्या निळ्या डोळ्यांच्या मादक तरुणीशी गाठ पडल्यापासून तर प्रियाची त्याला अडचणच होऊ लागली होती. तिला आपल्या मार्गातून कसे दूर करावे आणि तिची इस्टेट मात्र आपल्याकडेच कशी राखावी याचा उपाय त्याला सापडत नव्हता. अचानक नामजोशींची गाठ पडली आणि सगळेच कसे अगदी सोपे होऊन गेले.

'बिच्चारे नामजोशी!' डॉक्टरच्या मनात विचार आला.

'कुणातरी अपरिचित व्यक्तीच्या खुनात स्वत:ची मान अडकवून घेण्यासाठीच जणू तो इथे आला होता. पण त्याच्या नशिबातच ती गोष्ट होती त्याला आपण तरी काय करणार? कुणाचे प्रारब्ध बदलणे आपल्या हातात असते थोडेच?'

डॉ. दिवाण विचार करीत मोठ्या खुषीने शीळ घालीत होता. आपला नाइट ड्रेस काढून त्याने कॉटवर फेकला. टॉवेल घेतला आणि क्षणभर ड्रेसिंग टेबलाच्या आरशासमोर तो उभा राहिला. आपली देखणी छबी पाहून तो

आणखीन खूष झाला आता लवकरात लवकर दीप्तीकडे जायचे असे त्याने ठरवून टाकले. शीळ घालीतच तो बाथरूममध्ये गेला. टॉवेल बारवर टाकून त्याने शॉवर सुरू केला आणि तो मागे वळला. दुसऱ्याच क्षणी त्याची शीळ थांबली. पाठीमागे असलेल्या टबकडे तो डोळे विस्फारून पाहात राहिला.

पांढुरक्या कणांचा ढीग तिथे दिसत होता. हळूहळू ते कण आकार घेऊ लागले. आकृती अधिकाधिक स्पष्ट होऊ लागली आणि आता तिथे प्रियाचा चेहरा साकार होऊ लागला. गोरा चेहरा आणि हळू उघडे असलेले घारे डोळे! भयाची एक थंड लहर त्याच्या शरीरातून लहरत गेली. दुसऱ्याच क्षणी त्या अचेतन कलेवराची हालचाल सुरू झाली आणि एक दीर्घ किंकाळी डॉ. दिवाणच्या तोंडातून बाहेर पडली.असलेल्या टबकडे तो डोळे विस्फारून पाहात राहिला.

❏

नरबळी

या साऱ्या प्रकाराशी चक्रधरसारख्या सालस माणसाचा संबंध कसा आणि का यावा हेच विभाकरच्या लक्षात येत नव्हतं. दोन दिवसांपूर्वीच डॉक्टर परदेशींच्या दवाखान्यातून बाहेर पडताना विभाकरने त्याला पाहिलं आणि त्याला आश्चर्याचा धक्काच बसला. चक्रधर चांगला धष्टपुष्ट माणूस! पण पार अस्थिपंजर होऊन गेला होता. गाल पार बसून गेल्याने तिथं आता खड्डे दिसत होते. डोळे खोल गेले होते. परिणामी दात उगाच पुढे आल्यासारखे वाटत होते. त्याचे गबाळे कपडे, खांदे पाडून पाय ओढीत चालणं हे सगळंच विभाकरला नवखं आणि विचित्रच वाटलं. त्यामुळेच तर त्याने त्याला प्रथम ओळखलंच नाही. चक्रधरचं त्याच्याकडे लक्ष नसतं तर तो सरळ पुढं निघूनही गेला असता. पण चक्रधरनेच त्याला हाक मारून हटकलं. तेव्हा थोड्याशा नवलानेच विभाकर त्याच्या पुढ्यात उभा राहिला.

"अरे चक्रधर, तू? मी ओळखलंच नाही तुला." त्याच्या घाऱ्या डोळ्यांशी नजर मिसळीत विभाकर म्हणाला. त्याच्या डोळ्यांसमोर पूर्वीचा रुबाबदार, देखणा चक्रधर उभा होता, पण नजर मात्र सध्याच्या त्याच्या केविलवाण्या अवताराला निरखित होती.

"आजारी होतास की काय?" विभाकरने काळजीने विचारलं. चक्रधर विषादाने हसला, "मी आजारी आहे सध्या आणि यातून बरा होईन असं वाटत नाही." त्याचा स्वर अत्यंत नैराश्यपूर्ण होता.

प्रकरण बरंच गंभीर आहे, हे विभाकरच्या लगेच लक्षात आलं. "खोलीवर येतोस? तिथं जरा निवांतपणे बोलता येईल." तो म्हणाला.

चक्रधर गप्पच राहिलेला पाहून त्याने चटकन रिक्षाला हात केला आणि ते दोघेही आत बसले. घरी जाईपर्यंत त्यांच्यात फारसं संभाषण झालं नाही. खोलीवर येताच त्याने प्रथम गॅसवर कॉफीचं आधण ठेवलं आणि मग चक्रधरकडे वळून म्हटलं,

"कशी काय चाललीय तुझी नोकरी?"

"माझा खासगी व्यवसाय आहे सध्या. नोकरी सोडली मी ती."

"असं?" विभाकरने आश्चर्याने विचारलं.

"हो. त्यावेळी माझ्याबरोबर नोकरीस असलेल्या एका सिव्हिल इंजिनियरवर एका पुलाच्या बांधकामाचं प्रकरण चांगलं शेकलं. त्यामुळे माझ्या मनावर फार परिणाम झाला."

"झालं काय नेमकं?"

"त्याने गोदावरी नदीवर एका आडगावी पूल बांधायचं काम अंगावर घेतलं होतं. तो तसा लाचखोर आणि हावराच माणूस होता. याही प्रकरणात त्याने बांधकामासाठी हलक्या प्रतीचा माल वापरून अन् खोटे हिशेब देऊन बराच पैसा खाल्ला. पुढे पूल तयार झाल्यावर पहिल्याच पावसाळ्यात नदीला पूर आला. पुलावरून एक बस जात असताना पूल अचानक कोसळला आणि बस पुराच्या पाण्यात पडली. बरीच माणसं मृत्युमुखी पडली."

"अरे हो. वाचलं होतं खरं मी हे पेपरमध्ये." विभाकर म्हणाला.

"पुढे त्या प्रकरणाची चौकशी झाली. माझ्या त्या सहकाऱ्याला दोषी ठरवून खटला भरण्यात आला. त्यावेळी माझीही साक्ष झाली. मला खोटेपणाची अत्यंत चीड आहे हे तुला माहीत आहेच. त्यामुळे त्याच्या विरुद्धची माझी साक्ष खूपच महत्त्वाची ठरली. त्याला सहा वर्षे सक्तमजुरी आणि काही हजार रूपये दंड अशी कडक शिक्षा झाली. तो तुरुंगात गेला. पण त्यानंतर माझं लक्ष नोकरीत लागेना. अखेरीस बेचैन मन:स्थितीतच मी नोकरी सोडली आणि स्वत:चा स्वतंत्र व्यवसाय थाटला. पण त्यावेळेपासूनच सगळं बिघडून गेलंय. माझं सुखाचं आयुष्य नासल्यासारखं झालं." चक्रधरच्या आवाजात कडवट आठवणींचं जहर भरलं होतं. तो आता सारं काही सांगण्याच्या मूडमध्ये आला पाहून विभाकरने मुकाट्याने कॉफीचे पेले भरले आणि त्याच्या हातात एक पेला देऊन तो समोरच्या खुर्चीत सरसावून बसला.

चक्रधरने नोकरी सोडली, तेव्हा तो खरोखरीच बेचैन मन:स्थितीत होता. असत्य आणि तेदेखील निरपराध माणसांच्या मृत्यूस कारणीभूत ठरलेलं असल्याने त्याला आपल्या त्या इंजिनियर मित्राची अतिशय चीड आली होती. त्याच्या पापाचे प्रायश्चित्त त्याला भोगावं लागलं हे न्याय्यच होतं. पण तरीदेखील आपला एक सहकारी अशा तऱ्हेने आयुष्यातून उठावा ही गोष्ट त्याच्या मनाला लागून राहिली होती. उद्विग्न मनानेच त्याने नोकरी सोडली आणि स्वतंत्र व्यवसाय थाटण्याच्या इराद्याने जागा शोधू लागला.

एक दिवस तो असाच बरीच पायपीट करून घराकडे परतला होता. आपल्याच

विचारांच्या तंद्रीत तो असल्याने दिव्याच्या खांबाजवळ उभ्या असलेल्या दोन इसमांकडे त्याचं लक्षदेखील गेलं नाही. पण ते मात्र सावध चित्ताने त्याचीच वाट पाहत होते. त्यांच्यापैकी एक जण आधुनिक वेषभूषेतला असला तरी केसांची ठेवण, पान-तंबाखूने रंगलेलं तोंड आणि एकंदर राहणीवरून समाजाच्या खालच्या थरात वावरणारा इसम वाटत होता. दुसऱ्याचा पोषाख मात्र अगदीच वेगळा होता. भगवी कफनी, धोतर, गळ्यात रुद्राक्षांच्या माळा असा त्याचा एकंदर थाट होता. त्याने दाढी राखली असून जटा वाढवल्या होत्या आणि त्याच्या काळ्या, रापलेल्या मुद्रेवरचे भाव विलक्षण क्रूर होते.

"हाच तो माणूस!" आधुनिक पोषाखातला माणूस चक्रधरला पाहताच त्याच्या कानात कुजबुजला.

जटाधाऱ्याने आपले अंगाऱ्यासारखे लाल डोळे चक्रधरवर रोखले. सावज हेरणाऱ्या वाघासारखी त्याची नजर सावध आणि दुष्ट झाली होती.

"भैरव, याच माणसाने माझ्या भावाला आयुष्यातून उठवलंय, त्याने साक्ष दिली नसती तर खटल्याचा रंग बदलता आला असता. या हरामखोराचा सूड घ्यायचाय भैरव!"

भैरव अद्यापि चक्रधरच्या पाठमोऱ्या आकृतीवर नजर रोखून होता. डोळ्यांची अजिबात हालचाल न करता तो म्हणाला,

"साहेब, मलाही कालीपुढे एक नरबळी द्यायचा आहे." त्याच्या चेहऱ्यावर क्रूर हास्य होतं.

"नाही भैरव. मी त्याला असा तडफडकी मरू देणार नाही. तो मरेल, पण हाल हाल होऊन! मानसिक यातनांनी पिडला जाऊनच! तू त्याला बळी देणार असलास तर माझी हरकत नाही पण तत्पूर्वी त्याला जीवन असह्य झालं पाहिजे."

भैरव या खेपेस मोठ्यांदा हसला.

"तुम्ही काही काळजी करू नका साहेब. एकदा ही केस तुम्ही माझ्याकडे सोपवलीत की तुमचं काम नुसतं पाहत राहण्याचं! काय वाटेल ते झालं तरी आता तो माझ्या हातून सुटू शकत नाही." तो म्हणाला.

त्याच्या बरोबरच्या त्या इसमाने संमतीदर्शक मान हलवली आणि समोरच्या घराच्या नुकत्याच उघडलेल्या खिडकीतून दिसणाऱ्या चक्रधरच्या आकृतीकडे पाहून तो पचकन थुंकला. थोड्याच वेळात ते दोघे तेथून दूर झाले. पण आपल्या खोलीत येरझारा घालत असलेल्या निष्पाप चक्रधरला मात्र आपल्यावर येऊ पाहत असलेल्या त्या भयानक संकटाची कल्पनादेखील नव्हती.

त्यानंतर दोनच दिवसांनी चक्रधर शांत झोपलेला असताना त्याला अचानक जाग आली. कुणीतरी दार ठोठावत आहे असं त्याला वाटलं.

"कोण आहे?" त्याने ओरडून विचारलं.

"मी." उत्तर आलं. तो आवाज (!) अत्यंत क्षीण होता. नाव न सांगता नुसतेच मी आहे, असं उत्तर देणाऱ्यांची चक्रधरला नेहमीच चीड येत असे. आत्ताही तो असाच चिडला आणि चडफडत पांघरूण बाजूला करून दरवाजाकडे गेला. तो तिथे पोचेपर्यंत कडी आणखी एकदा वाजली. संतापलेल्या चक्रधराने धाडदिशी दरवाजा सताड उघडला. आलेल्या व्यक्तीवर चांगलं तोंडसुख घेण्याची त्याची इच्छा होती. पण गडद अंधाराखेरीज बाहेर काहीही नव्हतं. थंडगार वाऱ्याचा झोत जोराने त्याच्या अंगावर आल्याने तो किंचित हेलपाटला. त्या बर्फाळ स्पर्शाने त्याची झोप खाडकन उतरली.

किंचित पुढे येऊन त्याने आजूबाजूला डोकावून पाहिलं. पण तिथे चिटपाखरू देखील नव्हतं. गोंधळलेल्या अवस्थेतच तो मागे फिरला आणि त्याने दाराला परत कडी घातली. विचारमग्न स्थितीतच तो पलंगावर बसला. दार ठोठावण्याचा आवाज आला, "मी आहे" हे उत्तर आपण खरोखरच ऐकलं की तो भासच होता, हे त्याला कळेना. आपण काहीतरी स्वप्न पाहत असतानाच आपल्याला जाग आली आणि अर्धवट जागृत अवस्थेतच काही तरी भास झाल्याने आपण दार उघडलेलं असावं, असा निष्कर्ष त्याने काढला. तो उठला आणि टेबलातल्या खणातलं सिगारेटचं पाकीट त्याने काढलं. सिगारेट शिलगावून चार-दोन झुरके मारताच त्याला हुषारी वाटली. आपल्या वागण्यावर मूर्खपणाचा शिक्का मारून तो थोड्याच वेळात झोपी गेला. आपल्याला असं अस्वस्थ का वाटतं आहे याचं कारण मात्र त्याला कळलं नाही.

पण चक्रधरने दार उघडलं तेव्हा खरोखरीच 'काहीतरी' आत आलं होतं. खोलीत पुनश्च अंधार दाटताच 'ते' दृश्य स्वरूपात येऊ लागले. पांढरट, विरविरीत आकृती आत दिसू लागली. तिला स्थिरता नव्हती. लटपटत्या चालीने ती चक्रधरच्या कॉटकडे गेली आणि त्याच्या अंगावर ओणवून उभी राहिली. चक्रधर गाढ झोपेत असूनही त्याच्या मनावर विलक्षण दडपण आलं. स्वप्नं! भयानक स्वप्नं! हिडिस स्वप्नं!!

तो जागा झाला तेव्हा घामाने थबथबला होता. धापा टाकीतच तो उठून बसला. त्याला ओरडावंसं वाटत होतं पण भयामुळे घशातून चमत्कारिक आवाज निघण्यापलीकडे अक्षरही उमटलं नव्हतं. घशाला कोरड पडली होती. कसाबसा तो पलंगावरून धडपडत उठला आणि त्याने लाइटचं बटण ऑन केलं. स्वच्छ प्रकाशाने खोली उजळून निघताच त्याला बरं वाटलं. अजूनही त्याचं सर्वांग थरथरत होतं. टेबलावरच्या सुरईतले पाणी त्याने पेल्यात ओतून घेतलं आणि पेला तोंडाला लावला.

हळूहळू त्याला बरं वाटू लागलं. त्याने घड्याळात पाहिलं. पहाटेचे साडेचार

वाजले होते. पण आता झोप येणं शक्यच नव्हतं. त्याने सरळ टेबलासमोरच्या खुर्चीत बसकण मारली आणि हाताला येईल ते पुस्तक घेऊन वाचनास सुरुवात केली.

तो प्रसंग चक्रधर कदाचित विसरूनही गेला असता, पण दुसऱ्या दिवशी दुपारी जेवणासाठी तो आपल्या दुकानातून बाहेर पडला आणि हॉटेलकडे निघाला. ऊन चांगलंच रणरणत होतं. रस्त्यावर फारशी रहदारी नव्हती. एकाएकीच समोरच्या वळणावरून एक ट्रक रोरांवत आला. ड्रायव्हरचा ट्रकवरील ताबा गेल्याचं चक्रधरला स्पष्टपणे जाणवलं. ट्रक आपल्याच रोखाने येत असलेला पाहून भयाने तो जागच्या जागी थिजल्यासारखा झाला, पण त्याचवेळी ड्रायव्हरने व्हील थोडंसं, फिरवलं आणि ट्रकचा रोख बदलला. पण ट्रकचा वेग इतका प्रचंड होता की ब्रेक दाबल्यानंतरही तो लवकर थांबला नाही. व्हील थोडं फिरवल्याने त्याची दिशा बदलली आणि तो सरळ उजव्या बाजूच्या एका घराच्या दारावर वेगाने आदळला. भयानक आवाज झाला. भिंत कोसळून ट्रक घरात घुसला. प्राणांतिक किंकाळ्यांनी वातावरण भयानक बनलं.

काही क्षणापूर्वीच घराच्या दारात उभी राहिलेली ती बाई चक्रधरने पाहिली होती. आपल्यावर मृत्यू झडप घालतोय याची कल्पनाही नसलेल्या त्या स्त्रीचं काय झालं असेल हे त्याला कळालं. थरथरत्या हातांनी त्याने एका घराच्या भिंतीचा आधार घेतला. लोकांचे थवेच्या थवे त्या घराकडे धाव घेऊ लागले. लोक भयाने उत्तेजित झाले होते. पण चक्रधर जागचा हलला नाही. तिकडे काय असणार हे त्याला माहीत होतं. कारण त्याने ते पूर्वीही एकदा पाहिलं होतं. त्या विचारासरशी तो एकदम दचकला. रक्त! ..मृतदेह! ... खरोखरच त्याने ते दृश्य जसंच्या तसं पाहिलं होतं. काल रात्रीच! आणि त्या भयानक स्वप्नानेच त्याला जाग आली होती. चक्रधर शहारला. त्याने काल रात्री कित्येक भयानक स्वप्नं पाहिली होती आणि त्यापैकी एक सत्य ठरलं होतं! पाय ओढीत तो कसाबसा घरी आला. जेवणा-खाणाचीही त्याला शुद्ध नव्हती.

त्यानंतर रोज रात्री हा क्रमच होऊन बसला. संध्याकाळ झाली की चक्रधरच्या मनावर कसलंतरी दडपण येऊ लागे. खोलीतल्या वातावरणात ताण निर्माण झाल्याचा भास होई. हे कशामुळे होतंय तेच त्याच्या लक्षात येत नसे. तो विलक्षण अस्वस्थ होऊन जाई. एखाद्या कामात अगर वाचनात तो अगदी एकाग्र झालेला असला तरी एका ठराविक क्षणी तो दचकून सावध होई. कावऱ्या-बावऱ्या नजरेने सभोवार पाही. कपाळावर घर्मबिंदू जमा होत. खोलीतल्या वातावरणातला ताण जाणवण्याइतपत तीव्र होई. त्या वातावरणापासून दूर कुठेतरी पळून जाण्याची त्याला अनावर इच्छा होई. पण तरीही त्याला तेथून हलता येत नसे. स्वत:च्या

मनाच्या इच्छेविरूद्ध तो तेथेच बसून हताशपणे सारं काही अनुभवत राही. कुणीतरी जखडून ठेवल्यासारखा! या साऱ्या प्रकाराने त्याची प्रकृतीही खालावू लागली होती, उत्साह सरला होता. जीवन जगण्यातली चवच जणू निघून गेली होती. एरव्हीचा जिद्दी, महत्त्वाकांक्षी, उत्साही चक्रधर जणू लुप्त होत चालला होता. त्या जागी कुणी नवाच भित्रा, कणाहीन, निराश माणूस, जन्माला येत होता.

चक्रधरने आपली ही सारी कथा (अर्थात त्याला माहिती होती तेवढीच) विभाकरला सांगितली.

"डॉक्टर काय म्हणताहेत?" विभाकरने प्रश्न केला.

"त्यांनी ट्रिटमेंट चालू केलीय. पण तेही गोंधळल्यासारखेच वाटतात. मला नाही वाटत त्यांना माझ्या आजाराचं काही निदान झालं असेल असं." चक्रधर खिन्नपणे उत्तरला.

"मला तर वाटतं, तू याबाबतीत जनरल फिजिशियनपेक्षा एखाद्या सायकिॲट्रिस्टचा सल्ला घेतलास तर जास्त बरं. कारण तुझा हा आजार मानसिकच असावा असं वाटतंय." विभाकरने आपुलकीने सुचवलं.

"तू म्हणतोस ते खरंही असेल कदाचित, पण गेले दोन-तीन दिवस एक आणखीनच वेगळी गोष्ट घडतेय. मी माझा स्वयंपाक घरीच हाताने करतो ते तुला माहीतच आहे. स्वयंपाक करताना सारं काही ठीक असतं, पण मी पान वाढून घेतलं की मला त्यात अत्यंत घाणेरड्या गोष्टी दिसू लागतात. कधी पाली वळवळताना दिसतात, तर कधी विष्ठा कालवलेली दिसते. एकदा तर भाजीचा घास मी उचलला आणि आपल्या हातात विंचू असल्याचं माझ्या लक्षात आलं. मी किंचाळतच पानावरून उठलो. त्यामुळे गेले दोन-तीन दिवस रात्रीचं जेवण बंदच पडलं आहे. सकाळी मी बाहेरच जेवतो. पण तेव्हा देखील हा सारा प्रकार आठवून मला नीट जेवण जात नाही."

चक्रधरचे हे बोलणं ऐकता-ऐकताच विभाकर एकदम ताठ झाला. आता खऱ्या अर्थाने त्याच्या लक्षात सारा प्रकार आला. चक्रधरचं दुखणं मानसिक नसून त्याच्यावर कुणा दुष्ट मांत्रिकाची नजर पडली आहे हे त्याच्या लक्षात आलं. पण चक्रधरसारख्या सुशिक्षित, सालस आणि सज्जन माणसाचा मंत्र-तंत्र, करणी या गोष्टींशी संबंध येण्याचं कारणच काय? असंही त्याला वाटल्यावाचून राहिलं नाही. विभाकरला पंडितरावांची आठवण झाली. चक्रधरच्या सध्याच्या परिस्थितीत पंडितरावच त्याला मदत करू शकतील; नव्हे त्यांच्या मदतीची त्याला नितांत आवश्यकता आहे याची विभाकरला जाणीव झाली. पण सध्या त्याला याबाबत काहीच बोलायचं नाही, असं त्याने ठरवलं. मित्रकर्तव्य या नात्याने आपणच पंडितरावांना घेऊन त्याच्याकडे जायचं असं त्याने ठरवलं. ते चक्रधरची या दुष्ट छळातून सुटका करतील याची

विभाकरला खात्री होती. जरा वेळ कुणीच काही बोललं नाही. दोघेही विमनस्कपणे बसून राहिले. मग विभाकरच म्हणाला,

"चक्रधर, तुला खोलीत फारच अस्वस्थ वाटायला लागलं तर कसलाही संकोच न बाळगता तू सरळ माझ्या खोलीवर निघून ये."

चक्रधरने होकारार्थी मान हलवली आणि निरोप घेऊन तो निघून गेला. खांदे झुकवून चालणाऱ्या चक्रधरच्या केविलवाण्या आकृतीकडे विभाकर अस्वस्थपणे पाहत राहिला. पण लवकरच परिस्थिती फार झपाट्याने बदलणार आहे याची त्याला कल्पनाही नव्हती.

चक्रधर घरी आला आणि बंद दाराचं कुलूप काढण्यापूर्वी थोडासा घुटमळला. क्षणभरच त्याला भास झाला की ते दार त्याच्या घराचं नसून एखाद्या भयानक सापळ्याचं तोंड आहे. भक्ष्याची वाट पाहत स्तब्ध बसलेल्या एखाद्या हिंस्र पशूसारखं ते शांत आहे. मान झटकून त्याने विचार बाजूला सारला आणि कुलूप काढलं. आत जाऊन त्याने दिव्याचं बटन दाबलं आणि बूट काढण्यासाठी तो खुर्चीत बसला. एकाएकीच त्याला जाणवलं की आपण खूप थकलो आहोत. हातदेखील हलवण्याची आपल्यात ताकद नाही. खोलीवर येण्यापूर्वी त्याला सपाटून भूक लागली होती. काहीतरी खमंग खाण्याची इच्छा झाली होती. त्यासाठीच चटाचट पाय उचलीत तो घरी आला होता, पण आता त्या भुकेचा मागमूसही नव्हता. अन्नावरची वासनाच उडाल्यासारखं वाटत होतं. काही करू नये, जागेवरून उठू सुद्धा नये, नव्हे आपल्याला उठवणारच नाही असं त्याला वाटू लागलं. तो तसाच आरामखुर्चीत पडून राहिला. काढून ठेवलेले बूटदेखील त्याने उचलले नाहीत. तासचे तास अशा अवस्थेत पसार झाले.

एका विशिष्ट क्षणी नेहमीप्रमाणे तो दचकला. खोलीतल्या वातावरणात बदल झाला होता. चक्रधरच्या मनावरचं दडपण वाढू लागलं. भीतीची एक लहर त्याच्या सर्वांगातून सरसरत गेली. कावरा-बावरा होऊन तो सभोवार पाहत होता. त्याला काहीच दिसत नव्हतं. पण तरीही आपलं मन, बुद्धी भीतीने चुरमडून जात आहे हे जाणवत होतं. बसल्या जागेवरच थरथर कापत तो सारी रात्र बसून राहिला. आपण झोपलो तर ती भयानक, हिडिस स्वप्नं आपल्याला त्रास देतील या भीतीने तो झोपलाही नाही. डोळे ताणून सारी रात्र तो जागत राहिला. मुंगीच्या पावलांनी रात्र पार पडली. पहाट झाली आणि चक्रधरला थोडासा दिलासा मिळाला. त्याच्या थकलेल्या शरीराला त्याच्याही नकळत झोप लागली.

तो जागा झाला तेव्हा उन्हं वर आली होती. तारवटलेल्या डोळ्यांनी त्याने सभोवार पाहिलं. आपण कालपासून काही खाल्लेलं नाही हे त्याच्या लक्षात आलं. तरीही उठायचं त्राणच त्याच्यात नव्हतं. आपण उठून स्वयंपाक करू शकणार नाही

असं त्याला तीव्रतेने वाटलं. बाहेर जाऊन जेवून येणं तर केवळ अशक्यच आहे असा विचार करून तो तसाच बसून राहिला. जरा वेळाने त्याच्या लक्षात आलं की, खिडकीतून पाववाल्याने सकाळच्या नाश्त्यासाठी टाकलेला पाव तसाच आहे. पेपरवाल्याने पेपरही टाकला होता. चक्रधर लटपटत उठला आणि त्याने फक्त पाव उचलला. वरचे कागदाचे वेष्टण काढून त्याने आतला पाव कोरडाच खाऊन फस्त केला. डेऱ्यातले पाणी घेऊन ते प्याला. त्याला खूपच बरं वाटलं. आपण व्यवस्थित हिंडू-फिरू शकतोय हे लक्षात येताच त्याला आश्चर्य वाटलं. मग आपल्याला एवढा थकवा का वाटावा? निरुत्साह का जाणवावा? पण मग त्याने अधिक विचार केलाच नाही. तो पूर्ववत आरामखुर्चीत जाऊन बसला. खिडकीतून आलेलं उन हळूहळू मागे हटत पार दिसेनासं झालं. खिडकीतून दिसणारा आभाळाचा चमकदार तुकडा हलके हलके काळवंडला. तरीही तो तिथेच बसून होता. रात्री उठून दिवा लावायचेही श्रम त्याने घेतले नाहीत.

असे किती दिवस आणि किती रात्री गेल्या ते चक्रधरला समजलंच नाही. त्यांची गणतीच त्याच्याकडे नव्हती. हल्ली तर दिवस उगवला कधी आणि मावळला केव्हा याचीही दखल त्याचा मेंदू घेईनासा झाला होता. सकाळी खिडकीतून पडलेला पाव खाण्याचा कार्यक्रम सोडला तर त्याच्या सर्व हालचाली थंडावल्या होत्या. बाहेरच्या जगाचं त्याचं भान केव्हाच हरपलं होतं. बंद दाराच्या पलीकडे काही आहे हे देखील आता तो विसरू लागला होता. त्याची विचारशक्ती क्षीण झाली होती. त्याचा ब्लॉक आधुनिक असल्याने प्रातर्विधीसाठी देखील बाहेर पडण्याची त्याला गरज नव्हती. डोळे खोल गेलेला, अस्थिपंजर झालेला चक्रधर एकटाच भुतासारखा त्या खोलीत वावरत होता. किंबहुना खुर्चीत बसून होता म्हणणंच अधिक श्रेयस्कर ठरेल. त्याच्याकडे येणारे-जाणारे फारसे कुणी नव्हतेच. त्यामुळे तो असा आत बसला आहे, याचीही दखल कुणी घेतली नाही.

एक दिवस अचानकच त्याला बाहेरचं दार कुणीतरी ठोठावत असल्याचा आवाज ऐकू आला. ''चक्रधर ऽ, चक्रधर ऽऽ'' कुणीतरी हाका मारीत होतं. तो विभाकरचा आवाज होता. विभाकरचा आवाज ऐकताच चक्रधर उत्तेजित झाला. त्याला एकदम कितीतरी गोष्टी आठवल्या. आपल्याला डॉ. परदेशींकडे जायला हवं याचीही जाणीव झाली. त्याची विझत चाललेली अस्मिताच जणू जागी होऊ लागली, पण चार-दोन क्षणच. पुन्हा त्याचं मन झाकळून गेलं. दार उघडण्यासाठी उठलेला चक्रधर आतल्या खोलीच्या दारामागे अंग चोरून उभा राहिला. आपण असं का करीत आहोत हेही त्याला कळत नव्हतं. थोड्या वेळाने हाका थांबल्या. विभाकर निघून गेला होता.

त्या रात्री चक्रधरला भयानक स्वप्नं पडली नाहीत. त्याला एकसारखं काली-

मातेचं एक मंदिर दिसत होतं. आपल्याला तिथे जायला हवं अशी भावना वारंवार होऊ लागली. दुसऱ्या दिवशी घडलेल्या प्रकाराने तर त्याचा निश्चयच झाला. सकाळी पाव खाऊन झाल्यावर तो सहजच खिडकीशी आला होता. एवढ्यात 'ज्योतिष... भविष्य पाहणार' अशी हाक देत एक इसम दारावरून जात असलेला त्याला दिसला. खिडकीत उभ्या असलेल्या चक्रधरची आणि त्याची नजरानजर होताच तो थबकला. ते एकदम चक्रधरकडेच पाहू लागला. चक्रधरनेही दार उघडलं आणि तो बाहेर आला.

बऱ्याच दिवसांनी दार उघडल्याने बाहेरच्या उन्हाने त्याचे डोळे दिपले. न बोलावताच ज्योतिषी जवळ आला. चक्रधरकडे सहानुभूतीच्या नजरेनं पाहत चुकचुकत म्हणाला, "च... च... अरेरे. कुणीतरी दुष्ट पाप्याची नजर वळलीय साहेब आपल्याकडे, पण घाबरू नका. कालीदेवी यातूनही तारून नेईल. तुम्ही आजच कालीदेवीच्या देवळाकडे जा. तिथेच मुक्काम करा. तुमचा हा आजार बरा होईल. कल्याण! कल्याण!!" असं म्हणत त्याने आपला हात चक्रधरच्या डोक्यावर ठेवला. क्षणमात्र चक्रधरचे सर्वांग बधिर झालं. मति गुंग झाल्यासारखं वाटलं. ज्योतिषी केव्हा निघून गेला हे देखील त्याला कळलं नाही. एक मात्र खरं, त्याच दिवशी चक्रधरने जुजबी कपडे बरोबर घेतले आणि एक रिक्षा ठरवून तो थेट कालीमातेच्या मंदिराकडे निघाला.

कालीमातेचं मंदिर शहरापासून ३-४ मैलांवर तरी होतं. तो भाग दाट झाडीचा आणि वस्तीपासून दूर असल्याने तिथे कुणाचीही वर्दळ नव्हती. पाखरांच्या किलबिलाटाखेरीज अन्य कुठला आवाज नव्हता. एरव्ही त्या निसर्गरम्य वातावरणात चक्रधरला प्रसन्न वाटलं असतं. पण या क्षणी त्याच्या मनात कुठलीही संवेदना उमटली नाही. यांत्रिकपणेच तो रिक्षातून उतरला आणि पैसे चुकते करून कालीच्या देवळाकडे चालू लागला. एखाद्या परिचित वाटेवरून चालल्यासारखा! दुतर्फा झाडी असलेल्या वाटेनं जाता-जाता त्याने एक वळण पार केलं आणि समोरच काळ्या पत्थरात बांधलेलं कालीचे देऊळ त्याला दिसलं.

पाय ओढतच तो पुढे झाला. मंदिरात जाऊन त्याने कालीच्या रूद्र मूर्तीचं दर्शन घेतलं. कालीच्या तोंडातून बाहेर आलेली लालभडक जीभ, गळ्यातल्या नररूंडमाळा, हातातली आयुधं हे सारं पाहून तो थरारला. नमस्कार करून तो परतला. देवळाच्याभोवती बांधीव ओवऱ्या होत्या. पण तिथे कुणाचीच वस्ती नव्हती. सगळीकडे नजर फिरवता-फिरवताच एके ठिकाणी त्याला हालचाल दिसली. आणि तो तिकडे वळला. त्या ओवरीत कुणी दाढीवाला संन्यासी वस्ती करून होता. चक्रधरने त्याला नमस्कार केला.

"ये बेटा ये. काली तुझे कल्याण करील." संन्यासी म्हणाला. त्याचे शब्द

मवाळ असले तरी डोळे मात्र अंगार ओतल्यासारखे लाल होते. ''बेटा, या मंदिराच्या बाहेर एक झोपडी आहे. तिथे तू राहा. ५-६ दिवसांनी पौर्णिमा आहे. त्यादिवशी तुझी सारी दु:खं दूर होतील. जा.'' हातातला दंड उंच करून त्याने आज्ञा केली. एक प्रकारचे गूढ हास्य त्याच्या चेहऱ्यावर दिसत होतं. चक्रधर निमूटपणे माघारी वळला.

मंदिराजवळच्या झोपडीत राहायला लागून चक्रधरला २-३ दिवस झाले पण त्याच्या प्रकृतीत काहीच सुधारणा झाली नाही. उलट त्याचा थकवा, जीवनाबद्दलची निरिच्छा वाढतच चालली, त्याबरोबरच अन्नावरची वासनाही उडालेली होतीच. त्यामुळे रोज सकाळी संन्याशाने दिलेली भाकरी आणि चटणीचा गोळा एवढाच आहार घ्यायचा आणि तासचे तास जवळच असलेल्या डोहाजवळ बसून काढायचे, असा त्याचा क्रम होता.

डोहाच्या शांत पाण्यात त्याला आपलं प्रतिबिंब दिसायचं. तेल-पाण्याविना रूक्ष झालेले केस, खोल गेलेले डोळे आणि बसलेली गालफडं, त्यामानाने उंच दिसत असलेलं नाक, फाटके कपडे! प्रेतकळा आलेलं ते स्वत:चं दर्शन त्याला नकोसं वाटायचं. या अशा जिण्यापेक्षा मरण आलेलं काय वाईट? पण ते तर येत नाहीच. मग आपण आत्मघात करून घ्यावा? द्यावं डोहातच शरीर झोकून? नको त्यापेक्षा देवीसमोरच प्राण द्यावा. या डोहातल्या पाण्यात शरीर कुजून जाण्यापेक्षा देवीपुढे आत्मसमर्पण करण्याने पुण्य तरी लाभेल. देवीपुढे मस्तक झुकवून तीक्ष्ण शस्त्राचा एकच वार! की क्षणात मुक्ती! स्वर्गाचं दार आपल्यासाठी मोकळंच असेल.' त्याच्या मनात विचार उठत होते. पण हे विचार त्याचे होते का? की कुणी त्याच्या दुबळ्या मनावर प्रखरपणे ते उमटवित होतं. नक्की काय होतं ते चक्रधरला समजत नव्हतं. पण आत्मघाताचा विचार त्याला आवडू लागला होता.

या सगळ्याच्या जोडीला एक दिवस चक्रधरला आपल्या तळपायांना फोड आल्यासारख्या तीव्र वेदना होत असल्याचं जाणवलं. दोन-तीनच पावलं त्याने टाकली असतील नसतील, तोच त्या वेदनांनी त्याला चालणं अशक्य झालं. तिथेच बसकण मारून त्याने आपले तळपाय निरखले, त्यावर कुठेही फोड नव्हते. पण पायाला जमिनीचा स्पर्श मात्र सोसत नव्हता. चक्रधर पूर्ण निराश झाला. आता त्याला त्या डोहाकडे जाता येणार नव्हतं. बाहेर कुठेही हिंडता येणार नव्हतं. त्यातल्या त्यात समाधानाची बाब म्हणजे पौर्णिमेला आता एकच दिवस बाकी होता. त्यादिवशी त्याच्या साऱ्या दु:खांची इतिश्री होणार होती. त्या कल्पनेनेच त्याला बरं वाटलं आणि गुढघ्यावर रांगत तो झोपडीच्या दाराशी येऊन बसला.

पौर्णिमेची रात्र उगवली. चक्रधर आपल्या झोपडीत शांत झोपला होता. त्याच

वेळी लपत-छपत दोन व्यक्ती तेथे येऊन दाखल झाल्या. झोपडीच्या खिडकीतून त्यांनी आत पाहिलं. चांदण्यांच्या अस्पष्ट प्रकाशात झोपलेला चक्रधर त्यांना दिसला.

''पंडितराव, आपण जिंकली. तो चक्रधरच आहे.'' त्यातला एक आनंदाने म्हणाला.

''विभाकर, आपण जिंकली की नाही ते अद्याप ठरायचं आहे. तुझं पत्र मला वेळेवर मिळालं असतं आणि तुझा हा चक्रधर अचानक बेपत्ता झाला नसता तर आपल्याला त्याच्यासाठी बरंच काही करता आलं असतं. पण या जर-तरच्या गोष्टी आता बाजूला ठेवू. चक्रधरला शोधून काढण्यात आपण यश मिळवलचं आहे, पण आज पौर्णिमा आहे त्यामुळे जे घडायचं ते आजच घडणार असं माझं मन सांगतयं.''

मग दोघेही झोपडीच्या दाराशी आले. दार नुसतंच लोटलेलं होतं. त्यांनी ते उघडून आत प्रवेश केला. मग पंडितरावांनी जवळचं दर्भासन काढलं. त्यावर ते पद्मासन घालून बसले. जवळच्या पिशवीतून त्यांनी विशिष्ट उदबत्त्या काढून पेटवल्या आणि दोघेही शांतपणे बसून राहिले. हळूहळू त्या उदबत्त्यांच्या धुराने झोपडीतील वातावरण प्रसन्न पण गूढ बनू लागले. पंडितराव डोळे मिटून समाधी अवस्थेत बसून होते. विभाकरनेही कोणतीही हालचाल केली नाही. पंडितरावांनी डोळे उघडले आणि किंचित शहारा देत ते गंभीरपणे म्हणाले, ''तुझ्या या मित्राने फार छळ सोसलाय विभाकर. आणि आज बरोबर बारा वाजता त्याचा कालीमातेपुढे बळी दिला जाणार आहे. मंदिरात त्याची तयारी देखील सुरू झाली आहे.''

त्यांच्या त्या वाक्यासरशी विभाकर दचकला.

''छे! छे! असा घाबरू नकोस. माझ्याबरोबर असताना एक लक्षात ठेवायचं, मनाने खंबीर राहयचं. खचलास की संपलासच. आता मी आंघोळ करून पुढची तयारी करतो. तोपर्यंत तू चक्रधरवर नजर ठेव.''

असं म्हणून पंडितराव उठले. मंदिराच्या मागे असलेल्या विहिरीकडे ते स्नानासाठी गेले. त्यानंतर जेमतेम पाच-सहा मिनिटं गेली असतील नसतील तोच चक्रधर जागा झाला. विभाकरकडे त्याने पाहिलं पण तो काही न बोलता उभा राहिला. एक पाऊल टाकताच पायाच्या वेदना त्याला जाणवल्या असाव्यात. तो खाली बसला आणि चक्क रांगू लागला.

''चक्रधर, ए चक्रधर थांब. कुठे निघालास तू?'' विभाकरने त्याला अडवत विचारलं, पण त्याने त्याला बाजूला ढकललं आणि तो पुढे जाऊ लागला. पाठीमागून कवळ घालून त्याने चक्रधरला खेचून धरलं. दुबळा झालेला चक्रधर प्रतिकार करू शकणार नाही अशी त्याची कल्पना होती. पण त्याने पकडताच चक्रधर चिडला. जिवाच्या आकांताने सुटकेसाठी धडपडू लागला. तोंडाने त्याची बडबड चालू झाली.

"सोड सोड मला. देवीपुढे आत्मसमर्पण करणार आहे मी. या साऱ्या यातनांतून मला मुक्ती मिळवायची आहे."

त्याला आवरता आवरता विभाकर घामाघूम झाला. एक गोष्ट त्याच्या लक्षात आली. बळीवेदीकडे चक्रधर आपणहून यावा अशीच त्यांची योजना होती. तेवढ्यात चक्रधर त्याला बाजूस ढकलून पुढे निघाला. पुन्हा विभाकरने त्याला गाठलं. अशा प्रकारे चक्रधर झोपडीपासून चांगला वीस एक फूट तरी पुढे आला. त्याचवेळी पंडितराव परत आले. रांगत पुढे येणारा चक्रधर आणि विभाकर यांची झटापट त्यांनी पाहिली. भराभर पावलं उचलत पुढे येत असतानाच ते ओरडले,

"थांब चक्रधर."

आणि चक्रधर थांबला. अतिश्रमाने तो धापा टाकीत होता. डोळे तर जणू उडी मारून बाहेर येतील असं वाटत होतं. पंडितरावांनी हातातल्या कमंडलूतलं पाणी हातावर घेतलं आणि काहीतरी मंत्र पुटपुटत त्यांनी चक्रधरच्या पुढ्यात एक पाण्याची रेषा मारली. चक्रधर दचकला. मागे सरला. त्या रेषेतून आगीचे लोळच्या लोळ आकाशाकडे झेपावताना त्याला दिसू लागले.

त्याचवेळी मंदिरात नरबळीची पूर्ण तयारी झालेली होती. देवीपुढील यज्ञकुंड धडाडून पेटलं होतं. बळीवेदीवर गुलाल शिंपडला होता. जवळच एक धार लावलेले तीक्ष्ण खड्ग बळीची वाट पाहत पडलं होतं. तिथेच लाल फुलांचा हार ठेवलेला होता. यज्ञकुंडाजवळ तो संन्यासी आसनमांडी घालून बसला होता. मोठ्याने मंत्र म्हणत हातातल्या समिधांची आहुती तो यज्ञात करीत होता. देवीचा बळी आता मंदिराच्या दिशेने येऊ लागला असेल याची त्याला खात्री होती. इतक्यात त्याला काहीतरी जाणवलं. काहीतरी वेगळं घडत आहे याची त्याच्या अंतर्मनाला कल्पना आली. नाईलाजानेच आपलं काम थांबवून तो उठला आणि मंदिराच्या बाहेरच्या व्हरांड्यात आला. दूर अंतरावर चक्रधर आणि त्याच्या जवळ उभ्या असलेल्या दोन आकृती त्याला चांदण्यांच्या प्रकाशात स्पष्ट दिसल्या.

"जय काली! माझ्या कार्यात विघ्न आणणारा कोण आहेस तू?" संन्याशाने तेथूनच गर्जना केली. मंदिराच्या काळ्या पत्थरातून घुमत आलेली त्याची आरोळी तिथल्या नीरव शांततेला भेदून गेली.

"भैरव, ते जाणून घ्यायला तुलाच इथं यावं लागेल." पंडितरावांचा धीरगंभीर स्वर आला.

"हं" तो तिरस्काराने हुंकारला. काखेतल्या झोळीत हात घालून त्याने कसलीशी भुकटी काढली आणि तळहातावर घेऊन चक्रधरच्या दिशेने फुंकर मारली. त्यासरशी चक्रधरचे डोळे जडावले. भारल्यासारखा तो पुढे झाला. पंडितरावांनी काढलेल्या रेषेला स्पर्श न करता त्याने त्यावरून लीलया उडी मारली आणि पुन्हा तो रांगत पुढे

निघाला. पंडितराव चमकले. व्हरांड्यात उभ्या असलेला संन्यासी विकट हास्य करीत होता. त्याचे प्रतिध्वनी मोकळ्या मंदिरातून उठत होते. पण पंडितराव असा सुखासुखी पराभव पत्करणार नव्हते. त्यांनी चटकन दर्भासन घालून त्यावर बैठक मारली. आपल्या आंतरिक शक्ती प्रबळ करून त्यांनी चार-दोन क्षणातच चक्रधरच्या मनाचा कब्जा घेतला. तो मागे फिरला. तो जवळ येताच त्याच्या मस्तकावर हात ठेवून त्यांनी त्याला मोहनिद्रेच्या आधीन केलं. आता त्यावर कसलाही परिणाम होणार नव्हता. हा प्रकार पाहत असलेला संन्यासी आता क्षुब्ध झाला होता. हात-पाय आपटीत तो आत गेला. आता तो निर्वाणीचा उपाय म्हणून काय करील याची पंडितरावांना कल्पना आली. त्यांनी घाईने आपल्या पिशवीतून एक डबी काढली. त्यातले भस्म म्हणजे त्यांच्या आजवरच्या साधनेचा परिणाम होता. विभाकर पुढे झाला. त्यांनी त्याच्या आणि चक्रधरच्या कपाळावर त्या भस्माचे पट्टे ओढले. स्वत:च्या कपाळावरही त्याचाच टिळा लावला. आपल्या आसनाभोवती त्याची बारीक रेघ ओढून ते कुलदैवताचं स्मरण करीत स्वस्थ बसले. आपला एक हात त्यांनी कमंडलूतल्या पाण्यावर झाकून ठेवला होता. काहीतरी भयानक घडणार याची विभाकरला कल्पना आली, पण तो किंचितही विचलित झाला नाही. 'मनाने पवित्र आणि खंबीर असलेला माणूस कुठल्याही संकटावर मात करू शकतो' हे पंडितरावांचे शब्द त्याच्या मनाच्या गुहेतून जणू घुमत वर येत होते.

आणि पुढच्याच क्षणी ते घडलं. मंदिराच्या दिशेने दोन-तीन भयाण आकृत्या त्यांच्या दिशेने पुढे झेपावल्या होत्या. मंदिराच्या व्हरांड्यात पडलेल्या वाळक्या गवताच्या पेंढ्या आणि मानवी कवट्या यांचाच वापर करून त्याने त्या अमानवी शक्ती त्यांच्यावर सोडल्या होत्या. चांदण्यांच्या प्रकाशात ते दृश्य मोठं भयानक दिसत होतं. कडब्याचं शरीर आणि कवटीचे लडबडणारं डोकं घेऊन मानवासारखा चालण्याचा प्रयत्न करीत असलेल्या त्या आकृती अत्यंत हिडिस होत्या. त्यांनी एकदम पंडितरावांवर चाल केली. आणि त्या भस्माचा स्पर्श होताच त्या विजेच्या वेगाने मागे फेकल्या गेल्या, त्याच क्षणी पंडितरावांनी चपळपणे कमंडलूतलं पाणी त्यांच्यावर फेकलं. भक्कन जाळ पेटल्यासारखा झाला आणि त्या अमानवी आकृती कर्कश आवाज करीत मागे वळल्या. आता त्यांनी मंदिराच्या दिशेने मोहरा वळवला होता. संन्याशाने त्यांना रक्त-मांसाचं आमिष दाखवून पाठवलं होतं. त्यामुळे त्या वखवखलेल्या होत्या. काय होतं आहे हे कळायच्या आतच त्या संन्याशावर तुटून पडल्या. रक्तामांसाची मेजवानी मिळाल्याशिवाय त्या जाणार नव्हत्या. पुढच्याच क्षणी हृदयद्रावक किंकाळ्यांनी तिथला आसमंत दुमदुमून गेला. पंडितराव उठले. त्यांनी विभाकरला खूण केली. ते मंदिराजवळ पोचले तेव्हा संन्यासी शेवटचे आचके देत होता. त्याची अवस्था भयानक झाली होती. पण आता त्या 'नुसत्या पेंढ्या'

होत्या. पंडितरावांनी आपला हात त्या संन्याशाच्या मस्तकावर ठेवला आणि म्हटलं,
''ईश्वर तुझ्या आत्म्याला मुक्ती देवो.''

आणि तेवढ्यात त्याने डोळे मिटले. माणुसकीच्या भावनेने त्या दोघांनी त्याच्या
शरीराला अग्नी दिला आणि ते परत निघाले. चक्रधर जागा होऊन झोपडीत गेला
होता. आपण इथे का आलो, मध्यंतरीच्या काळात काय-काय घडलं त्याला काहीच
समजेनासं झालं होतं. विभाकरला त्याने विचारायचा प्रयत्न केला, पण तुला नंतर
सारं सांगेन, असे म्हणून त्याने त्याला गप्प केलं. ते सर्वजण मुकाट्याने चालत
मुख्य रस्त्याकडे आले. त्यांनी उभी केलेली जीप तिथे होतीच. पुढचा प्रवासही
नि:शब्दपणेच पार पडला.

शहरात येताच त्यांनी सर्वात प्रथम चक्रधरला एक उत्तम हॉस्पिटलात दाखल
केलं. आता त्याला पंडितरावांच्या मदतीपेक्षा डॉक्टरांच्या मदतीचीच अधिक गरज
होती.

❑

मी आलो आहे

गांगुली पळतच आपल्या ऑफिसात शिरला. घाईघाईने त्याने इंटरकॉमचं बटण दाबलं आणि मेंटेनन्स डिव्हिजनशी संपर्क साधला.

"कुरेशीला प्लँटकडे पाठवून द्या. ताबडतोब." तो घाईघाईने म्हणाला.

"कोण बोलतंय साहेब?" पलीकडून विचारणा झाली.

"मी गांगुली बोलतोय. कुरेशी कुठं आहे?"

"ते आताच कुठेतरी बाहेर गेलेत साहेब"

"अरे तो बाहेर गेला कसा? इथं फेज गेलीय. ते कोण निस्तरणार? कुठे गेलाय कुरेशी ते सांगितलं का त्याने?"

"नाही साहेब. ते जरा गडबडीत दिसले जाताना."

"मर म्हणावं. माझं काय जातंय?" असं पुटपुटत गांगुली चक्रवर्तींच्या केबिनकडे वळला. चक्रवर्ती त्याचे बॉस होते. प्लँट बंद पडल्यामुळे जोरदार तक्रार करावी असं एकदा त्याच्या मनात आलं. पण त्याने तो विचार लगेच झटकून टाकला.

त्याचा काही उपयोग होणार नाही हे त्याला चांगलं माहीत होतं. कुरेशी हा त्या कंपनीच्या एका भागीदाराचा-अमीरहुसेनचा भाचा होता. केवळ चार वर्षांपूर्वी कुरेशी 'ॲमकार्ट केमिकल्स' मध्ये साध्या इलेक्ट्रिशियनच्या जागेवर चिकटला. आणि मेंटेनन्स डिव्हिजनच्या इलेक्ट्रिकल ब्रँचमध्ये बरीच वरची जागा पटकावून बसला होता.

आपले चक्रवर्ती साहेब हुद्यानं कुरेशीपेक्षा वरच्या दर्जाचे असले तरी देखील कुरेशीला शिक्षा करणं त्यांनाही शक्य नाही हे तो जाणून होता. कामाच्या वेळेस इकडे-तिकडे भटकण्याची कुरेशीची ही काही पहिलीच वेळ नव्हती. आणि त्यामुळे पुष्कळदा चांगलाच गोंधळ होत होता. पण कर्तारसिंगच्या कानावर या गोष्टी घालायचं कुणाचंच धाडस होत नव्हतं आणि अमीरहुसेनशी असलेल्या आपल्या नात्याचा कुरेशीला चांगलाच उपयोग होत होता.

अमीरहुसेन आणि कर्तारसिंग या दोघांनी सहा वर्षांपूर्वी आपापल्या नावाची आद्याक्षरे घेऊन ‘अॅमकार्ट केमिकल्स’ कंपनीची स्थापना केली होती.

कर्तारसिंग रसायनशास्त्रातला तज्ज्ञ होता. ऑरगॅनिक केमिस्ट्री घेऊन तो एम.एस्सी झाला होता. त्यानंतर इंग्लंडमध्ये जाऊन केमिकल इंजिनियरिंगचा डिप्लोमाही त्याने मिळवला होता. त्यामुळे प्रॉडक्शनची जबाबदारी तो पेलू शकत होता.

या उलट अमीरहुसेनला धंदा कसा करावा हे चांगलं कळत होतं. इंडो-जर्मन पेंट्स अँड प्लॅस्टिक इंडस्ट्रीमध्ये बिझनेस मॅनेजर म्हणून त्याने चांगला लौकिक कमावला होता.

अमीरहुसेन आणि कर्तारसिंग हे एकाच वेळी एकाच कॉलेजात होते. हुशार कर्तारसिंगने अमीरहुसेनला अचूक हेरलं आणि त्याला भागीदार बनवून आपला व्यवसाय सुरू केला. सहा वर्षांच्या अल्पावधीतच ‘अॅमकार्ट’ कंपनीने आश्चर्यकारक प्रगती केली होती.

दिल्लीला असलेला त्यांचा कारखाना कर्तारसिंगच्या करड्या शिस्तीखाली अत्यंत व्यवस्थित चालला होता आणि त्या मालाला बाजारपेठेत प्रतिष्ठा आणि मागणी वाढविण्याची कामगिरी अमीरहुसेन चोख बजावीत होता. कर्तारची शिस्त एवढी कडक होती की खुद्द त्याचा मुलगा जसबीरसिंग पूर्व सूचना न देता रजेवर गेला, तेव्हा त्याने त्याच्याकडून देखील लेखी स्पष्टीकरण मागितलं होतं. जसबीरसिंगला त्याने असिस्टंट इंजिनियर म्हणून नेमला होता.

आणि असं असून देखील अजूनपर्यंत कुरेशीवर गंडांतर आलं नव्हतं. बाकीच्यांना कर्तारसिंगची काळजी वाटत नव्हती. पण न जाणो उद्या आपल्या तक्रारीवरून कर्तारसिंगांनी कुरेशीला खडसावलं आणि ती बातमी अमीरहुसेनपर्यंत पोचली तर त्याचे परिणाम काय होतील, ही भीती प्रत्येकालाच वाटत होती. आणि कुरेशी पिंडीवरचा विंचू बनून नांगी वर करूनच हिंडत होता.

गांगुली विचार करीतच चक्रवर्तींच्या केबिनमध्ये शिरला. “सर, प्लँटचा एक फ्यूज गेलाय. आजच नवीन बॅच घेतलीय मी.” त्याने सांगितलं.

“अरे मग आधी कुरेशीला बोलावून घ्यायचास. माझ्याकडे येण्यापेक्षा आधी फोन केला असतास तर”...असं म्हणत त्यांनी इंटरकॉमचं बटण दाबलं. ते काही बोलणार तोच गांगुली म्हणाला,

“सर मी इकडे येण्याआधी तेच केलं. पण कुरेशी जागेवर नाहीय. आणि चौधरी म्हणाला, तो केव्हा येईल तेही सांगता येत नाही.”

“हे असं किती दिवस चालणार आहे कुणास ठाऊक!” चक्रवर्ती हताश स्वरात म्हणाले. “निदान त्याला मेंटेनन्समधून काढून वर्कशॉपमध्ये टाका असं कर्तारसाहेबांना कोणीतरी सांगायला हवं.”

गांगुलीला त्या वाक्याचं हसू आलं. साहेब आपल्यासमोर असं बोलताहेत पण कर्तारसिंगाशी गाठ पडल्यावर ते कुरेशीबद्दल अवाक्षरही बोलणार नाहीत, याबद्दल त्याची खात्री होती.

एरवी कुणाचीही क्षुल्लक चूक झाली की त्याचा लेखी रिपोर्ट मागणारे चक्रवर्ती कुरेशीच्या बाबतीत मूग का गिळतात, हे त्याला ठाऊक होतं. अखेर त्यांनाही आपली नोकरी टिकवायची होती. त्याला हसताना पाहून चक्रवर्ती भडकले.

"गांगुली कुरेशी नसला म्हणून काय झालं? मेंटेनन्सचे इनचार्ज असतील त्यांना फोन करा. लाईन अर्ध्या तासात रिपेअर झाली पाहिजे म्हणावं. खरं म्हणजे मी न सांगताच हे व्हायला हवं होतं. चला." ते उगाचंच खेकसले आणि गांगुली पाठ फिरवून बाहेर पडला. तो घाईघाईने चालत होता. एवढ्यात मागून दमदार आवाजातली एक हाक आली.

"गांगुली जरा इधर आना."

त्याने चमकून मागे वळून पाहिलं. स्वत: कर्तारसिंगच त्याच्या दिशेने येत होते. तो त्यांच्यासमोर जाऊन उभा राहिला. त्यांनी त्याच्याकडे पाहिलं आणि मग हसतच विचारलं,

"बडे परेशान नजर आते हो? क्या बात है?"

"जी वो...कुछ नहीं...मामुलीसी बात है." गांगुली अडखळत बोलू लागला.

"हां...हां मामुलीही सही, लेकीन बात क्या है?"

गांगुली एक क्षणभर विचार करीत तसाच उभा राहिला आणि मग मनाशी काहीतरी निर्णय घेऊन तो भराभर बोलू लागला.

प्लँटची फेज गेल्यापासून ते चक्रवर्ती साहेबांच्या केबिनमध्ये काय घडलं तिथपर्यंत त्यानं सगळं काही सांगून टाकलं. कुरेशी कामाच्या वेळात बाहेर गेल्याचं कळताच इतका वेळ हसतमुखाने बोलणारे कर्तारसिंग अचानक गंभीर झाले. गांगुलीने ती संधी साधायची ठरवलं. नाहीतरी कुरेशीबद्दल एकदा धाडस करून तक्रार करायलाच हवी होती. त्याने पटकन सांगून टाकलं.

"सेठ साहेब, यापूर्वीही दोन तीनदा असं घडलंय. लाईन गेली म्हणून आम्ही फोन केला आणि कुरेशी नेमके बाहेर गेलेले होते."

कर्तारसिंगनी गांगुलीच्या डोळ्यांत रोखून पाहिलं. डाव्या हाताने आपली दाढी कुरवाळली आणि मग अचानक तंद्रीतून जागं व्हावं तसे ते त्याला म्हणाले,

"चल माझ्याबरोबर."

ते दोघेही मेंटेनन्स डिव्हिजनकडे गेले. कर्तारसिंगना तिथं आलेलं पाहताच त्या सेक्शनचे इनचार्ज शर्मा धडपडतच आपल्या खुर्चीवरून उठले.

"कुरेशी कुठे आहे?" त्यांनी थंड आवाजात पहिला प्रश्न केला. शर्माजींनी

चमकून त्यांच्याकडे पाहिलं. मग त्यांची नजर अभावितपणेच गांगुलीकडे वळली.

"यानेच काहीतरी चहाडी केलेली दिसतेय." ते मनातच म्हणाले.

"शर्माजी, मी काय विचारलं? कुरेशी कुठाय?"

"तो...तो बाहेर गेलाय साहेब."

"तुम्हाला विचारलं होतं जाताना?"

शर्माजींनी मान खाली घातली.

"शर्माजी, सेक्शनचे हेड म्हणवता तुम्ही. तुमच्या हाताखालची माणसं केव्हाही येतात, न सांगता कुठेही निघून जातात आणि तुम्ही स्वस्थ बसून राहता?...." कर्तारसिंग म्हणाले.

"शर्माजींनी पुन्हा एकवार गांगुलीकडे पाहिलं आणि मग कर्तारसिंगची नजर चुकवीत ते म्हणाले.

"साहेब, मी कुरेशीला यापूर्वी पुष्कळदा समजावून सांगितलं पण तो काही मनावरच घेत नाही."

"मग याबद्दल रिपोर्ट का नाही केलात?"

शर्माजींनी काहीतरी बोलण्यासाठी आपले ओठ उघडले आणि पुन्हा घट्ट मिटून घेतले.

"कुरेशी आल्यावर त्याला ताबडतोब माझ्याकडे पाठवून द्या. आणि तुम्ही स्वत: फॉल्ट अटेंड करा. चल गांगुली." शेवटचं वाक्य गांगुलीला उद्देशून ते म्हणाले आणि चालू लागले.

गांगुली त्यांच्या पाठोपाठ त्यांच्या केबिनमध्ये गेला.

"बैस गांगुली." ते मृदु स्वरात म्हणाले. त्यांचा चेहरा आता पूर्ववत हसरा होता. मघाच्या संतापाचा कुठे मागमूसही दिसत नव्हता. गांगुली बसताच कर्तारसिंगनी खिशातून चिरुट बाहेर काढला. टेबलावरच्या चाकूने त्याचे टोक अलगद उडवलं आणि तो पेटवून त्यांनी एक दमदार झुरका मारला.

"गांगुली, मी तुला एक प्रश्न विचारणार आहे. तू म्हणालास की, कुरेशी ऐनवेळी सापडत नाही. असं यापूर्वीही पुष्कळदा झालंय. तू याबद्दल चक्रवर्ती-साहेबांकडे तक्रार केली होतीस?"

"होय साहेब." त्याने उत्तर दिलं.

"आणि तरीही चक्रवर्तींकडून माझ्याकडे त्याबद्दल एकदाही रिपोर्ट आला नाही. कुरेशीच्या गैरहजेरीमुळे तुझ्या सेक्शनला त्रास होतो तसा इतरांनाही होत असणार. त्यांच्याकडूनही काही तक्रार नाही." आणि मग क्षणभर थांबून त्यांनी एकदम विचारलं, "तुझं आणि कुरेशीचं काही भांडण तर नाही ना?"

गांगुलीने चमकून त्यांच्याकडे पाहिलं. त्यांच्या प्रश्नाचा रोख त्याच्या लक्षात

आला होता. तो क्षणभरच घुटमळला आणि मग म्हणाला, "साहेब, कुरेशीची कंम्प्लेंट करण्याचं धाडस कुणाच्यात नाही. आमचे चक्रवर्तीसाहेब एवढे कडक आहेत, पण ते देखील त्याच्याबद्दल ब्र काढत नाहीत. इतरांबद्दल बोलायलाच नको."

"…. कारण कुरेशी अमीरहुसेनचा भाचा आहे आणि त्याच्याबद्दल तक्रार केली तर कदाचित आपण गोत्यात येऊ, अशी प्रत्येकाला भीती वाटते असंच ना?" कर्तारसिंगनी विचारलं.

गांगुलीने फक्त मान डोलावली. तेवढ्यात इंटरकॉमची बेल वाजली. शर्माजी बोलत होते. कुरेशी आल्याचा रिपोर्ट त्यांनी दिला होता.

"त्याला ताबडतोब इकडे पाठवून द्या." कर्तारसिंगनी फर्मावलं आणि इंटरकॉमचं बटन बंद करूनच ते गांगुलीला म्हणाले,

"ठीक आहे. तुला घाबरायचं काहीच कारण नाही. आता तुला जायला हरकत नाही." गांगुली खुर्चीवरून उठला आणि तडक बाहेर पडला.

कुरेशी आपल्या डिपार्टमेंटमध्ये शिरला तेव्हा त्याचे दोन्ही हात खिशात होते. त्याला समोरच शर्माजी अस्वस्थपणे फेऱ्या घालत असलेले दिसले. त्यांना ओलांडून तो पुढे जाऊ लागला. तोच शर्माजींनी त्याला थांबवलं.

"कुठे होतास तू इतका वेळ?" त्यांनी चढ्या आवाजात प्रश्न केला. कुरेशी हादरला. त्याला हा अनुभव नवीन होता. आपल्या वाटेल त्या वागणुकीकडे शर्माजी कानाडोळा करतात हे त्याला माहीत होतं.

त्याने त्यांना पार गुंडाळूनच ठेवलं होतं आणि आज तेच शर्माजी त्याला रोखठोक जाब विचारीत होते. कुरेशी आधीच बाहेरून तडकून आला होता. मोठ्या खुषीत तो लंच झाल्यावर नाझिमाच्या घरी गेला होता. आज त्यांचा पिक्चरचा प्रोग्राम होता. त्यानंतर मग संध्याकाळी ते आझाद हॉटेलमध्ये डिनर घेणार होते.

त्याच वेळी तो मोठ्या खुषीने तिच्याशी शादीची बात करणार होता, पण प्रत्यक्षात नाझिमाऐवजी तिचे अब्बाजानच त्याला सामोरे आले होते.

नाइलाजानं तो त्यांच्याबरोबर घरात गेला खरा, पण मग अब्बाजाननी एका तासात त्याला बरंच काही ऐकवलं होतं आणि त्या अवधीत नाझिमाचं नखही त्याच्या दृष्टीस पडलं नव्हतं. पिक्चर, डिनरचा प्रोग्राम सगळाच बोंबलला होता. चडफडत तो नाइलाजानं कंपनीत परतला होता आणि आता शर्माजी त्याला विचारीत होते, "कुठं होतास इतका वेळ?"

त्याने एकवार त्यांच्याकडे पाहिलं आणि मोठ्या संयमाने आपला संताप काबूत ठेवत तो म्हणाला.

"अर्जंट काम होतं माझं."

"तुझं अर्जंट काम असेल रे. पण माझी नोकरी चालली होती ना आज. बडे साहेब स्वत: तुझी चौकशी करीत होते. ते वाट पाहताहेत तुझी. तू आल्यावर ताबडतोब पाठवून द्यायला सांगितलं होतं त्यांनी. जा लवकर." शर्माजी म्हणाले.

कुरेशीने एकवार खांदे उडवले. आणि तो कर्तारसिंगांच्या केबिनच्या दिशेने चालू लागला.

तो आत शिरला त्यावेळी कर्तारसिंग त्यांच्या स्टेनोला एक पत्र डिक्टेट करीत होते. कुरेशी आत जाऊन एका बाजूला जाऊन उभा राहिला. निमिषमात्र कर्तारसिंगनी त्याच्यावर दृष्टी रोखली. आणि मग पुन्हा ते स्टेनोला पुढचा मजकूर सांगू लागले. ते पत्र संपायला तब्बल दहा मिनिटं लागली. तोपर्यंत कुरेशी चुळबुळ करीत उभाच राहिला होता. कर्तारसिंगनी त्याला बसायला सांगितलं नव्हतं.

पत्राचा मजकूर संपल्यावर स्टेनो निघून गेला. आणि मग कर्तारसिंगांनी आपला मोहरा त्याच्याकडे वळवला. आपल्या टेबलाच्या खणातून एक फाइल काढून त्यांनी ती टेबलावर ठेवली आणि शांत स्वरात विचारलं,

"कुरेशी! ही फाइल कसली ठाऊक आहे?"

कुरेशी गोंधळला. त्याला कर्तारसिंगांना काय म्हणायचंय ते समजेना. क्षणभर थांबून कर्तारसिंग म्हणाले.

"आपल्याकडे शेकडो लोकांचे नोकरीसाठी अर्ज येतात. त्यांची मुलाखत घेऊन लायक उमेदवारांची नावं आणि पत्ते नोंदवून ठेवायला मी सक्सेनाला सांगितलं होतं. थोडक्यात ही वेटिंग लिस्ट आहे."

कुरेशी अजूनही ओठ आवळूनच बसला होता. काय बोलावं हेच त्याला सुचत नव्हतं. कर्तारसिंग आपल्याला अवेळी बाहेर जाण्याबद्दल फैलावर घेतील, आकांडतांडव करतील अशी त्याची कल्पना होती. प्रत्यक्षात मात्र वेगळंच काहीतरी घडत होतं. त्याची चुळबुळ आणखीच वाढली होती. कर्तारसिंगनी आपल्या गैरहजेरीचा जाब विचारला तर कोणतं कारण सांगायचं हे तो मनातल्या मनात ठरवीत होता.

"कुरेशी! तुझ्या रिकाम्या झालेल्या जागेसाठी आजच लायक उमेदवाराची भरती करण्यासाठी मी सक्सेनाला आताच पाठवला आहे."

...कुरेशीची चुळबुळ थांबली. त्याच्या हातांना कंप सुटला. कर्तारसिंगनी ते शब्द इतक्या थंड आवाजात उच्चारले होते की, कुरेशीला त्यांचा अर्थ समजायला जरा वेळच लागला आणि मग त्याच्या डोक्यात एका क्षणात हजारो चांदण्या चमकल्या. त्याच्या दृष्टीने अनपेक्षित ते घडलं होतं. कंपनीचा भागीदार, वीस टक्क्यांचा मालक अमीरहुसेन! पण त्याच्या सख्या बहिणीच्या मुलाला कसलीही चौकशी न करता तडकाफडकी काढून टाकायचं धाडस कर्तारसिंगनी केलं होतं. कुरेशीचं अवसान पार गळालं होतं, पण तरीही धीर एकवटून त्यानं विचारलं.

"पण...पण...माझं काय चुकलं साहेब?"

"शरम नाही वाटत विचारायला?" ताडकन उभे राहत कर्तारसिंग गरजले. "तुला इथं नेमला तो साधा इलेक्ट्रीशियन म्हणून! अमीरचा भाचा होतास म्हणून. तुझ्यापेक्षा लायक उमेदवारांना बाजूला सारून तुला संधी दिली. भराभर वरच्या जागा दिल्या. आणि तुझ्या डोक्यात हवा शिरली. सगळ्यांना दम देत फिरण्याइतकी हिंमत वाढली. तुझ्या डिपार्टमेंटचे हेड शर्माजी, पण त्यांची टिंगल त्यांच्या तोंडावर करण्याइतका तू धीट झालास. माझ्या कानावर या गोष्टी आल्या नव्हत्या असं वाटलं तुला? पण तू मलाही जुमानत नव्हतास कुरेशी, कारण एकतर तुझी कागाळी कुणीही माझ्याकडे करणार नाही याबद्दल खात्री होती तुला आणि तसंच काही घडलं, तर अमीरचा भाचा या नावाखाली वाटेल ते खपेल अशी तुझी कल्पना होती."

बोलता बोलता कर्तारसिंगांच्या आवाजाला धार चढली होती. कुरेशी तर चळचळा कापायला लागला होता.

"एक वेळ या सर्व गोष्टींबद्दल मी तुला माफ केलंही असतं, पण कुरेशी, कामाच्या वेळात पोरींच्या मागे भटकत फिरणारा खुद्द माझा मुलगा असता, तरी मी क्षमा केली नसती. मग इतरांची काय कथा? जा इथून! चालता हो. या क्षणापासून या कंपनीशी काही संबंध उरला नाही तुझा!"

खाली मान घालून जड पावलांनी कुरेशी बाहेर पडला. कुरेशीला नोकरीवरून काढलं ही बातमी कंपनीत वाऱ्यासारखी पसरली. आणि तिने मोठीच खळबळ माजवून दिली. उलट-सुलट चर्चांना ऊत आला होता. ते वादळ शमायच्या आतच दुसरी एक अत्यंत अनपेक्षित बातमी येऊन थडकली. आणि कुरेशीला ओळखणारे सगळेच जण हादरून गेले. तिथल्या खळबळीला आता सुन्नपणा आला होता. हे असं कसं आणि का झालं तेच कुणाला कळत नव्हतं. कर्तारसिंगनाही त्या बातमीने चांगलाच धक्का दिला होता. कारण-

कुरेशीने त्याच्या राहत्या जागेत गळफास लावून जीव दिला होता.

मुंबईतील आलिशान बंगल्यात राहात असलेला अमीरहुसेन खूपच अस्वस्थ झाला होता. अतिरिक्त मद्य प्यायल्याने त्याचे डोळे लालबुंद झाले होते. पण तरीही अजून त्याचा तोल गेलेला नव्हता. तो कुठल्यातरी महत्त्वाच्या गोष्टीचा अत्यंत गंभीरपणे विचार करीत होता आणि त्याने मद्य घेतले असले तरी अद्याप त्याचं डोकं शाबूत होतं. मद्याचा पेला बाजूला ठेवून त्याने सिगारेट शिलगावली. आणि तो खोलीत फेऱ्या मारू लागला.

कर्तारसिंगाने त्याच्या नातेवाईकाला-कुरेशीला नोकरीतून काढून टाकल्यापासून तो बेचैन झाला होता. कुरेशीच्या मृत्यूबद्दल रडण्याइतका अमीर हळवा नव्हता. किंवा त्याला त्याच्याबद्दल फारसं प्रेमही नव्हतं. पण कर्तारसिंगची कडवी शिस्त

कुणाचीही प्रत्यक्ष आपल्या भागीदाराचीही भीड-मुर्वत बाळगणारी नाही हा मूळ मुद्दा होता आणि अमीरच्या दृष्टीने तोच महत्त्वाचा होता. याच एका विचाराने त्याला भविष्यकाळाबद्दल चिंता करायला भाग पडलं होतं. रात्रभर त्याला व्यवस्थित झोप लागली नव्हती. त्यामुळेच आज पहाटेच उठून तो मद्य पीत बसला होता. अमीरहुसेनची धंद्यातील भागीदारी फक्त २० टक्के होती. आणि म्हणूनच वैभवाची आवड असलेल्या अमीरहुसेनने हिशेबात अनेक गडबडी, लबाड्या करून ते मिळवलं होतं.

तो एखाद्या राजाच्या थाटात राहात होता. पण कुरेशीच्या उदाहरणावरून एक गोष्ट आता स्पष्ट झाली होती. हे सारं उघडकीस आलं, तर कर्तारसिंग क्षमा करणं शक्य नव्हतं. कदाचित अमीरचा वाटा त्याच्या हातावर ठेवून ते त्याला बाहेरची वाट दाखविण्याचीही शक्यता होती. तसे करताना ते त्यांच्या मैत्रीचा विचारही करणार नव्हते आणि नेमक्या याच गोष्टीची अमीरला भीती वाटत होती. ॲमकार्ट कंपनीतून फुटून निघणं हे त्याच्या दृष्टीने आत्यंतिक तोट्याचं होतं. अमीरहुसेनसारखा व्यवहारी माणूस ते सहन करायला कदापि तयार नव्हता. कोपऱ्यात सापडलेलं मांजर जसं मार खाण्यापेक्षा समोरच्या माणसावर हल्ला करणं पत्करतं, तशीच स्थिती आता अमीरहुसेनची झाली होती. त्याची रंगेल नजर खुनशी बनली होती आणि त्याच्या डोक्यात अनेक महत्त्वाकांक्षी विचार धिंगाणा घालीत होते.

एकाएकीच अमीरहुसेनच्या चेहऱ्यावर स्मित झळकलं. स्वत:ला सुचलेल्या त्या विचारावर तो भलताच खूष झाला होता. हातातली सिगारेट रक्षापात्रात चुरडून तो उठला. नोकराला हाक मारून त्याने ब्रेकफास्टची तयारी करायला सांगितली आणि मग तो फोनकडे वळला. अद्याप त्याच्या चेहऱ्यावर तेच कपटी हसू खेळत होते.

त्याने सलीमचा नंबर फिरवला. सलीम हा त्याचा चुलत भाऊ होता. आणि अमीरचे त्याच्यावर प्रेमही होते. सलीम एक्सचेन्जमध्ये नोकरी करीत असला तरी तिथला पगार त्याच्यासारख्या खुशालचेंडू माणसाला पुरण्यासारखा नव्हता. आणि म्हणून चैनीसाठी लागणारा सगळा पैसा तो अमीरहुसेनकडून उकळीत होता. अमीरची त्याबद्दल तक्रारही नव्हती. असे अनेक सलीम पोसण्याची त्याची ताकद होती. आपल्या पैशाने मिंध्या झालेल्या माणसांचा आज ना उद्या आपण उपयोग करू शकतो हे कळण्याइतका अमीर धूर्त होता.

"हॅलो सलीम, मी अमीर बोलतोय." त्याने रिसीव्हर उचलून म्हटलं.

"हॅलो बोल, एवढं काय काम काढलंस आज? मला झोपेतून उठावं लागलं." पलीकडून जड आवाज आला.

"सलीम, गार पाण्याने वॉश घे जरा म्हणजे तुझी झोप जाईल आणि ताबडतोब इकडे ये."

“अरे पण मी अजून चहा-पाणी....”

“ते तुला इथेही मिळेल. माझं काम महत्त्वाचं आहे. ताबडतोब निघ.” अमीरहुसेन हुकमी आवाजात म्हणाला. आणि त्याने सलीमला बोलण्याचा अवसर न देता रिसीव्हर खाली ठेवला.

सलीम खरोखरच दहा पंधरा मिनिटांत अमीरहुसेनच्या बंगल्यावर हजर झाला. पेपर वाचीत बसलेल्या अमीरहुसेनकडे त्याने प्रश्नार्थक मुद्रेने पाहिलं आणि तो गडबडीने समोरच्या खुर्चीत बसला. तो अत्यंत घाईने तिथे आला होता हे उघडच होतं.

“जरा धीर धर. आपण प्रथम चहा, ब्रेकफास्ट घेऊ आणि मग सावकाश बोलू.” अमीरहुसेनने पेपर बाजूला ठेवीत म्हटलं. सलीमने आज्ञाधारक मुलासारखी मान हलवली आणि मग ते दोघे डायनिंग रूमकडे गेले.

चहापाणी उरकून पुन्हा अमीरहुसेनच्या खोलीत आले. अमीरने दार व्यवस्थित बंद केलं आणि मग तो कोचावर येऊन बसला. दोघांनीही सिगारेट्स पेटवल्या. एक दमदार झुरका घेऊन अमीरने बोलायला सुरुवात केली. सलीम त्याच्याकडे उत्कटतेने पाहात होता.

“तुला कुरेशीबद्दल कळलं असेलच?”

“हो हो. त्याला नोकरीवरून कमी केलं, त्यामुळे त्याने आत्महत्या केली म्हणे. पण मला हे कळत नाही की तो तुझा भाचा असूनही कर्तारसिंगने.....”सलीम बोलू लागला.

“अरे बाबा, सबूर. सबूर. एवढ्या प्रश्नांचा वर्षाव करू नकोस एकदम. ते सगळंच सांगणार आहे मी तुला.” सलीमला मध्येच अडवीत अमीर म्हणाला, “कुरेशीची नोकरी गेली याचं मला मुळीच आश्चर्य वाटत नाही सलीम. माझ्याशी असलेल्या नात्याच्या जोरावर तो बराच शिरजोर झाला होता. ऑफिसचे कुठलेच नियम तो पाळत नव्हता. आणि त्याचं कामही समाधानकारक नव्हतं. त्यामुळे त्याचा बॉस कुणीही असता तरी त्यानं त्याला नोकरीवरून कमी करण्याचाच निर्णय घेतला असता. त्यात पुन्हा कर्तारसिंग हा भलताच शिस्तीचा माणूस!”

“ते सगळं खरं. पण तो तुझा नातलग आहे म्हणून केवळ तुझ्याकडे पाहूनतरी कर्तारसिंगने त्याची गय करायला हवी होती. यात तुझा अपमान झालाय असं नाही वाटत तुला?” सलीमनं विचारलं.

अमीरहुसेनने काही न बोलता सिगारेटची राख झटकली. तसा सलीमच पुन्हा म्हणाला,

“शिवाय हा अपमान बिचाऱ्या कुरेशीला इतका झोंबला की बिचाऱ्यानं आत्महत्याच केली. दुसऱ्या शब्दांत म्हणायचं तर कर्तारसिंगच त्याच्या मृत्यूला कारणीभूत झाला.

तुझ्या जागी दुसरा कुणीही असता तरी त्याने कर्तारसिंगला याचा जाब विचारला असता किंवा त्याचा सूड उगवला असता.''

अमीर हुसेन यावर हसला. ''तू असं बोलावंस यात नवल नाही. तुझं तरुण रक्त लवकर तापणार आणि उथळ विचार करणार हे स्वाभाविकच आहे. पण तुला माहीत नसलेली एक गोष्ट मी तुला सांगतो.

कुरेशीची नोकरी जाणं आणि त्यानं आत्महत्या करणं या गोष्टी एका पाठोपाठ घडल्या असल्या, तरी तो निव्वळ योगायोग आहे. नोकरीची फिकीर कुरेशीला कधीच नव्हती. मी त्याच्या पाठीशी असताना त्याला त्याबाबत काळजीचं कारणच नव्हतं. त्याची आर्थिक स्थितीही चांगली होती. त्यानं आत्महत्या केली त्याला वेगळंच कारण होतं.''

''कशावरून म्हणतोस तू?'' सलीमनं विचारलं.

''हे बघ सलीम'', अमीरहुसेन पुन्हा बोलू लागला. ''कुरेशीचे दिल्लीत काय उद्योग चालत त्याची पूर्ण माहिती मुंबईत मला समजत होती. कधी तो स्वत:च पत्र पाठवून मला काही गोष्टी कळवीत असे आणि बाकीचं सगळं कळवणारी अनेक माणसं तिथे होती. अजूनही आहेत. इथून तिथे रोज टेलेक्सवर माहिती दिली-घेतली जाते. तुलाही ते ठाऊक आहेच. कुरेशीच्या मृत्यूनंतर मी घडल्या प्रकाराची संपूर्ण माहिती मिळवली आणि मग मला समजलं की त्याच्या मृत्यूचं कारण कर्तारसिंग नसून नाझिमा आहे.''

''ही नाझिमा कोण?'' सलीमने उत्सुकतेने विचारले.

''दिल्लीच्या एका रईसाची रंगेल पोरगी. तिनं चार दिवस याला खेळवलं आणि हा मूर्ख तिच्यासाठी खरोखरच पागल होऊन शादीची स्वप्नं पाहू लागला. तिला याच्यापेक्षा चांगला यार भेटला तसे बापाकरवी तिनं याच्याशी संबंध तोडले. आणि त्या आघाताने खचून या मजनूनं जीव दिला. असा हा प्रकार आहे.'' अमीरहुसेन म्हणाला. त्याला कुरेशीचा तो मूर्खपणा मुळीच आवडला नव्हता.

''अस्सं, म्हणजे प्रेमामुळं त्याने आत्महत्या केली तर!'' सलीम उद्गारला.

अमीरने मान डोलावली. थोडावेळ तिथे शांतता पसरली.

''कुरेशीच्या मृत्यूमुळे रडत बसण्याइतका मी हळवा नाही याची तुला कल्पना आहेच सलीम. मला फक्त एकच गोष्ट खटकतेय आणि ती म्हणजे कुरेशीला नोकरीवरून दूर करताना कर्तारसिंगांनी माझी किंचितही पर्वा केली नाही. किंवा माझा सल्लाही विचारला नाही. त्याला माझी किंमत वाटत नाही हाच त्याचा सरळ अर्थ आहे.'' अमीर हुसेन रागाने म्हणाला.

''मला तेच म्हणायचंय.'' मांडीवर थाप देत सलीमने दुजोरा दिला.

''सलीम, या धंद्यात माझी भागीदारी फक्त वीस टक्केच आहे. या गोष्टी जर

वाढत्या थराला गेल्या तर उद्या कर्तारसिंग मलाही बाहेरची वाट दाखवायला कमी करणार नाही. बिझनेस मॅनेजमेन्टमधल्या माझ्या कौशल्यासाठीच त्याने मला आपल्या धंद्यात घेतलं होतं. आज या जागेवर बसू शकतील अशी अनेक माणसं त्याच्यापाशी आहेत. त्यामुळे मला दूर करावंसं वाटलं तर तो जराही मागंपुढं पाहणार नाही. आणि कुरेशी प्रकरणापासून मला चिंता वाटतेय ती नेमकी याच गोष्टीची.''

अमीर हुसेन सिगारेटचं थोटूक बाहेर फेकीत म्हणाला.

त्याच्या बोलण्यानं सलीम गंभीर बनला होता. अमीरच्या बोलण्यात निश्चित तथ्य होतं. आणि अमीर हुसेनवर कुठल्याही प्रकारे संकट येणं म्हणजे पर्यायाने त्याच्या आर्थिक स्थितीवरही गंडांतरच आहे हे न कळण्याइतका तो खुळा नव्हता.

''मग तू आता काय करायचं ठरवलं आहेस?'' सलीमने विचारलं.

''माझ्याजागी असलेला कुणीही माणूस जे करेल तेच.'' अमीर हसत म्हणाला.

''म्हणजे?'' सलीमने अर्थबोध न झाल्याने विचारलं.

''म्हणजे दुसरा कुणी आपला काटा काढील अशी शंका येताच आपणच त्याचा काटा काढायचा.''

त्याच्या या वाक्याने सलीम एकदम अवाक् बनला.

''म्हणजे....म्हणजे तू त्याचा खून करणार?'' त्याने बावरून प्रश्न केला. अमीर मोठ्यांदा हसला.

''वेडा आहेस. खून करून फासावर लटकण्याची इच्छा नाही माझी. मी महत्त्वाकांक्षी माणूस आहे. कर्तारचा हा संपूर्ण धंदा मला मिळवायचा आहे आणि...... आणि... तुलाही एक राजपुत्र बनवायचं आहे.''

त्याच्या या वाक्याने सलीम फुशारला.

''पण तू हे साधणार कसं?''

''ते कसं साधायचं यावर मी पूर्ण विचार करून ठेवला आहे. मात्र त्यासाठी मला तुझ्या मदतीची आवश्यकता आहे. हे काम फत्ते झालं की, तुला नोकरीची कधीही आवश्यकता भासणार नाही एवढी संपत्ती आणि हा बंगला देण्याचं मी वचन देतो. पण तू तयार आहेस का ते आधी सांग.'' अमीर हुसेननं गोड बोलून जाळं फेकलं होतं. आता मासा गळाला लागतो की नाही तेच पाहायचं होतं. सलीम थोडा घुटमळला आणि मग म्हणाला,

''मी तुझ्या शब्दाबाहेर कधी गेलोय का?''

ते ऐकताच अमीर हुसेन भलताच खूष झाला. त्याने पुढे झुकून हळू आवाजात आपली सारी योजना त्याला ऐकवली.

...कर्तारसिंग त्यावेळी अगदी गाढ झोपेत होते. कसल्यातरी आवाजाने त्यांना

एकाएकीच जाग आली. डोळे उघडून इकडे तिकडे पाहात आपल्याला कशाने जाग आली याचा विचार करू लागले. आणि त्याचवेळी पुन्हा एकदा तो आवाज झाला. कर्तारसिंगना आश्चर्य वाटलं. कारण तो टेलेक्स मशिनच्या घंटीचा आवाज होता. अशा अपरात्री कोण मेसेज पाठवीत असावं याचा विचार करीत ते अंथरुणावरून उठले. इमर्जन्सीसाठी त्यांनी टेलेक्सचं एक्स्टेन्शन आपल्या घरी ठेवलं होतं. पण त्याचा अवेळी उपयोग आजवर कधीच झाला नव्हता. त्यांनी सपाता अडकवल्या आणि ते टेलेक्सपाशी पोचले. त्यांनी बटण दाबून बेल बंद केली. आता टाईप होत असलेल्या लाल मजकुराकडे ते लक्षपूर्वक पाहू लागले. आणि दुसऱ्याच क्षणी त्यांना धक्काच बसला. तो मजकूरच तसा होता-

"कर्तारसिंग मी...कुरेशी आलोय. सूड घेण्यासाठी आलोय..." त्या शब्दांनी कर्तारसिंगांना धक्का बसला असला तरी ते घाबरले नव्हते.

कारण कुरेशीचा मृत्यू होऊन आता पंधरा-वीस दिवस लोटले होते. त्यामुळे त्याच्याकडून असा संदेश येणं शक्यच नव्हतं. कुणीतरी मुद्दाम आपली चेष्टा आरंभली आहे असं वाटून त्यांना राग आला.

कर्तारसिंग तसा दिलदार माणूस होता. आपण कुरेशीला नोकरीवरून दूर केलं आणि त्यानंतर त्याने आत्महत्त्या केली, ही बातमी समजल्यावर त्यांना वाईट वाटलं होतं. कुरेशी असं काही करील याची पुसटती शंका जरी त्यांना आली असती तरी त्यांनी तो निर्णय घेतला नसता. आपला निर्णय त्याच्या मृत्यूला कारणीभूत ठरला ही गोष्ट त्यांच्या मनाला लागून राहिली होती. त्यामुळेच तसल्या प्रकारचा तो संदेश त्यांना मुळीच आवडला नव्हता.

"हा काय चावटपणा आहे? कुरेशीचा मृत्यू होऊन बरेच दिवस झालेत; ही कसली भलती चेष्टा?" त्यांनी रागानेच प्रत्युत्तर पाठवलं. क्षणभराने पुन्हा दुसरा संदेश टाईप होऊ लागला.

"ही चेष्टा नव्हे कर्तारसिंग, माझा मृत्यू तुझ्या मुळेच घडला. मरताना सूडाचेच विचार माझ्या मनात थैमान घालीत होते. मी तुझा निर्वंश करणार आहे. कुरेशी..."

कर्तारसिंग अधिकच चिडले. ते पुन्हा काहीतरी उत्तर पाठविणार होते पण पलीकडून संपर्क तुटल्याचं त्यांच्या लक्षात आलं. अस्वस्थ होऊन ते खोलीत फेऱ्या घालू लागले. अंथरुणावर पडून त्यांनी निद्रेची आराधना सुरू केली आणि थोड्याच वेळात त्यांना झोपही लागली.

दुसरा दिवस नेहमीप्रमाणे आखीव रीतीने पार पडला. रात्रीचं जेवण झाल्यावर कर्तारसिंगांनी नाईट गाऊन चढवला आणि गाऊनचा पट्टा बांधता बांधताच त्यांना पुन्हा त्या मेसेजची आठवण झाली. आजही तो प्रकार घडेल की काय अशी शंका त्यांना चाटून गेल्याखेरीज राहिली नाही. पण तिला त्यांनी फारसं महत्त्व दिलं नाही.

अपरात्री केव्हातरी कर्तारसिंगना पुन्हा टेलेक्सच्या त्या घंटीने जागं केलं. धडपडतच ते उठले आणि त्यांनी टेलेक्सचं बटण दाबलं. मोठ्या नाखुषीनेच ते टाईप होत असलेल्या त्या मजकुराकडे पाहू लागले.

"कर्तारसिंग, मी दिलेल्या संदेशावर तुझा विश्वास बसला नाही असं दिसतं. पण गाफील राहू नकोस. मी तुझा कोणत्याही क्षणी सूड घेऊ शकतो- कुरेशी."

कर्तारसिंगांनीही रागानेच प्रत्युत्तर टाईप केले.

"तुझ्यासारख्या मूर्खाच्या धमक्यांना मी भीक घालीत नसतो. भुता-खेतांवर तर माझा मुळीच विश्वास नाही.... कर्तारसिंग."

"अस्सं. तर मग तुझा विश्वास बसावा असं मला काहीतरी केलं पाहिजे."

"प्रयत्न करायला हरकत नाही."

"ठीक आहे कर्तारसिंग! आता याक्षणी तुझ्या अंथरुणावर एक झाकण असलेली करंडी तुला दिसेल आणि त्यात अत्यंत जहरी सर्प दिसेल. जा खात्री कर."

कर्तारसिंगांनी एकवार तुच्छतेने त्या संदेशाकडे पाहिलं आणि मग ते जलद चालत बेडरूमकडे गेले. पण दारात पाऊल टाकताच त्यांना धक्काच बसला. अंथरुणावर खरोखरीच एक करंडी होती.

कर्तारसिंग जवळ गेले आणि त्यांनी झाकणावर नुसता हात ठेवला. त्याबरोबर आत झालेली हालचाल आणि फूत्कार त्यांना स्पष्ट ऐकू आला. कर्तारसिंग झटकन मागे सरकले. हे काहीतरी नवं अनपेक्षित होतं. ते संदेश घेत होते. तेवढ्या अवधीत ती करंडी कोणी तेथे ठेवून नाहिसं होणं त्यांना फारसं शक्य वाटत नव्हतं. तेवढ्या अवधीत घरात कोणी शिरलं असावं हे त्यांना खरं वाटत नव्हतं. घरात त्यांचा एकच नोकर होता आणि तो अत्यंत विश्वासू होता. त्यांनी मोठ्याने त्याला हाक मारली, "संपत ऽ"

दुसऱ्या हाकेला तो खडबडून जागा होत धावत आला. कर्तारसिंगांनी त्याला ती करंडी बाहेर घेऊन जायला सांगितलं. आत विषारी सर्प आहे हे कळल्यावर संपत चांगलाच घाबरला. करंडी धरणारे त्याचे हात कापायला लागले.

"मूर्खा, अशाने ती करंडी खाली पडली, तर निष्कारण मरशील." कर्तारसिंग त्याच्यावर खेकसले. मग त्याने सावधपणे ती करंडी उचलली आणि तो बाहेर गेला.

कर्तारसिंग आता थोडेसे विचलित झाले होते. टेलेक्सवरून देण्यात आलेला तो संदेश म्हणजे केवळ पोकळ धमकी नाही हे त्यांना कळून चुकलं. हा खरोखरच काही अमानवी प्रकार असेल काय? असाही एक विचार त्यांच्या मनात चमकून गेला. पण तो त्यांनी लगेच झटकून टाकला. कारण तसल्या गोष्टींवर त्यांचा मुळीच विश्वास नव्हता. विचार करता करता त्यांना एकाएकी ती गोष्ट सुचली. ते लगबगीने टेलेक्सजवळ गेले आणि त्यांनी टेलेक्स एक्स्चेंजशी संपर्क साधला.

"मला नुकताच आलेला संदेश किती नंबरवरून आलेला होता आणि तो नंबर कोणाचा आहे ते मला ताबडतोब कळवा.

...कर्तारसिंग बेदी"

त्यांनी संदेश पाठवला.

"एक मिनिट थांबा हं. मी पाहून सांगतो." एक्स्चेंजकडून उत्तर आलं. कर्तारसिंग अधीरपणे त्यांच्या उत्तराकडे डोळे लावून बसले होते. थोड्याच वेळात उत्तर आलं.

"आपल्याला आलेला संदेश एकशेएक नंबरकडून आला होता आणि तो दिल्लीच्या दोराबजी मिल्सचा नंबर आहे."

"ठीक आहे" असं लिहून कर्तारसिंगनी संपर्क तोडला. आता त्यांचा चेहरा कठोर दिसत होता. संदेश कोठून आला हे आपण हुडकून काढलंच आहे. आता पाठविणारा कोण हे शोधून काढायला आपल्याला मुळीच प्रयास पडणार नाहीत अशी त्यांना खात्री वाटत होती. किंचितसा विचार करून त्यांनी एकशे एक नंबरशी संपर्क साधला. पण बेल नुसतीच वाजत राहिली.

एकतर तेथे कुणीही नसावं किंवा तसा आभास निर्माण केला असावा. त्यांनी रागाने ओठ आवळले आणि ते टेलेक्स बंद करून माघारी वळले. बसलेल्या धक्क्यातून ते आता पुष्कळच सावरले होते. सकाळी आपण या गोष्टीची चौकशी करून त्या अज्ञात व्यक्तीला बरोबर शोधून काढू या विचारात ते झोपी गेले.

दुसरा दिवस उजाडला. सकाळचा चहा नाश्ता झाल्यावर कर्तारसिंगांनी ताबडतोब त्यांच्या पी. ए. ला बोलावणं पाठवलं. थोड्याच वेळात ते येऊन दाखल झाले.

"मिस्टर सक्सेना, एक महत्त्वाचं काम आहे. काल रात्री दोन वाजता दोराबजी मिल्समधून मला टेलेक्सवरून एक संदेश आला होता. तो कोणी पाठवला याची तुम्ही स्वत: जाऊन चौकशी करा. काम अत्यंत हुषारीनं झालं पाहिजे. समजलं?" कर्तारसिंगांनी सांगितलं. सक्सेनांनी मान डोलावली. आणखी काही बोलण्यासाठी त्यांनी तोंड उघडलं, पण कर्तारसिंग मध्येच म्हणाले.

"हे पाहा, बाकीच्या कामाचं नंतर पाहू आपण! प्रथम तुम्ही हा तपास करा आणि लगेच मला काँटॅक्ट करा. दहा वाजेपर्यंत मी इथेच आहे."

"ठीक आहे." असे म्हणून सक्सेना तेथून बाहेर पडले. साहेबांना त्या कामाचं अत्यंत महत्त्व आहे, हे त्यांच्या लक्षात आलं होतं. सक्सेना अत्यंत हुषार होते आणि म्हणूनच ते आपलं काम चोख करतील याविषयी कर्तारसिंगांना मुळीच संशय नव्हता. वेळ घालवण्यासाठी त्यांनी कामाची एक फाईल समोर ओढली आणि चिरुटाचे झुरके घेत ते ती चाळू लागले. पण त्यांचे कामात लक्ष लागेना. सक्सेना केव्हा येताहेत याकडेच त्यांचे सारखे चित्त लागून राहिले होते.

तब्बल पाऊण तासाने सक्सेनांच्या गाडीचा हॉर्न बाहेर वाजला. ताबडतोब फाइल बंद करून कर्तारसिंग उभे राहिले. ते अधीर झाले होते. धावत पळतच सक्सेना त्यांच्या खोलीत शिरले. कर्तारसिंगांनी त्यांना बसण्याची खूण केली आणि ते त्यांच्यासमोरच कोचावर बसले. प्रश्नार्थक चेहऱ्याने त्यांनी सक्सेनांकडे पाहिलं.

"सर, मी सर्व चौकशी केली. त्यावरून दोराबजी मिल्सकडून रात्री कोणीही संदेश दिलेला नाही असं निष्पन्न झालंय." सक्सेना म्हणाले. त्यांच्या या अनपेक्षित उत्तराने कर्तारसिंग चिडले.

"म्हणजे? याचा अर्थ काय? मी स्वत: तो संदेश रिसीव्ह केलाय." ते ठासून म्हणाले.

"पण सर, काल दोराबजी मिल्सचा सुटीचा दिवस होता. अर्थातच त्यामुळे रात्री मिलमध्ये कोणीही असणं शक्य नव्हतं. मिल जेव्हा चालू असते तेव्हादेखील रात्रीच्या वेळी ऑफिस बंद असल्यामुळे टेलेक्सचा उपयोग कोणी करणं शक्य नाही. ऑफिसचे टायमिंग ११ ते ५॥ आहे."

"असं?" कर्तारसिंगांचा चेहरा आता विचारी दिसत होता. एकाएकी काहीतरी सुचल्याने ते सक्सेनांना म्हणाले,

"पण रात्रीच्या वेळी त्यांचे एक दोन वॉचमन तेथे असतीलच. त्यांनी काही...."

"मी ती देखील चौकशी केलीय सर. त्यांचा एकच वॉचमन आहे आणि तो निरक्षर आहे. त्यामुळे त्याने ऑफिसात शिरून मेसेज दिला असणं शक्य नाही. मी त्याला कसून प्रश्न विचारले. पण काल रात्री मिलच्या ऑफिसात कोणीही शिरलं नसल्याचं तो शपथेवर सांगतो."

"अस्सं. तर मग ही मोठीच चमत्कारिक गोष्ट म्हणायला हवी." कर्तारसिंग विचार करीत म्हणाले.

"सर, काही विशेष गडबड झालीय का?" सक्सेनांनी विचारलं.

"अं....नाही नाही. तसं विशेष काही नाही." कर्तारसिंग गडबडीने म्हणाले. सक्सेनांना त्या तसल्या संदेशाबद्दल माहिती द्यावी की नाही याबद्दल त्यांनी नक्की काहीच ठरवलं नव्हतं. सक्सेनांच्याही ते लक्षात आलं. त्यांनी मग इतर कामासंबंधी बोलणं सुरू केलं. पंधरा-वीस मिनिटांनी ते तेथून निघून गेले. कर्तारसिंगही उठले. त्यांच्या ऑफिसची वेळ झाली होती. त्यामुळे चटकन जेवण उरकायला हवं होतं.

रात्रीचे साडे आठ वाजले होते. कर्तारसिंग नुकतेच बाहेरून परत आले होते. रोजच्यापेक्षा त्यांना आज उशीर झाला होता. नोकराने त्यांच्यासमोरच्या स्टुलावर धुतलेल्या नाईट ड्रेसची घडी ठेवली आणि तो निघून गेला. कर्तारसिंगांनी कपडे बदलले. काढून ठेवलेले कपडे हँगरला लटकावण्यासाठी त्यांनी स्टीलकपाट उघडलं आणि बारला लावलेले कपडे बाजूस करीत ते रिकामा हँगर शोधू लागले.

पण दुसऱ्याच क्षणी त्यांच्या तोंडून किंकाळी बाहेर पडली आणि ते बेशुद्ध होऊन खाली आपटले. त्यांनी पाहिलेलं दृश्यच तसं भयानक होतं. त्यांनी ज्या ठिकाणी हात घातला होता तिथेच एक जबडा वासलेली अत्यंत हिडिस दिसणारी अशी मानवी कवटी लटकत होती.

कर्तारसिंग शुद्धीवर आले तेव्हा आपण खाटेवर आहोत आणि आपल्याजवळच स्टुलावर संपत बसला आहे असं त्यांना दिसलं. त्याचा चेहरा अत्यंत चिंताक्रांत होता आणि त्याच्या हातात एक फोडलेला कांदाही होता. कर्तारसिंगांनी डोळे उघडताच त्या नोकराला आनंद वाटला.

"मालक, आपण स्वस्थ पडून राहा. तोवर मी डॉक्टरांना फोन करतो."

त्याच्याकडे आश्चर्याने पाहणाऱ्या कर्तारसिंगांना क्षणार्धात मघाचा प्रकार आठवला. आणि ते ताडकन उठून बसले.

"संपत, डॉक्टरांना बोलवायची काहीच गरज नाही." ते म्हणाले. दारापर्यंत गेलेला संपत आश्चर्याने मागे वळला. कर्तारसिंग उठून त्या कपाटाजवळ गेले. पण त्या ठिकाणी काहीही नव्हतं.

"तू....तू ते उचललंस?" कर्तारसिंगांनी संपतला विचारलं.

"काय साहेब?" तो कपाटात डोकावीत म्हणाला.

"तुला कपाटात काहीही दिसलं नाही?" त्यांनी विचारलं. त्यांचा आवाज चमत्कारिक होता.

"माझे तिकडे लक्षच गेलं नाही साहेब. आपला आवाज ऐकून मी धावत इथे आलो. तोपर्यंत आपण बेशुद्ध झाला होता. त्यामुळे मी खूपच घाबरलो. आणि पाठीमागच्या दाराशी असलेल्या रणजितला हाक मारली. आम्ही दोघांनी मिळून आपल्याला कॉटवर ठेवलं आणि...."

"रणजित कुठं आहे?" कर्तारसिंगांनी मध्येच विचारलं.

"तो आत कॉफी करतोय साहेब." संपत उत्तरला.

विचार करीतच ते पुन्हा कॉटवर बसले.

"साहेब, कपाटात काही विशेष गोष्ट होती का?" संपतच्या प्रश्नांनी त्यांची तंद्री भंग पावली. त्यांनी वर पाहिलं.

"होय संपत. तिथे एक हिडिस दिसणारी हाडाची कवटी होती." एकेक शब्द सावकाश उच्चारीत ते म्हणाले. त्या उत्तराने संपतला चांगलाच हादरा बसला. तो आ वासून आपल्या मालकांकडे पाहतच राहिला. त्याच वेळी कॉफी घेऊन आत आलेल्या रणजितनेही त्यांचं बोलणं ऐकलं. तोही क्षणभर जागच्या जागीच खिळल्यासारखा झाला. पुढे होऊन त्याने कपबशी कर्तारसिंगांच्या हातात दिली, तेव्हा त्याचा हात थरथर कापत होता. संपतने पुन्हा एकवार त्या कपाटात शोधक नजरेने पाहिलं आणि म्हटलं,

“साहेब, तुम्हाला नक्कीच भास झाला असेल. असले खराब प्रकार आपल्या बंगल्यात पूर्वी कधीच झाले नव्हते.”

रणजितचा मात्र भुता-खेतांवर विश्वास असावा. कारण घडल्या प्रकारानं तो चांगलाच अस्वस्थ झाला होता. कर्तारसिंगांनी सावकाश कॉफी संपविली आणि कपबशी स्टुलावर ठेवली. ती घेऊन रणजित निघून गेला.

“साहेब तुम्ही आता थोडा वेळ आराम करा. पाहिजे तर मी बसतो इथं सोबतीला.”

कर्तारसिंगांना त्याही परिस्थितीत त्याच्या बोलण्याचं हसू आलं पण तसं न दर्शविता ते म्हणाले, “नको. जा तू. जेवणाची तयारी कर. मी आलोच.”

संपत निघून जाताच ते कॉटवर लवंडले. घडलेला प्रकार अमानवी होता किंवा काय, याबद्दल अजून ते नक्की काहीच ठरवू शकत नव्हते. आपल्या नोकरांबद्दल त्यांच्या मनात थोडासा संशयही डोकावून गेला. आणि मग याबद्दल त्यांनी स्वत:लाच दूषणं दिली. त्यांच्या नोकरांवर त्यांचा पूर्ण विश्वास होता. एक मात्र खरं. कर्तारसिंगांचा आत्मविश्वास आता चांगलाच डळमळीत झाला होता.

त्या रात्री अस्वस्थ मन:स्थितीतच कर्तारसिंग झोपी गेले. पण त्यामुळेच की काय ते वारंवार दचकून जागे झाले होते. रात्री दोनच्या सुमारास त्यांना तिसऱ्यांदा जाग आली. त्यांनी डोळे उघडले आणि आपोआपच त्यांची नजर भिंतीवरील घड्याळाकडे गेली. दोन वाजायला पाच मिनिटे बाकी होती. त्यांच्या छातीत धस्स झाले. आता तो टेलेक्सवरचा मेसेज येणार की काय अशी त्यांना धास्ती वाटली. ते सावध चित्ताने कानोसा घेऊ लागले. घड्याळाचा काटा दोनवर सरकला. घड्याळाने ठण्ण्....ठण्ण्....असे दोन टोले देत तिथल्या शांततेचा भंग केला. आणि दुसऱ्याच क्षणी टेलेक्सची घंटी खणाणू लागली. तो आवाज अपेक्षित असूनही कर्तारसिंग केवढ्याने तरी दचकले. ते कॉटवर उठून बसले. मेसेज घ्यायला जाऊच नये असंही एकदा त्यांना वाटलं. काही क्षण तसेच पसार झाले. पण घंटी वाजतच राहिली. अखेर नाईलाज झाल्यासारखे ते उठले आणि टेलेक्सकडे गेले. त्यांनी घंटीचे बटण दाबताच मेसेज टाईप होऊ लागला-

“कर्तारसिंग, मला शोधून काढण्याचे व्यर्थ श्रम कशाला घेतोस? माझा अशरीरी आत्मा कसा सापडणार? कर्तारसिंग, मला कसलेच बंधन अडवू शकत नाही. मी तुला कुठल्याही नंबरावरून मेसेज देऊ शकतो. खरं तर त्याचीसुद्धा आवश्यकता नाही. तुझ्यासमोर उभं राहून बोलणं मला अशक्य नाही. पण त्या गोष्टीला अजून अवकाश आहे.”

“तुला काय हवंय?” कर्तारसिंगांनी वैतागानेच ते उत्तर टाईप केले.

“काय देऊ शकणार तू मला? तुझा पैसाअडका, संपत्ती यापैकी कशाचाच

मला उपयोग नाही. मला फक्त सूड घ्यायचाय आणि मी तो अगदी सावकाशपणे घेणार आहे. मला कसलीच घाई नाही. कर्तारसिंग, जे घडेल ते पाहत राहणे एवढंच तुझ्या हाती आहे.''

कर्तारसिंगांनी एक दीर्घ उसासा सोडला. हाताची घडी करून ते त्या मजकुराकडे गंभीरपणे पाहत होते. त्यांनी उत्तर द्यायचं टाळलं. थोडा वेळ काहीच घडलं नाही. जणू काही कुणीतरी त्यांच्या उत्तराची वाट पाहात होतं. पण पुन्हा टाईपरायटर थडथडू लागला—

''कर्तारसिंग, उद्या तुझ्या इभ्रतीला धक्का पोचेल असं तू वर्तन करणार आहेस. तू चोरी करणार आहेस. मी तुला तसे करायला भाग पाडीन. मग तरी तुला माझ्या अस्तित्वाची खात्री पटेल.''

पलीकडून संपर्क तोडण्यात आला. कर्तारसिंगांनी मुठी आवळल्या आणि ते झटक्यात तेथून बाहेर पडला. त्याला संदेश देणारे भूत असो की, प्रत्यक्ष परमेश्वर असो, असल्या तऱ्हेचे कृत्य कर्तारसिंगकडून करून घेणे त्याला केवळ अशक्य आहे, असंच त्यांचं मत होतं. उद्याची गोष्ट सर्वस्वी आपल्या हाती आहे आणि आपण तो संदेश खोटा पाडून दाखवू अशी त्यांना खात्री होती. पलंगावर पडून त्याबद्दल विचार करत असतानाच त्यांना केव्हातरी झोप लागली.

त्या सबंध दिवसात वेगळं, नवीन किंवा अनपेक्षित असं काहीच घडलं नव्हतं. नेहमीप्रमाणेच कर्तारसिंग आपला आखीव कार्यक्रम पार पाडीत होते आणि आदल्या रात्रीचा तो मेसेज आठवून स्वत:शीच हसत होते. म्हणे, चोरी करायला भाग पाडणार! तेही कर्तारसिंगसारख्या इभ्रतदार माणसाला!

ऑफिसमधून आज कर्तारसिंग जरा लवकर बाहेर पडले. संध्याकाळी सात वाजता त्यांना कन्हैयालाल करवाँकडे पार्टीला जायचं होतं. घरी जाताच त्यांनी झकासपैकी दाढी केली आणि मग खास पार्टीला जाण्याकरिता ठेवलेला करड्या रंगाचा सूट घातला. अंगावर आणि हातरुमालावर ''इव्हनिंग इन पॅरिस'' चा शिडकावा केला. सर्व जामानिमा व्यवस्थित आणि मनाजोगा झाल्यावर बरोबर पावणे सात वाजता ते घरातून बाहेर पडले. त्यांना वक्तशीरपणा अतिशय आवडत असे. मग प्रसंग कोणताही असो.

सव्वासात वाजेपर्यंत सर्व आमंत्रित मंडळी हॉलमध्ये हजर राहिली. स्वागतासाठी दारापाशी उभे असलेले कन्हैयालाल मग आत आले.

दिव्यांची रोषणाई आणि उंची वस्त्रभूषणांनी नटलेले स्त्री-पुरुष यांच्यामुळे त्या हॉलला एक आगळेच स्वरूप प्राप्त झालं होतं. थोड्याच वेळात पार्टीला सुरुवात झाली. 'बुफे-पार्टी' असल्यामुळे आमंत्रितांमध्ये आपोआपच ग्रुप्स पडले. आपापल्या डिशेस हाती घेऊन उभ्या उभ्याच खात-पीत मंडळींनी गप्पाटप्पांना सुरुवात केली.

हास्यविनोदाला उधाण आलं. स्वत: करवाँ हॉलमधून हिंडत आमंत्रितांना आग्रह करीत होते. त्यांच्या गप्पांत सामील होत होते. निमंत्रितांच्या आग्रहाखातर थोडसं खातही होते.

खाण्या-पिण्याचा कार्यक्रम संपल्यावर करवाँनी त्या सर्वांना एका मोठ्या गोल मेजाभोवती वर्तुळाकार उभं केलं आणि आपण आता आपला रत्न-संग्रह दाखविणार असल्याचं जाहीर केलं. सर्वांनी टाळ्या वाजवून त्याबद्दल आपला आनंद व्यक्त केला. एक चौकोनी काचेची पेटी त्यांनी टेबलावर ठेवली आणि त्यातून ते एकेक बॉक्स बाहेर काढू लागले. ते एकेक बॉक्स उघडून सर्वांसमोर धरीत होते आणि सर्वांचे पाहून झाल्यावर ते पुन्हा त्या पेटीत टाकीत होते. प्रेक्षकांकडून निघणारे आश्चर्योद्‌गार आणि स्त्रियांमधून निघणारे आनंद दर्शक चीत्कार यामुळे त्यांना धन्यता वाटत होती. त्यांचा रत्नसंग्रह तसा दृष्ट लागण्यासारखाच होता. शेवटची रत्नहाराची बॉक्स त्यांनी उघडून समोर धरली आणि सर्वजण त्या झळाळणाऱ्या दागिन्याकडे थक्क होऊन पाहात राहिले.

कुणाच्याही तोंडून पहिले काही क्षण शब्ददेखील फुटला नाही. मग मात्र जो तो त्याबद्दल कौतुकाने उद्‌गार काढू लागला. करवाँनी बॉक्स बंद करण्यासाठी हालचाल केली आणि नेमके त्याचवेळी लाइट्‌स गेले. एकच मिनिट! पण तेवढ्या वेळात काय वाटेल तो गोंधळ होणं शक्य होतं.

"कुणीही जागेवरून हलू नका म्हणजे काहीच गडबड होणार नाही." करवाँ म्हणाले. त्यांच्या आवाजातली भीती ते लपवू शकत नव्हते. लाइट्‌स पुन्हा आले तेव्हा रत्नहाराची पेटी करवाँच्या हातात होती आणि काचेच्या पेटीच्या झाकणावर त्यांनी स्वत: हात ठेवलेला होता. "थँक्स गॉड" असे पुटपुटत त्यांनी ती बॉक्स पेटीत टाकली.

कर्तारसिंगांनीही समाधानाचा सुस्कारा सोडला. त्यानंतर थोड्याच वेळात सर्वजण आपल्या घरी परतले.

कर्तारसिंग घरी परतले तेव्हा साडेनऊ वाजले होते. ते खोलीत जाताच संपतने त्यांना नाइट ड्रेस आणून दिला आणि त्यांना काही हवे नको याची चौकशी केली.

"मला आता काहीच नको. तू आता जा झोपायला." कर्तारसिंग म्हणाले. संपत निघून गेल्यावर कर्तारसिंगांनी कपडे बदलले आणि मग सूट जागेवर ठेवण्यापूर्वी कोटाच्या खिशातल्या वस्तू काढून ठेवाव्या म्हणून त्यांनी खिशात हात घातला. पण दुसऱ्याच क्षणी विंचू डसावा तसा त्यांनी तो हात मागे घेतला. बाहेर काढलेल्या हाताकडे त्यांनी आश्चर्याने पाहिले. आणि त्यांच्या डोळ्यांसमोर हजारो काजवे चमकले. कारण त्यांच्या हातात करवाँकडे पाहिलेला तोच तो झळकणारा रत्नहार होता! हे कसं नि कधी झालं हेच त्यांना समजलं नाही. त्यांनी दोन्ही हातांच्या

ओंजळीने आपला चेहरा झाकून घेतला. बेइज्जतीच्या कल्पनेने तो काळवंडून गेला होता. अखेर विजय ''त्याचा'' झाला होता.

त्यानंतर दोन दिवस काहीही न घडता गेले. पण त्यामुळे कर्तारसिंगांची मन:स्थिती अधिकच टांगल्यागत झाली. ते सतत धास्तावलेले होते. त्यांना येणारा प्रत्येक मेसेज खरा ठरला होता आणि म्हणूनच ते घाबरले होते. ''मी तुझा निर्वंश करणार आहे.'' हे त्या संदेशातले शब्द त्यांच्या मनात सतत पिंगा घालू लागले. हेही शब्द तो खरे करून दाखवील काय? तसे होऊ नये यासाठी ते मनातल्या मनात देवाचा धावा करू लागले. त्यांच्या मनाला एकच प्रश्न आता सतत भेडसावत होता–

''कुरेशी खरोखरच सूड घेईल काय?'' तसं असेल तर... तर त्यांना धोका होता आणि....आणि....जसबीरलाही! जसबीर! त्यांचा लाडका एकुलता एक मुलगा जसबीर! जसबीरच्या प्राणाच्या मोबदल्यात ते सगळी संपत्ती देऊन भिकारी व्हायला देखील तयार होते. ''नाही....नाही....जसबीरला काही होता कामा नये. त्या कुरेशीला म्हणावं तू माझ्यावर हवा तितका सूड उगव. माझे प्राण घे. पण माझ्या बाळाला हात लावू नकोस. नाही! जसबीरच्या केसालाही धक्का लागता कामा नये.'' अशा प्रकारच्या विचारांनी कर्तारसिंग कमालीचे उत्तेजित आणि अस्वस्थ झाले. काय करावं हेच त्यांना सुचेना. अशा स्थितीत ऑफिसला जाण्यात अर्थच नव्हता. त्यांनी फोन करून आपण येणार नसल्याचं ऑफिसला कळवलं आणि ते पलंगावर आडवे झाले.

पण नेमका त्याच दिवशी घात झाला! दुपारी तीन साडे तीनच्या सुमारास टेबलावरचा फोन घणाणू लागला. कर्तारसिंगांनी थंडपणे रिसीव्हर उचलला आणि कानाला लावला. नेहमीच्या सवयीप्रमाणे त्यांच्या तोंडून शब्द बाहेर पडले,

''हॅलोऽ कर्तारसिंग स्पीकींग.''

पण दुसऱ्याच क्षणी त्यांचा चेहरा भयानक बनला. रिसीव्हर हातातून गळून पडला आणि ''जसबीऽऽर'' असा टाहो फोडून ते खाली कोसळले.

सुमारे तासाभराने ते शुद्धीवर आले तेव्हा त्यांचा चेहरा भकास आणि भग्न दिसत होता. त्यांचा पी. ए. सक्सेना आणि डॉक्टर चिंतातुर चेहऱ्याने बसले होते. दाराशी संपत उभा होता. खांद्यावरच्या रुमालाला डोळे पुसत तो मुकाट्याने उभा होता. त्या सर्वांना पाहिल्यावर कर्तारसिंगांना पुन्हा एक भयानक बातमी आठवली. लॅबोरेटरीतल्या जसबीरच्या केबिनमध्ये केमिकल्सचा स्फोट झाला होता आणि त्यात जसबीर आणि त्याचा असिस्टंट दोघेही जागीच ठार झाले होते.

शोकमग्न कर्तारसिंगांना सक्सेनांनी थोड्याच वेळाने अपघाताच्या जागी नेलं.

पुत्राचं शेवटचं दर्शन घेताना कर्तारसिंगांना शोक अनावर झाला. ते दृश्य इतरांच्या हृदयाचं पाणी पाणी करणारं होतं. जजबीरची खोली पुष्कळच उद्ध्वस्त झाली होती. सगळी काचपात्रं फुटून त्यांचे तुकडे तुकडे झाले होते. कोणत्या केमिकलचा स्फोट झाला किंवा तो कोणत्या केमिकलची परीक्षा करीत होता हे सांगणारं तिथे कुणीही नव्हतं. काय झालं असावं हे कर्तारसिंगांना नीट उमगलं नव्हतं. जसबीरचा मृत्यू झाला ही एकच गोष्ट सत्य होती आणि त्यामुळे त्यांचं सगळं जग उद्ध्वस्त होऊन गेलं होतं.

लवकरच पोलीस पंचनामा झाला. लॅबोरेटरीतला एक अपघात म्हणून ती गोष्ट नोंदली गेली. पण कर्तारसिंगांना मात्र वाटत होतं की हा 'त्यानेच' घेतलेला बळी आहे. आणि त्यामुळे तर ते अधिकच हादरले होते. सगळी लॅबोरेटरी त्या भयानक प्रकाराने अंतर्बाह्य ढवळून निघाली होती. जसबीरचं व्यक्तिमत्त्व कर्तारसिंगांइतकंच प्रभावी होतं. सर्वांच्यामध्ये तो लोकप्रिय होता. त्यामुळेच त्याच्या मृत्यूने अनेकांना चांगलाच धक्का बसला होता. सर्वजण हळहळत होते. पण कर्तारसिंगांचं मन आत्यंतिक दु:खानं संवेदनाहीन झालं होतं. त्यांना कशाचंच भान राहिलं नव्हतं.

जसबीरचा अंत्यसंस्कार आटोपल्यावर कर्तारसिंगांनी स्वत:ला आपल्या बेडरूममध्ये कोंडून घेतलं आणि आपल्या शोकाला मोकळी वाट करून दिली. संपतने दोन-तीनदा मनधरणी करून त्यांना जेवायला घालायचा प्रयत्न केला, पण त्यांनी त्याला रागानं हाकलून दिलं. काही वेळाने ते आपोआपच सावरले गेले. चिरुट शिलगावून ते एकटेच विचार करीत बसले. रात्र उलटू लागली. पण कर्तारसिंग बिछान्यावर पडले नाहीत. डोळे ताणून ते जागतच राहिले. मध्येच उठून ते येरझारा घाल, मध्येच जसबीरच्या फोटोकडे पाहात बस, मध्येच काहीतरी बघण्याचा प्रयत्न कर असं त्यांचं चाललं होतं. मनाला अन् शरीराला स्वस्थता नव्हती. मनाचा सारखा एकच आक्रोश चालला होता, "जसबीर, बाळा, असं कसं रे झालं हे?"

रात्रीचे दोनचे ठोके पडले आणि कर्तारसिंग दचकले. कसल्या तरी अपेक्षेने त्यांचं काळीज धडधडू लागलं. भयचकीत नजरेनं त्यांनी खोलीत सभोवार पाहिलं आणि मग ते सावकाश खुर्चीत बसले. घड्याळ टिकटिकतच होतं. एक दोन क्षण तसेच पसार झाले आणि मग अचानक त्या शांततेचा भंग करणारा कठोर स्वर त्या खोलीत उमटला.

"कर्तारसिंग..." त्या आवाजासरशी कर्तारसिंग ताडकन उभे राहिले. ते विलक्षण घाबरले होते. हे...हे त्यांना अनपेक्षित होतं.

"कर्तारसिंग, मी कुरेशी बोलतोय.

"माझं अर्ध काम झालंय. आता तुझी पाळी आहे.

मी...मी सूड घेणार आहे तुझा सूड!" आणि मग एकदम हास्याचा गडगडाट

झाला. ते हास्य क्रूर होतं. तितकंच भयानकही होतं. काळजाचा थरकाप उडवणारं होतं. थरथर कापणाऱ्या कर्तारसिंगांना मोठ्यांदा ओरडावंसं वाटलं. पण त्यांची जीभ टाळ्याला घट्ट चिकटून बसली होती. तो अज्ञात आवाज थांबला तरीही कर्तारसिंग तसेच जमिनीला खिळलेले राहिले. बाहेरून कुणीतरी जोरजोराने कडी वाजवीत होतं. कर्तारसिंगांच्या बधीर मनाला त्याची जाणीव यायला बराच वेळ लागला. त्यांनी दार उघडलं. बाहेर संपत उभा होता. त्याचा चेहरा भेदरलेला होता,

"काय झालं साहेब?" त्याने विचारलं.

कर्तारसिंग काहीच बोलले नाहीत, मग संपतने त्यांना जवळ जवळ जबरदस्तीनेच कॉटवर झोपवलं.

"तुम्ही झोपल्याशिवाय मी येथून हलणार नाही." असं सांगून तो तिथंच जवळ बसून राहिला. निरुपाय झाल्यासारखे कर्तारसिंग पडून राहिले. आणि मग केव्हा तरी त्यांचा डोळा लागला.

दुसरा दिवस काहीच न घडता गेला. कर्तारसिंगही कुठे बाहेर पडले नाहीत. रात्री त्यांना झोपही छान लागली. केव्हातरी त्यांना अचानक जाग आली. अभावितपणेच त्यांची नजर भिंतीवरच्या घड्याळाकडे गेली. काटा दोन वर सरकत होता. टण..टण दोन टोल पडले आणि मग पुन्हा ते क्रूर, रक्त गोठवून टाकणारे हास्य त्यांना ऐकू आले. तो आवाज थांबेपर्यंत ते तसेच हालचाल न करता पडून राहिले. त्यांच्या अंगातली शक्तीच कुणीतरी खेचून घेतल्यासारखं त्यांना वाटत होतं. त्यांचं सारं अंग घामानं थबथबलं होतं. कुरेशी आपल्याला जिवंत सोडणार नाही, ह्या धास्तीनं आता त्यांना पुरतं झपाटून टाकलं होतं. त्यानंतर त्यांना झोप लागणं शक्यच नव्हतं.

सकाळ उजाडली. पण कर्तारसिंगांच्या मनातली भीती कमी न होता उलट वाढतच होती. येणाऱ्या प्रत्येक क्षणावर त्यांना मृत्यूची पडछाया दिसत होती. मृत्यू आल्यावर कुठून नि कसा झडप घालेल ही भीती मनात ठाण मांडून बसली होती. यांत्रिकपणे सर्व व्यवहार चालूच होते. पण कावरं-बावरं झालेलं मन मात्र टवकारून सभोवार लक्ष ठेवीत होतं. कशाची तरी प्रतीक्षा करीत होतं. दुपार कलली. सावल्या लांब व्हायला लागल्या. तसे कर्तारसिंग अधिकच घाबरले.

सहाच्या सुमारास रणजितने त्यांना त्यांच्या एका मित्राचा निरोप आल्याचं सांगितलं. त्यांना त्याने आपल्याकडे बोलावलं होतं. कर्तारसिंगांना त्या निरोपामुळे समाधान वाटलं. कुठेतरी चार घटका गप्पात घालवल्या तर आपल्याला बरं वाटेल असं त्यांना वाटत होतं. त्यांनी गाडी काढली. आणि ते मित्राच्या घरी गेले.

गुप्तांना कर्तारसिंगांच्या मन:स्थितीची कल्पना होतीच. त्यामुळेच तो अप्रिय विषय टाळून त्यांनी त्यांना वेगळ्याच गप्पांमध्ये गुंतवलं. पत्त्यांचा डाव टाकला गेला. मद्यपानाची बैठकही रंगली. कर्तारसिंग मद्य पीत नव्हते. पण मित्राबरोबर त्यांनी

सोसवेल एवढं मद्यपान केलं. रात्री बऱ्याच उशीरा ते घरी जायला निघाले तेव्हा त्यांना मनावरचा बराचसा ताण कमी झाल्यासारखा वाटत होता. मित्राचा निरोप घेऊन ते गाडीत बसले.

गाडी स्टार्ट करून त्यांनी वेग दिला. आणि मग अचानक त्यांना 'कुरेशीची' आठवण झाली. मृत्यूच्या भयाने त्यांचा पुन्हा थरकाप झाला. मग त्यांनी गाडी मुद्दामच रहदारीच्या रस्त्यानेच चालवली. दिव्यांच्या या झगमगाटात त्यांना एक प्रकारची सुरक्षितता वाटत होती. पण केव्हा तरी तो रस्ता संपणारच होता. एक वळण घेऊन ते आपल्या बंगल्याकडे जाणाऱ्या रस्त्याकडे निघाले. तो भाग संपूर्ण काळोखात बुडाला होता. काचेतून रस्त्याकडे पाहणाऱ्या कर्तारसिंगांना त्याची जाणीव झाली आणि त्याचक्षणी त्यांच्या तोंडून किंकाळी बाहेर पडली. इतका वेळ नितळ असलेल्या त्या काचेवर त्यांना दिसलेले दृश्यच तितके भयानक आणि हिडिस होते. एक हसण्यासाठी जबडा वासलेली कवटी आणि झडप घालण्यासाठी पुढे आलेले दोन हाडांचे हात यांनी ती संपूर्ण काच व्यापून टाकली होती. या दृश्याने कर्तारसिंग इतके घाबरले की त्यांचा स्वत:वरचा ताबाच गेला. त्यांना गाडी कंट्रोल करता येईना. घामाने थबथबलेल्या कर्तारसिंगांची गाडी वाकडी पळतच होती. त्याच स्थितीत त्यांनी ब्रेक दाबण्याचा प्रयत्न केला. आणि चुकून त्यांचा ॲक्सिलेटरवरच पाय पडला. गाडीचा वेग प्रचंड वाढला. हेलकावे खात सुसाट चाललेली ती गाडी अखेर एका झाडावर जाऊन आदळली. काय होत आहे हे कळायच्या आतच कर्तारसिंग काहीही कळण्याच्या पलीकडे जाऊन पोहचले. तो अपघातच तितका भयंकर होता. अवघ्या दोन ते तीन मिनिटांत सगळा खेळ खलास झाला.

...मद्याचे दोन प्याले मोठ्या दिमाखात एकमेकांना भिडले आणि किण्ऽ असा आवाज आला,

''फॉर युवर हेल्थ ॲण्ड वेल्थ'' सलीमने आपले लालसर डोळे अमीरहुसेनवर रोखत म्हटलं आणि दोघांनीही हास्याचा गडगडाट केला. ''वा भाई! बडा मजा आया'' हास्याचा भर थोडा ओसरताच अमीर म्हणाला. ''सलीम, खरंच तुझी मदत नसती तर माझी स्कीम इतकी यशस्वी झाली असती की नाही शंकाच आहे. केवळ तुझ्यामुळेच आज मी एवढ्या मोठ्या इस्टेटीचा मालक झालोय.''

अमीरच्या या वाक्याने फुशारून गेलेल्या सलीमने ऐटीत मद्याचा एक घोट घेतला आणि म्हटलं,

''तुझ्या या योजनेवर मी खूप विचार केला होता. म्हणूनच ती इतकी यशस्वी झाली. प्रत्येक बारीक गोष्टीचा विचार मी पूर्वीपासूनच करून ठेवला होता. कर्तारसिंगच्या नोकराला रणजितला फितवल्यामुळे जास्तच मदत झाली.''

"पण ते तू साधलंस कसं?"

"त्यात विशेष काय आहे? भरपूर पैसा कमावणं किंवा प्राण गमावणं असे दोनच पर्याय मी त्याच्यापुढे ठेवले होते. कोणताही माणूस प्राण गमवायला तयार नसतो. त्यामुळे त्याच्यावर सोपवलेली छोटी छोटी कामं त्यानं चोख पार पाडली.

कर्तारसिंगच्या खोलीत सापाची करंडी ठेवणं, त्यांच्या कपाटात हँगर्सच्या जागी हाडाची कवटी लटकावणं, करवॉकडच्या पार्टीकडून ते आल्यावर त्यांच्या खिशात तो हिऱ्यांचा बनावट हार टाकणं आणि शेवटी टेपरेकॉर्डरचा स्पीकर त्यांच्या खोलीत बेमालूमपणे बसवून कुरेशीच्या आवाजाने त्यांना घाबरवून टाकणं हे सर्व त्यानंच केलं."

"पण हे सर्व करून घेताना तुला वारंवार त्याच्याशी संपर्क साधावा लागला असेल. उद्या कदाचित तो आपल्याला ब्लॅकमेल सुद्धा करू शकेल." अमीरने किंचित काळजीच्या सुरात म्हटलं. सलीम त्यावर मोठ्यांदा हसला.

"इतका मूर्ख नाही मी अमीर. मी त्याच्याशी नेहमीच फोनवर संपर्क साधायचो. आपल्याला कोण सूचना करतं आणि पैसा पुरवतं, ह्या सगळ्यांचा परिणाम कसा होणार, याची त्याला पुसटशीसुद्धा कल्पना नव्हती."

"अस्सं. पण सलीम, शेवटी कर्तारसिंगच्या गाडीला अपघात घडविण्याची तुझी युक्ती मात्र नामी होती."

"होय, होय! कर्तारसिंगचं मनोधैर्य आपण हळू हळू खच्ची करीत आणलेलं होतंच. मी टेलेक्सवरून दिलेल्या धमक्या, त्या प्रत्येकवेळी सत्य होणं, जसबीरच्या लॅबोरेटरीत आपण बेमालूमपणे घडवलेला स्फोट आणि त्याचा मृत्यू आणि अखेर प्रत्यक्ष कुरेशीचा नकली आवाज, यामुळे ते भयंकर घाबरलेले होते.

त्यांचा मानसिक तोल भयंकर ढळलेला होता. अत्युच्च बिंदूचाच मी फायदा घेतला. कर्तारसिंगच्या काचेवर मी एका अज्ञात व्यक्तीच्या साह्याने एक कवटी आणि हाडांचे हात फ्लोरोसेंट पेंटने रंगवले. ते चित्र फक्त अंधारातच दिसू शकणार होतं. म्हणूनच मी रणजितकरवी त्यांना दोस्ताचा खोटाच निरोप दिला.

कर्तारसिंगांची मन:स्थिती बरोबर नसल्याने ते नक्कीच बाहेर पडतील अशी मला खात्री होती. त्याप्रमाणेच झाले. रात्री त्यांच्या भागातली लाईन बिघडविण्याची व्यवस्थाही मीच केली आणि मग सगळेच मनाजोगे घडून आले. कर्तारसिंगांनी बंगल्याच्या बाजूला कार वळवताच तेथल्या गडद अंधारात ते फ्लोरोसेंट चित्र चमकलं. आणि आधीच घाबरलेल्या कर्तारसिंगांचा स्वत:वरचा ताबाच उडाला आणि मग तो भयंकर अपघात होणं अपरिहार्यच होतं." सलीमने आपलं लांबलचक भाषण संपवून अमीरकडे साभिप्राय पाहिलं. अमीरने मान डोलावली.

"हा सर्वच प्रकार आपण इतक्या व्यवस्थितपणे हाताळला आहे की कर्तारसिंग किंवा जसबीर यांच्यापैकी कोणाच्याही मृत्यूबद्दल आपल्याकडे कोणी बोट दाखवू

शकणार नाही. अगदी बारीकसा देखील पुरावा आपण मागे राहू दिलेला नाही.'' अमीर म्हणाला.

''तू आता दिल्लीला जाणार आहेस ना? तिथला सगळा चार्ज घ्यायला?''

''होय. मी आज रात्रीच प्लेनने निघेन. तत्पूर्वीच तुझी पैशाची व्यवस्था मी करून ठेवणार आहे. सलीम आता दोन दोन हातांनी कितीही पैसा उधळलास तरीही संपू शकणार नाही इतक्या संपत्तीचा तू मालक होणार आहेस.''

सलीम त्याच्या या बोलण्याने खूष होऊन गेला. त्याने आपली सिगारेट पेटवली आणि मग उभा राहत तो म्हणाला.

''बरंय तर. मी निघू आता?''

त्याच्या उभ्या उभ्याच झोकांड्या जात होत्या. त्याकडे पाहात अमीर म्हणाला. ''हे बघ, माझा नोकर तुला खाली पोचवील. माझी इंपाला घेऊन जा तू. ती आजपासून तुझ्या मालकीची आहे.'' सलीमने मोठ्या खुषीत त्याच्याशी हस्तांदोलन केलं आणि तो खोलीबाहेर पडला.

त्याच रात्री अमीरहुसेन प्लेनने दिल्लीला रवाना झाला. कर्तारसिंगांच्या बंगल्यात तो उतरला. संपत तिथे एकटाच होता आणि तिथे त्याने चोख व्यवस्था ठेवली होती. अमीरने संपतच्या हातातला गरम चहा घेतला आणि नाईट गाऊन चढवून तो झोपायला गेला. त्याने घड्याळात पाहिलं. पावणे दोन वाजले होते. तो अंथरुणावर पडला. झोपेने त्याला चांगलंच घेरलं होतं. पण डोळ्यावर निद्रेचा अंमल थोडा चढतोय न चढतोय तोच कशाने तरी त्याला जाग आली.

तो टेलेक्स मशीनच्या घंटीचा आवाज होता. अशा भलत्या वेळी कुणाचा मेसेज असणार याचा विचार करीतच तो उठला आणि टेलेक्सच्या रूममध्ये आला. त्याने बटण दाबताच मजकूर टाईप होऊ लागला—

''अमीरहुसेन, तू कपटकारस्थान करून आम्हा दोघांना आयुष्यातून उठवलंस. पण मी तुला हे पचू देणार नाही.

— कर्तारसिंग''

तो मजकूर वाचताच अमीरहुसेन आश्चर्यचकित झाला. हा काय प्रकार असावा तेच त्याला कळेना. पण एक दोन क्षणातच त्याच्या चेहऱ्यावर हास्यरेखा उमलली. हा सलीमचाच काहीतरी चावटपणा असला पाहिजे अशी त्याची खात्री झाली.

त्याने टेलेक्स एक्स्चेंजशी संपर्क जोडला.

''सलीम, तू मला घाबरविण्याचा प्रयत्न करतो आहेस का?'' त्याने विचारलं. पण पलीकडून निराळ्याच व्यक्तीने उत्तर दिले. ''साहेब, सलीम येथे नाही, आज संध्याकाळीच त्याला ॲक्सीडेंट झाला असून त्याला हॉस्पिटलात ॲडमिट केलं आहे. त्याची प्रकृती चिंताजनक आहे.'' जाधव.

अमीरहुसेनला त्या बातमीने चांगलाच धक्का बसला. हे त्याला अगदीच अनपेक्षित होते.

"तर मग मला आता १०२ नंबरवर कुणी मेसेज दिला?" त्याने पुन्हा प्रश्न केला.

"अजून तरी आपल्याला कुणाचाही मेसेज गेलेला नाही साहेब."

अमीरहुसेन ते वाचून अवाक् झाला. टेलेक्सचा संपर्क तोडून तो पुन्हा खोलीत आला. हा प्रकार काय आहे हेच त्याला कळेना. अनेक विचारांचा त्याच्या मनात गोंधळ उडाला आणि मग एकाएकी तेथल्या वातावरणात काही तरी वेगळाच बदल होत असल्याचं त्याला जाणवलं. सगळीकडे एक विलक्षण ताणलेली नि:स्तब्धता पसरली.

अमीरहुसेनचे पापी मन कसल्या तरी भयाने थिजल्यासारखे झाले. त्याच्या कपाळावर धर्मबिंदू जमा झाले. एकाएकी धावपळ करून त्याने दारं-खिडक्या घट्ट बंद केल्या. धपापल्या काळजाने आणि विस्फारलेल्या नेत्रांनी चोफेर पाहत तो स्तब्ध उभा राहिला आणि मग एक दोन क्षणातच ते घडलं.

बंद दाराच्या फटीतून एक पांढुरकी, धूसर आकृती लवलवतच आत आली. आत येताच ती स्थिर उभी राहिली आणि मग अधिकाधिक स्पष्ट होऊ लागली. हे पाहताच अमीर हुसेनची भयाने गाळण उडाली.

"क्....क्.... कोण? कर्तारसिंग?" त्याने कसेबसे विचारलं. त्याची भयाने बोबडी वळली होती.

"होय, अमीरहुसेन मी आलो आहे!" असे म्हणत त्या आकृतीने एक पाऊल पुढे टाकलं आणि मग ती अत्यंत सावकाशपणे पुढे सरकू लागली.

❑

शाप

मी डोळे उघडले तेव्हा उन्हं वर येऊन खिडकीच्या तावदानांवर पडली होती. तिकडे नजर जाताच, तो चकाकणारा प्रकाश सहन न होऊन, मी डोळे पुन्हा मिटून घेतले. कुशीवर वळून आजूबाजूला पाहायला सुरुवात केली. दिवाणखान्यात सामसूम होती. एकेकाळी मी हौसेनं खरेदी केलेलं फर्निचर, अवघडून जागच्या जागी उभं होतं. जवळच्या स्टुलावर औषधांच्या बाटल्या अन् दोन-तीन फळं ठेवलेली होती. आतल्या दाराकडे पाहता पाहता मला वाटलं थोड्याच वेळात रुक्मिणी डोकावून जाईल आणि आपण जागे झालोत हे पाहताच लगबगीनं गरमागरम चहा करून आणील आपल्यासाठी. नंतर थोड्या वेळानं फळं, प्रोटीन्यूल, पुन्हा थोड्या वेळानं स्पंजिंग्, नंतर औषध....घरातली कामंधामं संभाळून बिचारी सारखी आपल्या सेवेला लागलेली असते; पण त्या सेवेला फळ येणार नाही, हे आम्हा दोघांनाही माहीत आहे. आपण आजारी झालो त्याला दीड महिना होत आला....आणि आता कालपासून 'तिचं' अस्तित्व जाणवायला लागलंय्.... 'ती' आली आहे. आपल्याला न्यायला!

रुक्मिणी हातात चहाचा कप घेऊन आली. कप स्टुलावर ठेवीत तिनं मला बसतं केलं. बशीत चहा ओतून देत तिनं मायेनं विचारलं-

"रात्री झोप आली होती?"

"थोडीशी आली. पहाटे पहाटे मात्र चांगला डोळा लागला होता."

थरथरत्या हातानं बशी सावरीत मी चहा पीत होतो. चहा पिऊन पुन्हा आडवं होण्यापूर्वीच, लक्ष उशागतीच्या कपाटाला असलेल्या आरशाकडे गेलं. स्वत:चंच ते प्रतिबिंब पाहताच मी दचकलो. नकळतच हात चेहऱ्यावरून फिरला. गालफडं बसलेली! डोळे खोल गेलेले! इतके कसे खंगून गेलो आपण या महिन्याभरात? यापूर्वी तर रेड्यासारखी ताकद होती अंगात! आता चाळणी झालीय देहाची! विचार करीतच मी आडवा झालो. डोकं उशीवर ठेवताच पुन्हा

रुक्मिणीचा चेहरा दिसला. माझ्या मनातले विचार समजल्यामुळेच की काय, तिचा चेहरा रडवेला झाला होता. आपल्या डोळ्यांतलं पाणी दिसू नये म्हणून ती चटकन मान फिरवून आत गेली. तिच्या पाठमोऱ्या आकृतीकडं पाहात मी सुस्कारा सोडला, अन् सुन्न होऊन आढ्याकडे पाहात पडून राहिलो.

या साऱ्या घटनांना मी जिंकलेली ती केस कारणीभूत झालीय. त्या आधी सारं कसं छान चाललं होतं. एक निष्णात वकील म्हणून मी प्रसिद्ध होतो. सारखी अशिलांची वर्दळ घरी असायची. लक्ष्मी पायाशी लोळण घेत होती. कुठलीही केस हाती धरली की मी माझी सारी बुद्धिमत्ता पणाला लावीत होतो. उलट सुलट प्रश्नांनी प्रतिपक्षाची भंबेरी उडवीत होतो. प्रभावी भाषणं करून ज्युरीवर परिणाम करीत होतो अन् मग केस जिंकली की अत्यानंदानं बेभान होत होतो. पुष्कळदा त्या भरात आपण ती केस रुक्मिणीला सांगायचो. तिला ते कळायचं की नाही देव जाणे, पण तिच्या डोळ्यांतून ओसंडणारं कौतुक आणि आदर पाहून आपल्याला धन्य झाल्यासारखं वाटायचं. पण पुढेपुढे पैशांचा धूर यायला लागला डोळ्यांवर! खऱ्या खोट्याची, नीती-अनीतीची चाड राहिली नाही. पैसा हेच आयुष्याचं ध्येय झालं. खऱ्याचं खोटं करताना एखाद्याच्या आयुष्याचा आपल्यामुळे सत्यानाश होतो आहे, हा विचारही मनात येईना. डोळ्यांसमोर नाचायची ती फक्त अशीलं देत असलेली नोटांची बंडलं!

....एक दिवस असाच एक शेठजी आला. इकडं तिकडं पाहात कुजबुजत्या स्वरात तो बोलत होता. इस्टेटीसाठी त्यानं आपल्या पुतण्याचा खून करविला होता आणि त्याचा आळ मात्र आपल्या गरीब भोळ्या नोकरावर, श्रीपतीवर आणला होता. त्याने पुरावाच अशा प्रकारे तयार केला होता की त्यामुळे श्रीपतीच दोषी ठरत होता. माझ्यासारखा एखादा अत्यंत बुद्धिमान वकीलच त्याची मान फासातून सोडवू शकला असता. पण माझ्या हाती ती केस सोपवून त्याच्यासाठी शेठजींनी तोही मार्ग मोकळा ठेवला नाही. सारं सांगून झाल्यावर त्यांनी नोटांचं पुडकं माझ्यासमोर ठेवलं आणि म्हटलं-

"काय वाटेल ती फी घ्या; पण मला एकदाचं यातून मोकळं करा. लक्षात असू द्या, श्रीपतीची मान फासात अडकली नाही तर सारं प्रकरण माझ्यावरच उलटेल."

"ठीक आहे, माझ्याकडून जास्तीत जास्त प्रयत्न करीन मी!"

एवढं आश्वासन मिळताच शेठजींचं समाधान झालं. थोड्या वेळानं ते निघून गेले. मी उठून पुडकं तिजोरीत टाकीत होतो, तेवढ्यात रुक्मिणी बाहेर आली. एवढे पैसे पाहताच तिनं डोळे विस्फारले. आडवळणानं तिनं चौकशी केली पण मी उडवाउडवीची उत्तरं दिली. अखेर सुस्कारा सोडून ती म्हणाली-

"आमच्याजवळ तुम्ही कशाला सांगाल म्हणा! आणि सांगून तरी काय उपयोग? आम्हाला त्यातलं काही देखील कळत नाही; पण एवढं मात्र बजावून सांगते की काही काळंबेरं असेल तर ती केस घेऊ नका. असले पैसे लाभायचे नाहीत आपल्याला.''

मी हसलो, तिच्या भोळ्या समजुतीला! अन् म्हटलं-

"वेडी आहेस. अग वकिलाचा धंदा आहे हा! थोडं फार मागंपुढं, खरं-खोटं असायचंच त्यात!''

यावर ती काहीच बोलली नाही. तो विषय तेवढ्यावरच संपला.

केसच्या तारखा लागेपर्यंत मी दिवस-रात्र सारखा त्या केसचा मनःपूर्वक अभ्यास करीत होतो; ती कसकशी लढवायची याचे आडाखे मनाशी बांधीत होतो.

अखेर एकदाचा तो दिवस उजाडला. मोठ्या उत्साहाने मी कोर्टाच्या पायऱ्या चढलो. पहिल्याच दिवशी मी प्रभावी वक्तव्य केलं. आणि पहिली फेरी जिंकल्याच्या आनंदात घरी निघालो. दारातच एक बाई उभी होती. तिच्या कडेवर एक लहान मूल होतं. नऊवारी हिरव्या रंगाचं पातळ नेसलेली, कपाळभर मळवट भरलेली, ती बाई संतापाने माझ्याकडे पाहात होती. मला ते थोडं चमत्कारिक वाटलं, पण लगेच तिला ओलांडून मी बाहेर आलो आणि नंतर ती गोष्ट विसरूनही गेलो. घरी आल्यानंतर खाणंपिणं आटोपून मी बाहेर आलो तेव्हा दिवेलागणी झाली होती. मी आरामखुर्चीत पडलो होतो. इतक्यात व्हरांड्यात कुणाची तरी चाहूल लागली.

"कोण आहे?'' मी मोठ्याने विचारलं, पण उत्तर आलं नाही. अखेर उठून मी व्हरांड्यातला दिवा लावला आणि बाहेर पाऊल ठेवलं. मघाशी कोर्टात पाहिलेली ती बाई तेथेच खांबाला टेकून बसली होती. तिला पाहताच मी किंचित दचकलो; पण लगेच विचारलं-

"कोण आहेस तू?''

"मी शिरपाची बायकू हाय जी!'' एकटक माझ्याकडे पाहत ती म्हणाली.

"मग? काय हवंय तुला?'' मी दरडावून विचारलं.

"एक मागनं हाय जी. माझ्या शिरपानं त्यो खून क्येलेला न्हाही. त्या शेटनंच क्येलाय. शिरपाला यात नका गुंतवू. त्यो ग्येला तर माझी कच्ची-बच्ची उघडी पडतील. पदर पसरून भीक मागते तुमच्याकडं. त्याला फासावर नका देऊ जी!'' असं म्हणत ती रडू लागली.

"ए बाई ऽ! तिन्हीसांजेचं रडू नकोस माझ्या दारात!'' मी तिरस्कारानं ओरडलो. ती गप्प होताच मी म्हटलं- "सगळा पुरावा तुझ्या श्रीपतीच्या विरुद्ध

आहे. असं रडून गागून कोर्टात न्याय मिळत नसतो. चल जा इथून!'' असं म्हणत मी दार लावून घेतलं.

दिवसामागून दिवस मागे पडत होते. खटला गाजत होता. साक्षी, पुरावे, उलट तपासण्या यांनी खटल्याला रंग चढत होता. प्रतिपक्षाने बाजू मांडली की मी कडाडून हल्ला चढवीत होतो. त्यांची सारी विधानं खोडून काढीत होतो.... अन् मग एक दिवस खटल्याचा निकाल लागला. मी केस जिंकलो होतो. न्यायाधीशांनी श्रीपतीला दोषी ठरवून फाशीची शिक्षा फर्मावली आणि टाक मोडला. तिकडे प्रेक्षकांत बसलेल्या श्रीपतीच्या बायकोने हंबरडा फोडला. कोर्ट उठले. लोकही घरोघर गेले. मी घरी परतलो तो पिसासारखा तरंगतच. शेठजींनी घरी येऊन पाय धरले. ''तुमचे फार उपकार झाले बघा वकीलसाहेब! सहीसलामत सोडवलंत तुम्ही मला.'' असं पुन: पुन्हा म्हणत ते घरी गेले.

ठरलेल्या दिवशी श्रीपतीला फाशी झाली आणि त्याच दिवशी करकरीत तिन्ही सांजेला ती बाई पुन्हा माझ्या दारात येऊन उभी राहिली.

''कुठं हाय त्यो चांडाळ!'' बाहेरूनच ती गरजली.

मी संतापून बाहेर आलो. ''ए बये चल नीघ...'' पण पुढचे शब्द माझ्या घशातच अडकले. त्या बाईचा तो क्रूर चेहरा पाहताच मी दचकलो. तिच्या डोळ्यांतून जणू ठिणग्या बाहेर पडत होत्या. मळवट पुसलेलं तिचं कपाळ तिच्या अवताराला अधिकच रौद्र स्वरूप देत होतं. मला पाहताच तिनं कराकरा दात खाल्ले. कडाकड बोटं मोडीत ती किंचाळली-

''मेल्या, माझ्या घरादाराचा सत्यानाश केलास तू! माझं मागनं लाथाडून माझं कुंकू पुसलंस तू! चांडाळा, लक्षात ठिव, तुला बी सुखानं जगू द्यायची न्हाई मी.'' असं म्हणत तिनं उंबऱ्यावर हात आपटले. बोलताना प्रत्येक वाक्यागणिक ती दात खात होती, कडाकडा बोटं मोडीत होती. तिच्या या वागण्यानं मी अगदी हतबुद्ध झालो असतानाच, नोकरानं तिला दंडाला धरून बाहेर काढलं; तरीही ती उसळून उसळून येत होती,

''मेल्या, तुझा सत्यानाश करीन, वाट्टुळं करीन.'' असं किंचाळत स्वत:च्याच तोंडावर मारून घेत होती. केस तोडीत होती. अखेर ती फाटकाबाहेर गेली, तेव्हाच मी मागे फिरलो. मागे रुक्मिणी उभी होती. तिने शांतपणे माझ्याकडे पाहिलं. पण तिचे डोळे मात्र म्हणत होते, 'कशाला त्या बाईचा तळतळाट घेतलात?'

त्यानंतर ती बाई पुन्हा कधी दिसली नाही, मी सुटकेचा श्वास सोडला. वाटलं उगीचच घाबरलो होतो आपण! धंदा जोरात होता. पैसा मनाजोगा मिळत होता. दोन गुणी मुलं होती. कश्श्यात काऽही कमी नव्हतं. त्या बाईच्या

तळतळाटाची घटना वावडीसारखी उडून गेली आठवणीतून! तीन वर्षं भराभर संपली. मोठा अशोक इंजीनियर झाला, मला फार आनंद झाला, पेढे वाटले, त्याच्या मित्रांना झकास पार्टी दिली. दृष्ट लागावी इतक्या सुखात डुंबत होतो मी. अशोकनं नोकरीसाठी प्रयत्न चालू केले आणि नशिबाने लवकरच त्याला उत्तमपैकी नोकरी मिळाली देखील. तो नोकरीच्या गावी गेला तेव्हा आम्हा साऱ्यांनाच जड गेलं. त्याचा दिनक्रम सुरळीत सुरू झाल्याचं त्याचं पत्रही आलं. त्याच्या बाजूनं मी निश्चिंत झालो. सतीश अजून शाळेत शिकत होता. त्याला डॉक्टर करायची महत्त्वाकांक्षा होती माझी. त्या दृष्टीनं तेव्हापासून मी त्याच्या अभ्यासावर लक्ष ठेवीत होतो.

एक दिवस मी असाच झोपलो होतो. रात्र बरीच उलटून गेली होती. एकाएकी मला जाग आली. मी डोळे उघडले. कसला तरी उग्र दर्प एकाएकी माझ्या नाकात शिरला. पाठोपाठ हसण्याचा आवाज आला. कुणीतरी स्त्री माझ्यापासून अगदी जवळच खळखळून हसत होती. मी दचकून रुक्मिणीकडे पाहिलं. ती शांत झोपली होती. पुन्हा खळखळून हसण्याचा आवाज आला. मी त्या अनुरोधाने पाहिलं आणि दचकलोच. कोपऱ्यात 'ती' उभी होती. श्रीपतीची बायको.... म्हाळसा! कराकरा दात खात आपल्या लालभडक डोळ्यांवाटे आग ओकीत ती माझ्याकडे पाहत होती. थोड्याच वेळात कापूर उडून जावा तशी ती नाहीशी झाली. माझी जीभ टाळूला घट्ट चिकटली होती. घामानं माझं सारं अंग थबथबलं होतं. भयानं डोळे विस्फारले गेले होते....हळू हळू तो उग्र दर्प कमी झाला; पण मला मात्र नंतर झोप आली नाही.

दुसऱ्याच दिवशी अशोकच्या ऑफिसकडून पत्र आलं. आठ दिवसांपासून अशोक बेपत्ता असल्याचं त्यात लिहिलं होतं. त्याचा रजेचा अर्ज नव्हता. त्यामुळे तो घरी आला असल्यास ताबडतोब कळविण्याबद्दल त्यांत लिहिलं होतं. मी एकदम खचलोच. अशोकच्या नाहीसं होण्याचा काल रात्रीच्या प्रसंगाशी संबंध असेल काय?

हताश होऊन उपयोग नव्हता. अशोकच्या तपासासाठी मी कंबर कसली. पोलिसांतही खबर दिली पण पत्ता लागेना. त्याच्या जागी ऑफिसात दुसऱ्या माणसाची नेमणूकही झाली. अखेर पोलीस खात्यावर भार टाकून मी माझ्या उद्योगात स्वत:ला बुडवण्याचा प्रयत्न करू लागलो.

असेच दिवस जात होते. एक दिवस दारावरची बेल वाजली. मीच पुढे होऊन दार उघडलं आणि जागच्या जागी खिळून उभा राहिलो. समोर अशोक उभा होता, पण ओळखू देखील न येण्याइतका बदल त्याच्यात झाला होता. त्याच्या उमद्या चेहऱ्यावरचा तजेला साफ गेला होता. गालावर कातडी ताणून

बसविलेली असावी तसा त्याचा चेहरा भकास दिसत होता. एके काळच्या त्याच्या मजबूत शरीरावरचं मांस पार लोपलं होतं. उरला होता फक्त हाडांचा सापळा. कपाळावर रुळणाऱ्या केसांची झुलपं आता दिसत नव्हती. कपाळाकडून डोक्याच्या मध्यापर्यंतचे केस साफ नाहीसे झाले होते. तिथं टक्कल दिसत होतं. अशोकचं ते दर्शन जितकं अनपेक्षित तितकंच भयानक देखील होतं.

दुसऱ्याच क्षणी भानावर येऊन मी त्याला आत घेतलं. स्वत:शीच हसत तो आत आला. दार बंद करून मी त्याच्याजवळ गेलो.

"अशोक....अशोक, कुठं होतास तू?"

..अशोकनं माझ्याकडे पाहिलं. "अंऽ...." असा काहीसा उद्‌गार काढून तो स्वत:शीच हसला. माझं बोलणं त्याच्यापर्यंत पोचलंच नसावं. खाली मान घालून तो बोटं मोजू लागला. माझ्या मनात एक भयानक शंका डोकावून गेली. त्याला गदगदा हलवीत मी ओरडलो-

"अशोक, अशोक अरे कुठे होतास तू?"

माझ्या ओरडण्याचा त्याच्यावर फारसा परिणाम झाला नाही. थोडंसं हसून त्याने यावेळी उत्तर मात्र उत्तर दिलं- "कोण जाणे!"

माझ्या ओरडण्याने रुक्मिणी धावत बाहेर आली. अशोकला तशा अवस्थेत पाहताच तिने तर बसकणच मारली. "अशोका-अरे काय झालं रे हे तुला?" असं म्हणत तिने आकांत मांडला. मी तिची समजूत घालू लागलो; पण अशोक वेडा झाला आहे हे कठोर सत्य मला तिला सांगता येईना. माझी जीभ आतल्या आतच लुळी पडायला लागली. हा सारा प्रकार तिऱ्हाईताप्रमाणे बघणाऱ्या अशोकने थोड्या वेळाने तोंड उघडलं. केविलवाणे तोंड करीत तो म्हणाला-

"मला भूक लागलीय हो! कुणी जेवायला देता का?" त्याच्या त्या विनवणीने आम्हा दोघांनाही भडभडून आलं. रुक्मिणीने त्याच्या जवळ जाऊन त्याच्या तोंडावरून हात फिरविला. आणि डोळे पुसत ती त्याला आत घेऊन गेली. तिनं त्याला आग्रह करकरून जेवू घातलं. वर न पाहता अधाशासारखा तो जेवत होता. हात धुण्यासाठी तो मोरीकडे गेला तेव्हा रुक्मिणीला पुन्हा उमाळा आला. "बिचारं पोर, बेवारशी कुत्र्यासारखं कुठं कुठं भटकलं असेल देव जाणे. अन्नासाठी कुणाकुणाकडे तोंड वेंगाडलं असेल हो यानं? देवा नारायणा, काय प्रसंग आणलास रे बाबा हा!" ती बोलत होती अन् हुंदके देत होती. जवळ बसून मी तिच्या पाठीवरून हात फिरवीत होतो; पण मलादेखील दु:खाचे कढ आवरता येत नव्हते.

हळूहळू अशोक घरातल्या माणसांना ओळखायला लागला. गरजेपुरतं

बोलूही लागला. पण तेवढंच. घरात कुठे तरी कोपऱ्यात बसायचं, स्वत:शीच हसायचं, सिगारेट ओढायची नाही तर बोटं मोजायची; असाच त्याचा वेळ जाई. त्याचा कुणाला त्रास नव्हता. तो आरडाओरड, धिंगाणा करीत नव्हता; पण त्याची ती लाचारीसुद्धा पाहवत नव्हती.

"...हं ऽ! काय वहिनी, नारायणरावांची तब्येत कशी आहे?"

कुणीतरी रुक्मिणीला विचारतंय. आवाजावरून बहुतेक पंडित असावेत.

"आहे तशीच. फारसा फरक नाही!" हिचा आवाज.

"या बाजूला आलोच होतो, म्हटलं नारायणरावांना पाहून यावं."

पावलांचा आवाज जवळ जवळ येतो. "झोप लागलेली दिसतेय."

रुक्मिणी म्हणते. कुणाचा तरी खरखरीत हात कपाळावर फिरतो.

पंडितांचाच असावा, कारण त्यांचाच आवाज येतो-

"ताप आहे बरं का अंगात!"

रुक्मिणी पांघरुण सारखं करते. पावलांचा आवाज दूर जातो.

"काल तुमचा अशोक भेटला होता रस्त्यात."

मी कान टवकारतो- "चहासाठी दोन आणे मागत होता."

बिचारी रुक्मिणी! हे ऐकून काय वाटलं असेल तिला?

"काय करू? हल्ली प्रत्येकजण हेच येऊन सांगतो. बिचारा बाहेर हिंडू फिरू लागला, म्हणून थोडा आनंद वाटत होता, तर आता रोज हेच ऐकू येतंय्." रुक्मिणी रडवेल्या स्वरात सांगत होती.

"कधी मोड देऊन ठेवली, तर कुणालाही देऊन टाकतो. नाहीतर पोरं सोरं काढून घेतात. असं चाललंय् बघा!"

"हंऽऽ! काय करायचं? भोग आहेत हे सारे वहिनी! ते भोगल्याशिवाय आपल्याला काय गत्यंतर आहे?" पंडित मोठ्या विषादाने म्हणतात. रुक्मिणीने दार लावल्याचा आवाज येतो. बहुधा पंडित गेले असावेत.

मी पुन्हा आढ्याकडे पाहत विचार करू लागतो. म्हाळसाने माझा सूड त्या पोरावर उगवला होता. माझ्या डोळ्यांदेखत त्या पोराचे हाल मांडून ती मला छळत होती. पण तिचा आत्मा एवढ्याने शांत होणार आहे का? की आणखी काही अघोरीपणा ती करणार आहे? या शंकेने मी सतत धास्तावलो होतो. रात्री अंथरुणावर पडायची देखील मला भीती वाटायची. सकाळ झाली की मी सुटकेचा श्वास सोडायचो.

माझा व्यवसाय चालूच होता. पण त्यात पूर्वीसारखी, कर्तृत्व दाखवण्याची हौस राहिली नव्हती. घरात बसून वेड्यासारखी अवस्था होईल म्हणूनच केवळ उद्योग करायचा. अशीच तीन वर्षे गेली. सतीश मॅट्रिकला आला.

पहिल्यापासूनच स्कॉलर पोरगा तो. तो नक्कीच चमकणार याची मला खात्री होती. अन् झालंही तसंच! सतीश सेंटरला पहिला आला. मला अत्यानंद झाला. निदान हा पोरगा तरी पुढे येणार असं वाटून माझ्या आशा त्याच्यावर केंद्रित झाल्या. त्या दिवशी सबंध दिवसभर घरात त्याच्या मित्रांची वर्दळ चालू होती. दुपारी सारेजण सिनेमालादेखील गेले.

रात्री सर्वजण जेवायला बसलो. साऱ्यांच्या मनोवृत्ती उल्हसित होत्या. अशोकलादेखील आपल्या भावाचे यश समजलं होतं. सकाळी त्याला सतीशनं ही बातमी सांगितली, तेव्हा त्याला जवळ घेऊन तो म्हणाला होता. "असं? बरं झालं! आता माझी उणीव तू भरून काढ.-" तो इतकं शहाण्यासारखं बोललेला पाहून आम्हा सर्वांनाच आश्चर्य वाटलं. आनंदही वाटला. अशोक बरा होणार अशी आशा उगाचच वाटू लागली. आमचं जेवण चाललं होतं. एकाएकी सतीशनं भेदरून कोपऱ्याकडे पाहिलं. "आई....आई ते बघ काळं मांजर! हाकल, हाकल त्याला. कसलं भयानक दिसतंय्, हाकल ना!" तो ओरडला. आम्हाला कुणालाच काही दिसलं नव्हतं. अखेर सतीशनंच पाण्याचं भांड कोपऱ्यात भिरकावलं. ते भिंतीवर आपटून खाली पडलं, तसा तो स्वस्थचित्त झाला. त्याच्या वागण्यानं रुक्मिणीला फारच चमत्कारिक वाटलं; पण मला मात्र कळून चुकलं. म्हाळसा आली आहे. नक्कीच आलीय!

त्या दिवशीही अचानकपणे रात्री मी जागा झालो. उग्र दर्प माझ्या नाकात घुसला. अगदी गुदमरायला व्हायला लागलं आणि मग तो परिचित आवाज आला....खळखळून हसण्याचा! किती भयानक हास्य होतं ते! अंगावर काटाच फुलत होता. इच्छा नसतानाही कुणीतरी जबरदस्ती केल्याप्रमाणे माझे डोळे कोपऱ्याकडे वळले. 'ती' तिथं उभी होती. कराकर दात खात, डोळे वटारून माझ्याकडे पाहत होती. क्षण दोन क्षणांनी ती विरघळून गेली. पहाटे पहाटे केव्हा तरी डोळा लागला, पण मी जागा झालो तेव्हा सकाळचे नऊ वाजले होते. ताडकन उठून मी आधी घरात गेलो. घाईघाईनं मी रुक्मिणीला विचारलं,

"सतीश कुठे आहे? त्याला आज पाठवू नकोस कुठे बाहेर."

रुक्मिणीन आश्चर्यानं माझ्याकडे पाहिलं आणि ती म्हणाली-

"अहो तो मघाशीच गेलाय भाजी आणायला. आज मित्र यायचेत ना जेवायला त्याचे!"

मी काहीच बोललो नाही, पण माझ्या जिवाची सारखी घालमेल होत होती. दहा वाजून गेले तरी सतीशचा पत्ता नव्हता. मी सारखा आत बाहेर करीत होतो...अन् थोड्या वेळाने फोन घणाणला. चटकन् रिसीव्हर उचलून मी म्हटलं- "हॅलो ऽ!" अन् एका मिनिटाच्या आत रिसीव्हर माझ्या हातातून

गळून पडला. मी थरथर कापत होतो कारण फोन सिव्हिल हॉस्पिटलमधून आला होता. सतीशला ट्रकचा धक्का लागून ॲक्सिडेंट झाला होता. मी लगेच हॉस्पिटलकडे धाव घेतली. हॉस्पिटलमध्ये मी पोहोचलो तेव्हा सतीशला ऑपरेशन थिएटरमध्ये नेण्यात आलं होतं. सुमारे पाऊण तास मी बाहेर येरझारा घालीत होतो. नजर पुन:पुन्हा घड्याळाकडे वळत होती.

अखेरीस एकदाचं दार उघडलं गेलं. चार पाच डॉक्टर्स बाहेर आले. एकाने जवळ येऊन मला सांगितलं -

"काळजीचं कारण नाही मि. गोखले. मुलगा वाचलाय तुमचा, मात्र त्याचे पाय तेवढे... घाबरू नका, आपण त्याला नंतर योग्य ती ट्रीटमेंट देऊच!" असं म्हणून डॉक्टर निघून गेले. थोड्या वेळाने स्ट्रेचरवर घालून सतीशला माझ्यासमोरून नेण्यात आलं, तेव्हा मात्र मी स्वत:वर ताबा ठेवू शकलो नाही. ओंजळीत तोंड लपवून मी ओक्साबोक्शी रडू लागलो. मनात भावनांचे कल्लोळ उठले होते. "सतीश, पोरा, कशाला रे माझ्यासारख्या पाप्याच्या पोटी जन्माला आलास! मी केलेल्या पापाची शिक्षा म्हणून तू मात्र जन्मभर पांगळेपणाचं दु:ख सोशीत राहणार. अरे देवा! यापेक्षा मरण का येत नाही मला?"

केव्हा तरी मी भानावर आलो आणि कसा तरी पाय फरपटवीत घरी आलो. रुक्मिणीला पाहताच मला भडभडून आलं. आयुष्यात प्रथमच लहान पोरासारखा, तिच्या कुशीत तोंड लपवून मी रडलो. माझ्या पापाची कबुली दिली. रुक्मिणीनं मन खंबीर करून मला धीर दिला. हातपाय गाळून चालण्याजोगं नव्हतं.

काही दिवसांनी सतीश घरी आला. पंख कापून पिंजऱ्यांत कोंडलेल्या पक्षासारखी त्याची होणारी तडफड पाहवत नव्हती. डोळ्यांवर कातडं ओढून घरात वावरावं लागत होतं. म्हाळसा मला खेळवून खेळवून कणाकणानं झिजवत होती. खचवून टाकीत होती. तिची सूड घेण्याची पद्धत किती भयानक होती!

दिवसामागून दिवस मागे पडत होते. तीन वर्षं म्हाळसा गप्प राहिली होती. पण आता ती कुणाकडे दृष्टी वळवणार? माझ्याकडे... की रुक्मिणीकडे? छे छे! मला ती कल्पनाही सहन होईना. रुक्मिणीसारख्या सात्त्विक तेज असलेल्या पतिव्रतेपुढे तिची डाळ शिजणं शक्य नव्हतं; तेव्हा आता नंबर माझाच होता.

...गेला महिनाभर अंथरुणाला खिळलोय मी! दिवसा-दिवसागणिक खंगत चाललोय्.

"अरे!... हे काय?... सगळीकडे काळोख कसा पसरत चाललाय्. रात्र होते आहे काय?... कुणाचा आवाजही येत नाहीय्... अरे, कुणी तरी दिवा

लावा रे!... मला भीती वाटतेय. रुक्मिणी ऽ!... रुक्मिणी ऽऽ!!"

...कसला आवाज हा? कुठून तरी लांबून कुणीतरी साद घालतंय, बोलवतंय मला! कोण?... कोण आहे?

"अहो. उठता ना? डोळे उघडा बघू आता... डॉक्टर, काही उपयोग होत नाहीय हो! परवापासून असेच निपचित पडेलत. हालचाल नाही. बोलणं नाही."

"हे पाहा वहिनी, मी एक इंजेक्शन देऊन जातो. आजची रात्र जर व्यवस्थित पार पडली, तर धोका नाही!"

...डॉक्टर दंडात सुई खुपसताहेत... अरे हे काय! पुन्हा दिवे गेले की काय...? सगळीकडे काळोख पसरलाय...! मिट्ट काळोख!!!

❑

तारबाबू

दाराशी बुटांचा आवाज झाला. तशी असिस्टंट स्टेशनमास्तर श्री. डी. जी. कुलकर्णींनी मान वर केली. आज त्यांचा चेहरा ओढलेला दिसत होता. गेल्या दोन-चार दिवसांतली धावपळ आणि मनस्ताप यामुळे ते साहजिकच होतं. नरडाण्यासारख्या त्या छोट्याशा स्टेशनवरचे तेच सर्वांत मोठे अधिकारी होते. त्यामुळे हाताखालच्या स्टाफपैकी तारबाबू अचानकपणे बेपत्ता झाल्याने त्यांना मनस्ताप होणं साहाजिकच होतं. कुणाला काहीही न कळवता हा गृहस्थ एकाएकी गेला कुठे, या विचाराने ते हैराण झाले होते. त्यांनी आपल्या परीने खूप तपास केला होता. पोलिसांचीही मदत घेतली होती. पण व्यर्थ! अखेर हे प्रकरण पोलिसांवर सोपवून त्यांनी वरिष्ठांकडे नव्या माणसाची नेमणूक करण्याविषयी मागणी केली होती. हातात सूटकेस घेऊन दारात उभा असलेला तो माणूस पाहताच कुलकर्णींनी त्याला आत यायला सांगितलं.

''माझं नाव विनायक शेट्ये. माझी इथे टेलिग्राफ ऑपरेटर म्हणून बदली झालीय.'' कुलकर्णींच्या समोर उभा राहात तो इसम हसून म्हणाला आणि त्याच वेळी त्याने आपल्या वरिष्ठांचे पत्र त्यांच्या समोर ठेवलं. ''बसा.'' कुलकर्णी समोरच्या खुर्चीकडे निर्देश करीत म्हणाले. त्यांच्या आवाजात उत्साह नव्हता.

पुढ्यातलं ते पत्र त्यांनी वाचलं आणि मग समोरच्या माणसाकडे पाहत म्हटलं,

''तुम्ही एकटेच राहणार आहात की बिऱ्हाड थाटणार?''

''अं... माझी इथं तात्पुरतीच बदली केलीय. तेव्हा मुलांच्या परीक्षांच्या दृष्टिने... सुद्धा एकटंच राहावं म्हणतोय.''

''ठीक आहे. आधीच्या मास्तरांची खोली रिकामी झालीच आहे. मी तुमच्याबरोबर एक पोर्टर देतो. तो तुम्हाला गावात नेईल आणि खोलीच्या मालकाशीही गाठ घालून देईल.''

''आभारी आहे सर.''

''चला, तत्पूर्वी तुम्हाला ऑफिसही दाखवतो.'' असं म्हणून कुलकर्णी उठले.

चालता चालता ते त्याच्याशी बोलत होते. "तसं गाव लहान असलं तरी छान आहे. नळ, वीज या सोई आहेत. माणसंही चांगली आहेत. एक थिएटर देखील आहे इथं."

त्यांच्या बोलण्याने शेट्येला थोडा दिलासा मिळत असल्याचं दिसत होतं. कुलकर्णींनी त्याच्याबरोबर हिंडून त्याला ऑफिस आणि स्टेशन दाखवलं. नंतर एका पोर्टरला बरोबर देऊन गावात पाठवलं.

विनायक शेट्ये तीन-चार दिवसांतच तिथल्या रूटीनला रूळला. त्याचं कामही समाधानकारक होतं. एक दिवस मात्र त्याच्या आयुष्यात असा उगवला की त्याच्या साऱ्या आयुष्यालाच कलाटणी मिळाली. त्यादिवशी अत्यंत कंटाळलेल्या स्थितीत तो आपल्या खुर्चीवर बसला होता.

कट् कडकट्ट कट् कट्

असा आवाज सुरू झाला. शेट्येने जांभई देतच मेसेज लिहिण्यास सुरुवात केली आणि दुसऱ्याच क्षणी त्याचे डोळे आश्चर्याने विस्फारले. कारण मेसेज कुठल्याही गाडी संबंधीचा नव्हता.

"उद्या लॉटरीचं तिकीट घ्या, फायदा होईल."

असा तो मेसेज होता. हा काय प्रकार आहे ते त्याला कळेना. मस्करी? -थट्टा? - पण कोण करणार? -आणि आपल्यासारख्या नव्या माणसाशी? -आणि कुणी ती का करावी? त्याला काहीच कळेना. तरी त्याने जवळच्या स्टेशनशी संपर्क साधला. पण तिथून कुणीही मेसेज दिला नसल्याचे त्याला समजलं. घरी परतेपर्यंत त्याला उगाचच चुटपुट लागून राहिली होती.

दुसऱ्या दिवशी मात्र त्याच्या मनात काय आलं कुणास ठाऊक, त्याने त्या मेसेजप्रमाणे लॉटरीचं तिकिट घेतलं. तिकिट घेण्याचा तो शेवटचा दिवस होता. दोनच दिवसांनी निकाल होता. शेट्येने मोठ्या अधीरतेने पेपर उलगडला आणि लॉटरीच्या निकालावर नजर टाकली. दुसऱ्याच क्षणी त्याला आश्चर्याचा जबरदस्त धक्का बसला. त्याला पाचशे रुपयांचं बक्षीस लागलं होतं. त्याच्यासारख्या तारबाबूला ती रक्कम नक्कीच लहान नव्हती. शेट्येने मेसेज पाठवणाऱ्या अज्ञात इसमाचे मनोमन आभार मानले. त्या रकमेत त्याच्या कितीतरी गरजा पूर्ण होणार होत्या.

त्यानंतर आणखी आठच दिवसांनी पुन्हा एकदा मशिन खडखडलं. मेसेज होता.

"आजचा सहाचा शो पाहा."

शेट्येला तो मेसेज पाहताच आपण त्याची वाटच पाहत होतो हे लक्षात आलं. आजही या संदेशाचं पालन करून प्रचिती पाहायची असं त्यानं मनोमन ठरवलं होतं.

त्याप्रमाणे ऑफिस सुटल्यावर कुठेही न रेंगाळता त्याने हॉटेलात थोडासा नाष्टा

केला आणि तो पिक्चरला गेला. मध्यंतरापर्यंत काहीही घडलं नाही. पिक्चरही कंटाळवाणंच होतं. त्यामुळे शेट्ये जागेवरच चुळबुळत होता. सरळ उठून घरी जावं की काय असा विचार तो करीत होता. तितक्यातच त्याचा हातरूमाल खाली पडला. त्याने खाली वाकून अंधारातच चाचपडायला सुरुवात केली आणि रुमाला ऐवजी दुसरीच एक वस्तू त्याच्या हाती लागली. त्याने ती उचलली. ते एक लेदरचं कोरंकरकरीत पाकीट होतं. शेट्येने हळूच उघडून आत पाहिलं आणि त्या अंधुक उजेडातही त्याला आतल्या नोटांची चळत दिसली. झटदिशी पाकीट बंद करून त्याने मांडीवर ठेवलं. चोरट्या नजरेने तो इकडे-तिकडे पाहू लागला. आपल्यावर निष्कारण चोरीचा आळ तर येणार नाही, या विचाराने तो अक्षरश: घामाघूम झाला. पिक्चरवरचं त्याचं लक्ष तर केव्हाच उडालं होतं. ते पाकीट घ्यावं की घेऊ नये याविषयी त्याच्या मनात संघर्ष चालला होता. एकदा त्याला वाटले. ते पाकीट आपण मारलेलं नाही किंवा त्यातली काही रक्कम आपण घेतलेली नाही हे पोलिसांपुढे कसं सिद्ध करणार? नसतीच बिलामत यायची! शेट्येने मान हलवून तो विचार झटकून टाकला आणि थोड्या वेळाने काहीतरी निश्चय केल्यासारखा तो जागेवरून उठला आणि बाहेर आला. रस्त्यावर आल्यावर आसपास कुणी नाही असं पाहून तो एका दिव्याच्या खांबापाशी थांबला. खिशातलं पाकीट काढून त्याने ते तपासलं. आत कुठेही कुणाचं नाव किंवा एखादं कागदाचं चिटोरं देखील नव्हतं. शेट्येने चटकन त्यातल्या नोटा खिशात कोंबल्या आणि पाकीट चालता चालता एका नाल्यात फेकून दिलं. मग मोठ्या धीरोदात्तपणाचा आव आणीत तो खोलीवर निघाला पण त्याचे काळीज मात्र लोहाराच्या भात्यासारखं धपापत होतं.

आणि मग विनायक शेट्येला हा एक वेगळाच छंद जडून बसला. समोरचं मशिन आवाज करू लागलं की तो मोठ्या आशाळभूतपणे मेसेज लिहून घेऊ लागला. ते नेहमीच्या रूटिनमधले असले की खट्टू होऊ लागला. हे मेसेज कोण पाठवतं यापेक्षा ते त्याच्या दृष्टीने फायद्याचे असतात हाच विचार त्याच्या मनात पक्का रुजला होता. पण मागच्या घटनेनंतर आठ दिवस काही घडलंच नाही. शेट्ये अधीरतेने वाट पाहत होता. पण त्याला हवा तसा संदेश काही मिळत नव्हता.

जसजसे दिवस उलटू लागले, तसतशी त्याच्या मनातल्या उत्सुकतेला ओहोटी लागली. आता आपल्याला तसे मेसेज पुन्हा येणार नाहीत अशी त्याची खात्री झाली. मध्यंतरीच्या काळातली त्याची हुरहूर, बेचैनी संपुष्टात आली. एक-दोन दिवसांची रजा टाकून घरी जाऊन यावं की काय असा तो विचार करीत होता.

आणि अशा मन:स्थितीत तो असतानाच अचानकपणे ते घडलं. एक दिवस तो असाच मेसेज लिहून घेत होता. मेसेज लिहून पूर्ण झाला आणि दुसऱ्याच क्षणी त्याचा चेहेरा उजळला. अत्यंत अनपेक्षितपणे त्याला पुन्हा एकदा त्या अज्ञात

व्यक्तीकडून मेसेज आला होता. त्यामुळे शेट्येच्या चेहऱ्यावर आश्चर्य आणि आनंद असे संमिश्र भाव दिसत होते. घाईने त्याने तो कागद खिशात सारला. त्याची उत्कंठा इतकी शिगेला पोहचली होती की त्याचं पुढच्या कामात लक्षच लागेना. वारंवार तो घड्याळाकडे नजर टाकीत होता. पण आज घड्याळाचे काटे फारच हळू पुढे सरकताहेत असं त्याला वाटलं.

अखेर तो उठला आणि तडक कुलकर्णींच्या समोर जाऊन उभा राहिला.

"मला आज अर्ध्या दिवसाची रजा पाहिजे आहे सर." तो म्हणाला.

आणि कुलकर्णींनी आश्चर्याने मान वर केली. अर्ध्या दिवसाची रजा घेऊन नरडाण्यासारख्या गावात हा माणूस काय करणार? घरी त्याची कुणी वाट पाहणारंही नव्हतं. कुठे गावाला जाऊन येणार असेल म्हणावं तर त्यासाठी अर्ध्या दिवसाची रजा पुरेशी नव्हती. सरळ सरळ त्यालाच विचारावं असं एकदा त्यांच्या मनात आलं. पण त्यांनी तो विचार सोडून दिला. शेट्येच्या एकंदर आविर्भावावरून तो मनातली खरी गोष्ट सांगेल असं त्यांना वाटत नव्हतं.

"ठीक आहे." ते म्हणाले आणि त्यांनी त्याच्या अर्जावर सही करून टाकली. आनंदित चेहऱ्याने तिथून बाहेर पडणाऱ्या शेट्येकडे ते थोडा वेळ पाहतच राहिले.

पण त्यावेळी शेट्येला आपण शेवटचेच पाहत आहोत, यानंतर तो पुन्हा कधीही दिसणार नाही, याची त्यांना कल्पनाही नव्हती. त्या दिवसानंतर शेट्ये बेपत्ता झाला, तो कायमचाच! खूप प्रयत्न करूनही त्याचा काहीही तपास लागला नाही. विचार करून कुलकर्णींचा मेंदू शिणून गेला. पोलिसांनीही बरीच धावपळ केली. पण शेट्येचं काय झालं हे कुणाला कधीच कळलं नाही.

... आपल्या समोर उभ्या असलेल्या प्रसन्न व्यक्तिमत्त्वाच्या त्या उमद्या तरुणाकडे कुलकर्णी पाहातच राहिले. गहू वर्ण, सरळ नाक, तेजस्वी डोळे, हसतमुख चेहरा आणि पीळदार देहयष्टी! खरोखरच तो तरुण पाहात राहावं असाच होता. हा नवा तारबाबू?... छे छे! त्या जागेवर याची नको नेमणूक व्हायला... याचंही पहिल्या तिघांप्रमाणेच झालं तर?... कुलकर्णींना तो विचारही असह्य झाला. का कोण जाणे, पाहताक्षणी त्यांना तो तरुण आवडला होता. विचारमग्न चेहऱ्याने ते त्याच्याकडे पाहात होते.

"नाव काय तुमचं?"

"शरद पुराणिक."

"मॅरिड?" टेबलावरच्या पेपरवेटशी चाळा करीत त्यांनी विचारलं.

"नो. नॉट यट सर." तो हसून खाली पाहत म्हणाला.

"नरडाण्यासारख्या लहान गावात राहायला आवडेल?"

"त्यात आवडीचा काय प्रश्न आहे सर? बदली झाल्यावर जायला हवंच. शिवाय माझी बदली तात्पुरतीच आहे."

कुलकर्णी झटक्यात खुर्चीवरून उठले. शरद पुराणिकच्या दोन्ही खांद्यावर हात ठेवून ते क्षणभर त्याच्या डोळ्यांचा वेध घेत राहिले. आणि मग हात मागे बांधून खिडकीशी उभे राहिले.

"मिस्टर पुराणिक, तुमच्या आधीच्या तीन तारबाबूंचं काय झालं माहीत आहे?"

"नाही सर."

"ते... ते तिघंही बेपत्ता झाले. कुणाला काहीही न कळवता कायमचे नाहीसे झाले." क्षणभरच कुलकर्णींनी मागे वळून त्याच्याकडे पाहिलं आणि मग पुन्हा खिडकीकडे तोंड करीत ते म्हणाले,

"तुम्हाला सावध राहायला हवं. बी केअरफुल! अँड... गुड लक!"

ते पुढे काहीच बोलले नाहीत तेव्हा तोच निरोप समजून पुराणिक तिथून बाहेर पडला.

आपल्या कामावर शरद त्याच दिवशी रूजू झाला. काम फारसं नव्हतंच. गावही शांत-निवांत होतं. शरदला एकंदरीत तिथलं वातावरण आवडलं, ताजी-मोकळी हवा, रम्य परिसर, शांत जीवन! शरद एकंदरीत खूष होता. त्यात भर म्हणून की काय, कुलकर्णीसाहेबांनी त्याला आपल्या बंगलेवजा क्वार्टरची एक खोलीही देऊ केली. या खोलीत प्रवेश करायला पुढच्या अंगणातून स्वतंत्र दार होतं. त्यामुळे साहेबांना नकार देण्याचं काही कारणच नव्हतं. फुरसतीच्या वेळात अंगणातल्या बागेत काम करणंही त्याला आवडलं असतं, त्यामुळे त्याने चटदिशी होकार देऊन टाकला. पण यात आपल्याला सतत डोळ्यांसमोर ठेवण्याचा कुलकर्णीसाहेबांचा हेतू आहे हे मात्र त्याला समजलं नव्हतं.

आणि एक दिवस शरदलाही त्या अज्ञात व्यक्तीकडून संदेश आला.

"उद्या सकाळी फिरायला गेल्यावर डाव्या हाताकडील चिंचेच्या झाडाखाली खणा. लाभ होईल."

शरदला गंमत वाटली. कुणीतरी आपल्याला मूर्ख बनवण्याचा प्रयत्न करीत आहे या बद्दल त्याला शंका नव्हती. पण रोज सकाळी फिरायला जाण्याचा त्याचा रिवाज त्याच्या खेरीज अन्य कुणाला माहीत नव्हता. त्याने तो कागद फाडून टाकला. पण दुसऱ्या दिवशी फिरून परत येताना त्याचं सहजच त्या चिंचेच्या झाडाकडे लक्ष गेलं आणि मग गंमत म्हणून खणून पाहायला काय हरकत आहे? असा विचार करून तो थबकला.

एक अणकुचीदार दगड घेऊन त्याने खणायला सुरुवात केली. त्याला फारसं

खणावं लागलंच नाही. थोडीशी माती बाजूला होताच त्याला एक मळकट थैली दिसली. थैली लहानशी होती, पण नाण्यांनी गच्च भरलेली होती. शरदच्या आश्चर्याला पारावार राहिला नाही. हा काहीतरी दैवी चमत्कारच असला पाहिजे अशी त्याची खात्री झाली. नाही तर अशा रहस्यमय तऱ्हेने संदेश येऊन त्याला धन मिळणं या घटनेला कुठलाच कार्यकारणभाव लावता आला नसता. क्षणभर ती थैली घ्यावी की घेऊ नये या बाबत शरदचं मन शंकित झालं. कुणी चोराने तर ती तिथे ठेवली नसेल? पण अखेर परिणामांची फारशी फिकीर न करता त्याने ती थैली खिशात घातली आणि तो मोठ्या खुषीत घरी आला.

ही गोष्ट त्याने अर्थातच कुलकर्णींना सांगितली नाही. ते अधूनमधून त्याची आस्थेने चौकशी करीत. काही वेळा अकारण अस्वस्थही होत, पण शरद मात्र मजेत होता. आणखी एखादा मेसेज येतो की काय याची तो स्वत:च्याही नकळत वाट पाहात होता आणि मग एक दिवस पुन्हा तो रहस्यमय संदेश आला.

"आज रात्री बारापर्यंत अंथरुणावर झोपू नका. जागे राहा, धोका आहे."

शरदने भिवया उंचावल्या आणि ओठ गोलाकार करीत शीळ घातली. हा सारा प्रकार त्याला मजेशीर वाटत होता. त्यादिवशी रात्री शरद त्या संदेशाची सत्यता पडताळून पाहण्यासाठी जागा राहिला. खुर्चीत बसून तो सावधपणे पुस्तक वाचित होता. अकराच्या सुमारास धपृदिशी अंथरुणावर आवाज आला. शरदने झटकन समोर पाहिलं आणि तो दचकलाच. वरच्या कौलारातून एक जाडजूड कृष्णसर्प त्याच्या बिछान्यावर पडला होता. एका क्षणात त्याने निर्णय घेतला. कोपऱ्यातली काठी उचलली आणि एका हाताने अंथरुणावरची चादर भर्रकन खाली ओढली साप सुळकन पळण्याच्या बेतात असतानाच त्याने एकामागून एक काठीचे तडाखे लगावले. सापाची हालचाल थंडावली, तेव्हा शरदच्या कपाळावर घर्मबिंदू जमा झाले होते. आज खरोखरच त्याच्या जीवावरचा खरा मोठा धोका टळला होता!

आता शरदला संदेश पाठवणाऱ्या त्या अज्ञात व्यक्तीबद्दल विश्वास वाटू लागला. कारण त्या सापाच्या घटनेनंतर असाच एक चांगला अनुभव त्याला आला होता. त्या प्रसंगानंतर आठच दिवसांनी त्याला संदेश आला, -"शेताची विक्री चार दिवस थांबवा. फायदा आहे." खरोखरच शरदच्या शेताची विक्री गावाकडे होणार होती आणि गरजेपोटी त्याचा भाऊ ते अगदीच पडेल भावात देऊन टाकणार होता. व्यवहार पक्का झाला होता. पण हा संदेश येताच शरदने भावाला चार दिवस थांबावं अशी तार करून टाकली.

लवकरच त्याच्या भावाचं उत्तर त्यावर आलं की, त्यांनी विक्रीचा बेत पुढे ढकलला होता आणि मग तिसऱ्याच दिवशी एक धनिक गिऱ्हाईक आपणहूनच त्यांच्याकडे आलं होतं. त्याचे शेत थोड्या जास्तच किंमतीला त्याने घेऊन टाकलं

होतं. शरदने मनोमन त्या व्यक्तीचे आभार मानले होते.

त्यानंतरचे तब्बल पंधरा दिवस काहीच न घडता गेले. शरदला थोडी चुटपुट लागून राहिली. त्या संदेशाची आणि त्यातून होणाऱ्या फायद्याची त्यालाही आता चटक लागली होती. थोडासा बेचैन होऊनच तो संदेशाची वाट पाहत होता. आणि एक दिवस पुन्हा समोरचं मशिन खडखडू लागलं.

कट् कडकट् - आज रात्री आठ वाजता येथून चार मैलांवर असलेल्या हनुमान टेकडीच्या पायथ्याशी असलेल्या हवेलीत जा. वरच्या मजल्यावरील खोलीत जाऊन येथील कपाट उघडा. आजची रात्र जीवनाला वेगळे वळण देणारी ठरेल.''

संदेश वाचताच शरद उत्तेजित झाला. काहीतरी अलभ्य लाभ होणार आणि आपल्या जीवनाला वेगळीच कलाटणी मिळणार या कल्पनेनेच तो खूष होऊन गेला. त्याचं कामात लक्ष लागेना. अखेर ऑफिस सुटण्यास दोन तास राहिले असतानाच तो कुलकर्णीसाहेबांसमोर उभा राहिला.

''मला आज जरा लवकर घरी जायचंय सर.''

कुलकर्णींनी आश्चर्याने त्याच्याकडे पाहिले. त्याची अस्वस्थता, उत्तेजित चेहरा पाहताच त्यांच्या मनात शंकेची पाल चुकचुकली. काही दिवसांपूर्वी शेट्येही असाच उत्तेजित होऊन त्यांच्यासमोर उभा राहिला होता. काहीही कारण नसताना त्याने अर्ध्या दिवसाची रजा घेतली होती. आणि त्यानंतर तो पुन्हा दिसला नव्हता. नायर, महाडिक, आणि नंतरचा शेट्ये तिघेही बेपत्ता होण्यापूर्वी असेच उत्तेजित, बेचैन दिसत होते. आणि आता पुराणिकचाही चेहरा- नाही! नाही! याच्या बाबतीत धोका पत्करायची आता कुलकर्णींची तयारी नव्हती.

''कशासाठी घरी जायचंय?'' त्यांनी विचारलं.

शरद घुटमळला. ''माझं डोकं दुखतंय.'' तो उत्तरला.

कुलकर्णींनी त्याच्याकडे रोखून पाहिलं. शरदने नजर खाली वळवली. त्यांच्या नजरेला नजर देऊन उभं राहणं त्याला शक्य झालं नाही. कुलकर्णी उठले आणि त्यांच्या खांद्यावर हात ठेवीत म्हणाले,

''तुम्ही खोटं बोलताय.''

शरदने दचकून मान वर केली. ''होय पुराणिक. तुमच्या मनात काही वेगळंच आहे. पण मला वाटतं, तुम्ही मला विश्वासात घ्यावं. मी तुम्हाला काही मदत करू शकेन...मिस्टर पुराणिक, आधीच्या तिघांप्रमाणेच तुम्ही एखाद्या संकटात सापडू नये एवढीच माझी प्रामाणिक इच्छा आहे.''

शरदला एकदा त्यांना सारं सांगून टाकावं अशी इच्छा झाली. पण संदेशामुळे आजवर फायदाच होत आला होता. त्यामुळे आताही काही संकट येईल अशी शक्यता मुळीच नव्हती. त्यामुळे त्याने तो विचार बाजूस सारला.

तारबाबू । १२१

"सर, आता तरी तुम्हाला सांगण्यासारखं काहीच नाही. पण जर मला तशी संकटाची चाहूल लागली तर मी लगेच आपल्याकडे धाव घेईन."

त्याने धूर्तपणे खरं उत्तर टाळल्याचं कुलकर्णींच्या लक्षात आलं. एक दीर्घ सुस्कारा सोडून ते म्हणाले,

"ठीक आहे. का कोण जाणे, पण पहिल्यापासूनच मला तुमच्याबद्दल लोभ वाटत आलाय. त्यामुळे तुम्हाला सावध करावसं वाटलं. तुम्हाला गरज लागेल तेव्हा जरूर मदत मागा...यू कॅन गो नाऊ." शेवटचं वाक्य थोड्याशा तुटक स्वरातच त्यांनी म्हटलं होतं. पण शरदला ते जाणवलंही नाही. खुषीतच तो तिथून बाहेर पडला.

हॉटेलमध्ये थोडासा नाश्ता केल्यावर त्याने सात वाजेपर्यंतचा वेळ उगाच इकडेतिकडे भटकण्यात काढला आणि मग एक भाड्याची सायकल घेऊन तो हवेलीकडे निघाला. संध्याकाळची वेळ आणि ताजी हवा यामुळे त्याच्या चित्तवृत्ती उल्हसित झाल्या होत्या. मोठ्या मजेत शीळ घालत तो सायकल चालवत होता. हळूहळू संध्याप्रकाश विरला आणि अंधार दाटू लागला. शरद आता गावाबाहेर बराच दूर आला होता. दुतर्फा असलेल्या गर्द झाडीच्या मधून तो रस्ता होता. आता उकाडा चांगलाच जाणवू लागला होता. रातकिड्यांची किरकिरही तिथल्या शांत वातावरणात कर्कश्श वाटू लागली. अजून चंद्रोदय झाला नव्हता. त्यामुळे सायकलच्या दिव्याचा मिणमिणता प्रकाशच काय तो तिथल्या गडद अंधाराला चिरत पुढे जात होता. आणि त्या अंधुक प्रकाशात आसपासच्या झाडांच्या सावल्या गूढपणे हलत होत्या. शरद मुकाट्याने पायडल मारीत होता. शरद तसा निडर असला तरी तिथल्या गडद अंधारातला भयाणपणा, निर्मनुष्य रस्त्यावरचा एकाकीपणा आणि झाडांच्या पानांची सळसळ, रातकिड्यांची किरकिर आणि मधूनच ऐकू येणारा घुबडांचा घूत्कार यामुळे निर्माण होणारी गूढता यांचा परिणाम त्याच्याही वृत्तीवर होत होताच.

आणखी मैलभर पुढे गेल्यावर शरद थांबला. डाव्या हाताला एक हवेली चांदण्यांच्या धूसर प्रकाशात दिसत होती. पाठीमागे एक टेकडी होती. टेकडीला वळसा घालूनच रस्ता पुढे गेला होता. शरद सायकल घेऊन अधिक जवळ गेला. हवेलीचा खालचा भाग पूर्णपणे अंधारात होता. पण वरच्या भागात मात्र दिवे लागलेले असावेत. बंद खिडक्यांच्या काचेच्या तावदानांवर आतला प्रकाश चमचमत होता. सायकल स्टँडला लावून शरदने फाटक उघडलं आणि आत पाऊल टाकलं. आणि तिथली विचित्र स्तब्धता एकदम त्याला जाणवली. परक्याच्या आगमनाने एखाद्याने श्वास रोखून एकदम स्तब्ध व्हावं तसाच तिथला सारा परिसर त्याला वाटला. त्याने आणखी एक पाऊल पुढं टाकलं आणि वरच्या मजल्यावरून सामुदायिक हास्य ध्वनी त्याच्या कानावर आला, पुढच्याच क्षणी सारंगीचे मधुर स्वर

लहरत आले. घुंगुरांचा झंकार झाला. तबल्याच्या तालावर छुमछुमणाऱ्या घुंगरांचा आवाज काही वेळ येत राहिला. आणि मग समेवर येताच एका कोमल कंठातून सुरेल तान लवलवत बाहेर पडली. वर मान करून ऐकणाऱ्या शरदच्या अंगावर रोमांच फुलले. ओहो! अति मधुर! स्वर्गीय संगीत म्हणतात ते हेच! शरद त्या कोमल कंठातून निघणाऱ्या गीतावर लुब्ध झाला आणि भारल्यासारखा एकेक पाऊल पुढे टाकू लागला. आपलं सारं शरीर हलकं होऊन तरंगत असल्यासारखं त्याला वाटत होतं. वरच्या मजल्यावर नाचगाण्याची मैफल ऐन रंगात आलेली दिसत होती. झोपेत चालल्यासारखा तो हवेलीच्या दिशेने खेचला जात होता.

इतक्यात कसल्यातरी कर्कश्श आवाजाने त्याची तंद्री भंग पावली. खडबडून जागा झाल्यासारखं त्याने सभोवार पाहिलं आणि पुन्हा एकदा तो आवाज झाला. कुणाच्या तरी गाडीच्या हॉर्नचा आवाज होता तो. पाठोपाठ ''अरे बाबा, कोण आहे आत?...एऽ'' असा कुणाचा तरी राकट आवाजही ऐकू आला. आता मात्र शरद पूर्णपणे भानावर आला होता. रस्त्यावरून आपल्याला कुणीतरी हाक मारत असल्याचं त्याला जाणवले.

''मी....मी आहे शरद पुराणिक,'' तो मोठ्याने म्हणाला. पण आपलाच आवाज त्याला घुसमटल्यासारखा विचित्र वाटला. मातीच्या ढिगाऱ्याखाली अडकलेल्या माणसाने बोलायचा प्रयत्न करावा तसा. शरद माघारी वळला. पण त्याचे पाय जडशीळ होऊन गेले होते. बाहेरून हाकांचा सपाटा चालला होता. आणि शरद मोठ्या कष्टाने एकेक पाऊल उचलीत होता. चिखलात रुतलेले पाय ओढीत चालावे तसा! कसाबसा तो फाटकापर्यंत पोचला आणि फाटक उघडून बाहेर आला. समोर एक जीप उभी होती आणि तिच्या प्रखर दिव्यांचा प्रकाश रस्त्यावर पडला होता. हेलपाटत बाहेर आलेल्या शरदला पाहताच आतून इन्स्पेक्टरसाहेबांनी बाहेर उडी घेतली आणि त्याला पडता पडता सावरलं. त्याचे अंग घामानं थबथबलेलं होतं.

''अरे! काय झालं तुम्हाला?...आणि इथं कशाला आलात?'' त्यांनी त्याला हलवीत विचारलं. पण शरद उत्तर देण्याच्या परिस्थितीत नाही हे लक्षात येताच त्यांनी त्याला आधार देऊन गाडीत चढवलं. समोर उभी असलेली सायकलही उचलून आत टाकली आणि विचारमग्न चेहऱ्याने त्यांनी गाडी स्टार्ट केली. तशाही अवस्थेत शरदने मान करून हवेलीकडे पाहिलं आणि त्याला धक्काच बसला. आता हवेली गडद अंधारात पूर्णपणे बुडाली होती.

मोकळ्या वातावरणात, गार हवेच्या झुळकांनी शरदला लवकरच हुषारी वाटू लागली. फाटकातून आत प्रवेश करताच हा मोकळेपणा, ताजेपणा नष्ट झाला होता हे त्याला आता जाणवलं. कसलंतरी प्रचंड दडपण त्या वातावरणात असावं.

''इकडे कशासाठी आलात तुम्ही?'' इन्स्पेक्टरनी विचारलं.

"पलीकडच्या गावात गेलो होतो. वाटेत ही हवेली दिसली. दिवेही दिसत होते. म्हणून पाणी पिण्यासाठी आत शिरलो."

इन्स्पेक्टरनी चमत्कारिक नजरेने त्याच्याकडे पाहिलं आणि पुन्हा दृष्टी रस्त्याकडे वळवली.

"राहाता कुठं तुम्ही?" जरा वेळाने त्यांनी विचारलं.

"कुलकर्णीसाहेबांच्या क्वार्टर्सवरच राहतो. इथल्या स्टेशनवर तारबाबू म्हणून बदली झालीय माझी." शरद उत्तरला.

"तारबाबू?" इन्स्पेक्टरांनी दचकून विचारलं.

नंतर रस्ताभर ते काहीच बोलले नाहीत. विचारमग्न चेहऱ्याने ड्राइव्ह करीत राहिले. शरदलाही बोलायची इच्छा नव्हतीच. तो तंद्रीतून जागा झाला, तेव्हा जीप क्वार्टर्ससमोर उभी होती. शरद खाली उतरला. त्याच वेळी व्हरांड्यातला लाइट लागला. कुलकर्णी अद्याप जागेच असावेत. दुसऱ्याच क्षणी दरवाजा उघडला गेला आणि कुलकर्णी लगबगीने बाहेर आले.

"काय कुलकर्णीसाहेब, झोपमोड झाली काय?" इन्स्पेक्टरांनी हसत विचारलं, "हे तुमचे तारबाबू हनुमान टेकडीजवळच्या हवेलीत सापडले मला. येताना घेऊन आलो."

"थँक यू इन्स्पेक्टरसाहेब!" कुलकर्णी म्हणाले.

आणि जीप भर्रकन निघूनही गेली. कुलकर्णींनी शरदकडे पाहिलं. त्याने मान खाली घातली. आणि मग तो मुकाट्याने खोलीकडे निघाला. कुलूप उघडून त्याने आतला लाइट लावला. कुलकर्णीही त्याच्या पाठोपाठ आत आले. एका खुर्चीत बसत त्यांनी प्रश्नार्थक नजरेने शरदकडे पाहिलं. शरद अस्वस्थपणे चुळबुळत होता.

"मी तुम्हाला ते सारं पहिल्यापासूनच सांगतो." तो म्हणाला आणि त्याने पहिल्या संदेशापासूनची सारी हकीकत सांगितली. शरदने त्या हवेलीत नाचगाण्याच्या मैफलीचा आवाज ऐकल्याचं समजताच कुलकर्णींना धक्काच बसला.

"छे छे अशक्य! अहो तिथे गेली कित्येक वर्षे कुणीच राहत नाही. हवेलीचा मालक परदेशातच स्थायिक झालाय. इथं देखरेखीसाठी एक माळी ठेवला होता. तर एक दिवस त्यानेही गळफास लावून आत्महत्या केली. तेव्हापासून ओसाडच आहे ती हवेली."

"याचा अर्थ सरळ आहे. मी पाहिलेला सारा प्रकार अमानवी असला पाहिजे." शरद हातावर हात चोळीत म्हणाला

"पण मग ते संदेश?"

"तेही अमानवी शक्तींनीच पाठवलेले. मी आपल्या इच्छेने आणि आपल्या पायांनी तिथं चालत यावं अशी 'त्यांची' इच्छा असणार. इन्स्पेक्टरांनी हाक मारली नसती तर मी नक्कीच वरच्या मजल्यावर गेलो असतो."

“आणि मग पुन्हा जिवंतपणी परत आला नसतात.” कुलकर्णी म्हणाले, “पहिल्या तिघांच्या बाबतीतही असाच प्रकार घडला असावा की काय अशी शंका यायला लागलीय मला.”

“ही तीन उदाहरणं घडली नसती तर अद्यापही मला त्यात धोका होण्याची शक्यता वाटली नसती.” शरद म्हणाला.

“तिथल्या धोक्याबद्दल अजूनही शंका आहे तुम्हाला? कमाल आहे. ईश्वराची कृपा म्हणूनच तुम्ही वाचलात मिस्टर पुराणिक.” कुलकर्णी उसळून म्हणाले; “त्या इन्स्पेक्टरना कसे काय दिसलात तुम्ही?” त्यांनी विचारलं.

“माझी सायकल रस्त्यावरच होती. त्यामुळे थांबले असतील ते. उद्या रात्री या साऱ्याच प्रकरणाचा सोक्षमोक्ष लावणार आहे मी.” शरद निश्चयाने म्हणाला.

“काय म्हणालात?” कुलकर्णी ताडकन् उठत म्हणाले.

“होय सर. आणखी कुणाचे बळी तिथे जाऊ नयेत अशी इच्छा असेल तर ‘ते सारं’ संपवायलाच हवं.”

“पण...पण ही सारी मांत्रिकांची कामं आहेत मिस्टर पुराणिक. तुम्ही एकटे त्या अमानवी शक्तींशी कसे लढणार?”

“माणसाचं मानसिक सामर्थ्य देखील अफाट असतं सर. जोपर्यंत त्याचा उपयोग करायची वेळ येत नाही तोपर्यंत त्याची शक्ती आपल्याला समजलेली नसते इतकंच.”

“ठीक आहे. मिस्टर पुराणिक, तुमचा निश्चयच असेल तर मी तुम्हाला अडवीत नाही. पण मग मीही तुमच्याबरोबर येणार. रात्र बरीच झालीय. झोपा तुम्ही आता. उद्या बोलू आपण”

असं म्हणून कुलकर्णी निघून गेले. शरदने दार लावलं, दिवा घालवला आणि तो अंथरूणावर पडला. पण त्याचे डोळे टक्क उघडे होते आणि हवेलीतल्या प्रकाराविषयी तो विचार करीत होता.

दुसऱ्या दिवशी कुलकर्णींनी पुराणिकला बोलावून घेतलं आणि त्याच्या हातावर एक डबी ठेवली. “या डबीत रेशमी अनंत आहे. अनंतचतुर्दशीला गतवर्षीचा अनंत मनगटावर बांधायचा आणि नवा अनंत या डबीत ठेवून वर्षभर पुजायचा अशी आमच्याकडे पद्धत आहे. खास तुमच्यासाठी मी आज ही डबी पूजेच्या वेळी काढून ठेवलीय. मला वाटतं तुमचं रक्षण करण्याची शक्ती त्यात नक्कीच आहे.”

कुलकर्णींची ती आपुलकी पाहून शरद भारावून गेला. “फार फार आभारी आहे सर मी तुमचा.” तो त्यांचे हात हातात घेत म्हणाला.

“त्यात आभार कसले मानताय? तुम्ही मुलासारखे आहात मला. बरं मग आज रात्री कधी निघायचं आपण?”

"नाही सर. मी एकटाच तिथे जाणार आहे. सकाळी तुम्ही पोलिसांसह तिथे हजर व्हा फक्त. मी तिथल्या रहस्याचा शोध लावून जिवंत परत येईन याबद्दल मला पूर्ण खात्री आहे सर."

कुलकर्णींनी थोडा वेळ विचार केला आणि अखेर नाइलाजाने त्याच्या बेताला संमती दिली.

शरद हवेलीपाशी पोचला तेव्हा रात्रीचे दहा वाजले होते. चांदण्यांच्या प्रकाशात ती हवेली अधिकच गूढ आणि भकास वाटत होती. कंपाउंडच्या आत वाटेल तशी वाढलेली झुडपं तिथल्या भकासपणात भरच टाकीत होती. रातकिड्यांची किरकिर कर्कश्श वाटत होती. शरदने फाटकाच्या कडीला हात घातला आणि कुठूनतरी एक काळं कुत्रं तिथं आलं. आकाशाकडे तोंड करून "अूऽऽऽहूं ऽऽऽहूं" असा भयाण स्वर काढून त्याने रडायला सुरुवात केली. क्षणभरच शरदच्या छातीत धस्स झालं. पण असल्या कोणत्याही गोष्टीचा मनावर परिणाम होऊ द्यायचा नाही असा त्याने निश्चय केला होता. खाली वाकून त्याने एक दगड उचलला आणि आतल्या कुत्र्यावर भिरकावला. पण कुत्रं केकाटलं नाही. शरदकडे पाहून त्याने हिंस्रपणे दात विचकले आणि ते निघून गेलं. ईश्वराचं स्मरण करून शरदने पुन्हा फाटकाच्या कडीला हात घातला आणि ते उघडून आत प्रवेश केला. आपल्यामागे फाटक बंद करून तो हवेलीकडे वळला. पुन्हा एकदा त्याला तिथल्या ताणलेल्या वातावरणाची जाणीव झाली. जणू त्या फाटकाच्या आत आणि बाहेर दोन वेगवेगळी जगंच अस्तित्वात होती. माणसाचं मनोधैर्य खच्ची होईल असं प्रचंड दडपण त्या वातावरणात होतं. पण शरदवर त्याचा काहीच परिणाम झाला नाही. त्याने वर पाहिलं. कालच्या सारखाच आतल्या दिव्यांचा प्रकाश काचांवर चमचमत होता आणि घुंगरांचा नादही होत होता. धीरोदात्त पावलं टाकीत शरद पुढे निघाला. आणि त्याचवेळी कुणातरी रमणीच्या कंठातून निघालेलं गीत वाऱ्याच्या लहरींवर आरूढ होत त्याच्या कानांवर आलं,

"सजन बीन सुनी लागे रे रात ऽ"

सारंगीचे सूर त्या गीताला साथ करीत होते. त्या मधुर गीताने शरदच्या अंगावर रोमांच फुलले. जलद पावलं टाकीत तो हवेलीच्या पायऱ्या चढून गेला. प्रवेशद्वार उघडंच होतं. समोर एक विस्तीर्ण हॉल होता. जुन्या पद्धतीचे कोच ठेवून तो सजवलेला होता. डाव्या हाताला वर जाणारा जिना होता. त्याच्या कठड्यावर ठेवलेल्या एका छोट्याशा दिवटीचा मंद प्रकाश हॉलमधल्या वस्तूंवर टिमटिमत होता. आता वरच्या नाचगाण्याच्या मैफलीचा आवाज अधिक स्पष्टपणे ऐकू येत होता. बाकी सर्व अंधाराचंच साम्राज्य होतं. शरद जिन्याकडे वळला. पायऱ्यांवर

टाकलेल्या मऊ रूजाम्याचा स्पर्श त्याला सुखद वाटला. पायऱ्या चढून तो वरच्या दिवाणखान्याच्या दारात जाऊन पोचला. ओ हो! आतली सजावट तर खूपच सुंदर होती. छताला लटकलेल्या हंड्या-झुंबरांतून प्रकाश पाझरत होता, सगळ्याच भिंतींवर सुंदर आणि कलात्मक रंगीत चित्रे काढलेली होती. पांढऱ्याशुभ्र लोड-तक्क्यांची बैठक भिंतीलगत घातलेली होती आणि त्यावर बसलेली मंडळी नाचगाण्यात मश्गूल झाली होती. त्यातल्या दोघातिघांचा थाट खास नबाबी होता. सिल्कचा झब्बा, पांढरी सुरवार, मखमली जाकीट, गळ्यात कंठा, डोक्यावर मखमली टोपी अशा थाटातले ते लोक पान चघळीत समोर नाचत असलेल्या नर्तकीचे नेत्रकटाक्ष झेलत होते. सारंगिया आणि तबलेवाला देखील खास संस्थानी थाटाचे दिसत होते. मात्र आणखी तीन मंडळी तेवढी त्या बैठकीत विजोड दिसत होती. त्यांचा पोशाख थोडा आधुनिकच वाटत होता. त्यांच्याकडे पाहता पाहता शरद एकदम दचकला. कारण त्यातला एकजण होता तो विनायक शेट्ये! हो. नक्कीच. शरदने गावातल्या एका फोटो स्टुडियोत काचेत लावलेला त्याचा छोटा फोटो पाहिला होता. त्याला आश्चर्याचा धक्काच बसला. "कोण शेट्ये?" तो पुटपुटला. आणि त्याच वेळी शेट्येचं लक्ष त्याच्याकडे गेलं. उठून चटकन त्याच्यापाशी येत तो म्हणाला,

"हो मी शेट्येच. बाकीचेही आहेत इथं. या ना आत." तो हसून आग्रह करीत म्हणाला.

शरदला गंमत वाटली. गावातून बेपत्ता झालेली ही माणसं खुशाल इथं चैनीत वेळ घालवीत राहत होती. आपण उगाच साऱ्या प्रकाराचा 'बाऊ' केला असं त्याला वाटलं. समोर नाचत असलेल्या नर्तकीने सुरेख पदन्यास करून एक गिरकी घेतली आणि हातातला सुगंधी फुलांचा हार त्याचवेळी हवेत भिरकवला. शेट्येबरोबर बैठकीकडे येत असलेल्या शरदच्या गळ्यात तो नेमका पडला. शरदने स्मित केलं, त्या हाराचा एक पदर नाकाशी नेत त्याने डोळे मिटून तो धुंद सुगंध घेतला आणि पाऊल पुढे टाकलं.

हळूहळू शरदही त्या नाचगाण्याच्या मैफलीत दंग होऊन गेला. माना डोलावीत, दाद देत तो नर्तकीचा पदन्यास पाहत होता. स्वर्गीय सुख म्हणतात ते हेच असं त्याला वाटतं होतं. शेट्येने आग्रहाने पुढे केलेला मद्याचा ग्लास मात्र त्याने नाकारला. मध्येच रुमाल काढण्यासाठी त्याने खिशात हात घातला आणि तो केवढ्याने तरी दचकला. खिशातल्या डबीचा हाताला स्पर्श होताच समोर बसलेल्या सर्व माणसांच्या जागी त्याला हाडांचे सांगाडे दिसू लागले. त्यातला एक सांगाडा वेडेवाकडे हात करीत नाचत होता आणि....आणि त्याच्या गळ्यात हार नव्हताच. होता फक्त एक जाडजूड दोरीचा फास! विंचू डसल्यासारखा शरदने हात मागे घेतला आणि त्यावेळी सारे दृश्य पूर्ववत दिसू लागले. पण आता गळ्यातला तो सुगंधी

फुलांचा हार मात्र थोडा आखूड झाला होता. शरदने पुन्हा खिशातल्या डबीला स्पर्श केला आणि क्षणार्धात त्याच्या सारं लक्षात आलं. तो भुतावळीच्या मायाजालात फसत चालला होता. जिवाच्या कराराने त्याने गळ्यातला तो फास काढून नर्तकीच्या दिशेने फेकला आणि तिचं नृत्य एकदम थांबलं. तिच्या सुंदर डोळ्यांतून आता क्रोधाच्या ठिणग्या बाहेर पडू लागल्या. पण लगेच तिने स्वत:ला सावरलं. इतरांना निघून जाण्याची तिने खूण केली आणि मग शरद आणि ती असे दोघेच तिथे उरले.

"प्रियतम, किती सुंदर आहात तुम्ही! मी तर पहिल्या नजरेतच घायाळ होऊन गेलेय. आपण माझा स्वीकार करून मला आपल्या चरणांची दासी बनवाल का?" ती अत्यंत मधुर स्मित करीत मुलायम स्वरात त्याचा अनुनय करू लागली. कुठलाही पुरुष खडीसाखरेच्या खड्यासारखा विरघळावा असेच तिचे विभ्रम आणि लावण्य होते. पण शरदचं मनोधैर्य अजून ढळलं नव्हतं.

"दूर हो हडळी, नीघ इथून." तो तिरस्काराने म्हणाला. पण ती तरीही त्याची मनधरणी करीतच राहिली. "प्रियतमा, चला ना आत. आपण दोघं स्वर्गसुखाचा अनुभव घेऊ. आणि खिशातली ती घाणेरडी डबी फेकून द्या ना. शी!... द्या बाई फेकून." असं लडिवाळपणे बोलत राहिली. शरदवर फारसा परिणाम होत नाही हे पाहताच तिने हळू हळू अंगावरचे एकेक वस्त्र उतरवायला सुरुवात केली. शरदचा संयम आता सुटू लागला होता. त्याचं पौरुष जागं व्हायला लागलं, पुढे होऊन समोरच्या रमणीला बळकट बाहूंनी आलिंगन द्यावं अशी त्याला अनिवार इच्छा झाली. तो पुढे झाला.

"उं हूं. आधी ती डबी फेका बाई." तिने अट घातली. शरदने तिरीमिरीसरशी खिशात हात घातला आणि त्याचवेळी त्याला सत्य परिस्थितीची जाणीव झाली. त्याने ती बाहेर काढली आणि घाईघाईने आतला रेशमी अनंत बाहेर काढला. पण त्याने तो मनगटावर बांधण्यापूर्वीच अचानक सोसाट्याचा वारा सुटल्याची जाणीव त्याला झाली. भयानक वेग असलेला वादळी वारा! त्याच्या तडाख्याने मोठ मोठे वृक्ष उन्मळून पडत असल्याचे त्याला दिसत होते. त्या वाऱ्याच्या वेगाबरोबर तोही उंच उडाला. आणि एखाद्या वाळलेल्या पानासारखा भिरभिरत, भेलकांडत राहिला. 'शरद पुराणिक' हे आपलं अस्तित्व तो पार विसरून गेला. त्याची स्वत्वाची जाणीव नष्ट होऊ लागली. आपण एक वाळलेलं पान आहोत आणि या प्रलयंकारी वाऱ्याबरोबर भरकटत जाऊन कुठेतरी नष्ट होणार आहोत, हीच जाणीव उरली आणि क्षणोक्षणी तीव्र होऊ लागली.

दुसऱ्याच क्षणी दृश्य बदललं. महापुराचं घोंघावणारं लाल पाणी दिसू लागलं. मोठमोठ्या प्रचंड लाटा उसळत होत्या आणि एका लाकडी ओंडक्याला धरून तो त्या भयंकर लाटांशी लढत होता. एवढ्यात एक प्रचंड लाट आली आणि तो उंच

उचलला गेला. पुढच्याच क्षणी आपण कड्यावरून कोसळणाऱ्या धबधब्यात पडणार आणि आपल्या ठिकऱ्या ठिकऱ्या उडणार याची त्याला जाणीव झाली. शरद पुराणिक या नावाशी त्याचा आता संपर्क तुटत चालला होता. तो त्या प्रलयंकारी लाटांशी सामना देत असलेला एक दुबळा जीव होता. आपलं अस्तित्व संपणार याची जाणीव अत्यंत तीव्रपणे त्याला झाली. आणि तो नेमका क्षण पकडून त्याच्यावर झडप घालायला सज्ज असलेली अमानवी शक्ती दात विचकत समोर उभी होती.

खळ्ळळ्! एकाएकी काचेचं तावदान फुटल्याचा मोठ्ठा आवाज झाला आणि शरद भानावर आला. त्याच्या नजरेसमोरची ती महाभयानक दृश्यं पुसली गेली होती. पण त्याचं अंग घामानं ओलं चिंब झालं होतं. त्याने स्वत:कडे पाहिलं. सभोवार पाहिलं आणि आपण शरद पुराणिक आहोत, इथं काही खास हेतूने आलो आहोत याची त्याला जाणीव झाली. समोरच फुटलेल्या काचांचे तुकडे पडले होते आणि त्या भयंकर अनुभवातून जात असताना त्याच्या हातून आपोआप गळून पडलेला अनंत त्याच्या शर्टाच्या बाहीच्या बटणात गुंतून अडकून राहिला होता. शरदने घाईने तो मनगटावर बांधला आणि तो जिन्याकडे परतला. आता त्याचे मन पूर्ववत खंबीर बनलं होतं. अत्यंत सहजपणे तो त्या हवेलीतून बाहेर पडला.

फाटक उघडून बाहेर येताच त्याला समोरच कुलकर्णीसाहेब त्याची वाट पाहत असलेले दिसले.

"शरद.... शरद.... तू आलास." ते अत्यानंदाने म्हणाले आणि त्यांनी त्याला आवेगाने मिठीच मारली.

"सर....तुमच्यामुळेच मी बचावलो सर. तुम्ही जर काचेवर दगड मारला नसतात तर काय झालं असतं कुणास ठाऊक!"

"अरे बाबा मी खूप हाका मारल्या. पण एकाही हाकेला ओ येईना तेव्हा अखेर शेवटचा उपाय म्हणून...."

"थँक यू सर. आता काम फत्ते झालंय सर. यापुढे तुमचा कोणताही तारबाबू किंवा आणखी कोणी या हवेलीचा बळी ठरणार नाही."

"म्हणजे ते तिघं.....खरोखरच."

"होय सर. उद्या कळेलच सर्व. चला जाऊ या आता." तो म्हणाला आणि दोघेही स्कूटरवर बसले.

सकाळी ते दोघेही पोलिसांसह त्या हवेलीत आले. रात्री पाहिलेल्या दृश्याचा आता कुठे मागमूसही नव्हता. ते कोच, बैठकी, हंड्याझुंबरं काहीही नव्हतं. होती फक्त कोळिष्टकं आणि धूळ! कित्येक वर्ष ओसाड पडलेली वास्तू दिसत होती ती. पोलिसांनी त्या जागेचा इंचन इंच तपासून काढला. आणि अखेर त्यांना ते सापडले.

वरच्या दिवाणखान्यात असलेले कपाट उघडताच आत उतरत जाणाऱ्या पायऱ्या त्यांना दिसल्या. हातातल्या बॅटरीचा उजेड टाकीत ते सर्वजण मोठ्या सावधगिरीने आत उतरले. ते एक तळघर होतं. सामानाच्या एक दोन अवजड पेट्या आणि अस्ताव्यस्त पडलेले सात आठ सांगाडे एवढंच त्यांना दिसलं. या आणि अशाच गोष्टी पाहून सरावलेल्या पोलिसांच्या अंगावरही त्या दृश्याने काटा उभा राहिला. लवकरच ते सांगाडे वर आणले गेले. त्यातल्या अत्यंत जीर्ण सांगाड्याच्या पायात एक दोन घुंगरं शिल्लक होती. तीन सांगाडे कुलकर्णी साहेब ओळखू शकले. कुणाचे घड्याळ तर कुणाची अंगठी त्यांना परिचित होती. महाडिकच्या हातात पंचधातूचं कडे तसंच होतं. ते सारं पाहत असताना कुलकर्णींचे डोळे पाणावले. शरदने त्यांच्या खांद्यावर हात ठेवला आणि बाहेर चलण्याविषयी सुचवलं. त्या साऱ्या सांगाड्यांबाबतची पुढील कारवाई अर्थातच पोलिसांच्या हातात होती. शरद आणि कुलकर्णी दोघांचाही त्याच्याशी काहीच संबंध नव्हता.

❑

नयन तुझे जादूगार

नीलाशाने डोळे उघडले तेव्हा उन्हं कलली होती. आळसावलेल्या शरीराची मोहक हालचाल करीत तिने आळोखेपिळोखे दिले आणि ती उठून उभी राहिली. आज बऱ्याच दिवसांनी तुस्त जेवण आणि मस्त झोप हा तिचा आवडता कार्यक्रम जमून आला होता.

पलंगावरून उतरून नीलाशा जवळच्याच फुलसाईज आरशासमोर जाऊन उभी राहिली. जडावलेले डोळे आणि अस्ताव्यस्त झालेले केस यामुळे तिच्या सौंदर्याला अधिकच खुलावट आली होती. गुलाबी रंगाची स्लीव्हलेस मॅक्सी तिच्या गौरकांतीला शोभून दिसत होती. नीलाशाला घडवताना विधात्याने किंचितही कसूर केली नव्हती. प्रमाणबद्ध मोहक बांधा, रेखीव नाक-डोळे, लालचुटूक ओठांची एवढीशी जिवणी-सारं काही जिथल्या तिथं आणि नजर खिळवून टाकील असं होतं. या साऱ्यांत भर घालीत होते तिचे निळे निळे डोळे! त्या डोळ्यांचा आकार आणि रंग, दोन्ही आकर्षक होतं. त्या निळ्याशार डोळ्यांमुळेच तर वडिलांनी तिचं नाव नीलाशा ठेवलं होतं.

नीलाशाचंही आपल्या या डोळ्यांवर मोठं प्रेम होतं. फार अभिमान वाटायचा तिला त्यांचा. तिच्याबद्दल असूया वाटणाऱ्या मुली आणि मुलं मात्र आपसांत बोलताना म्हणत, ''नीलाशाचे डोळे कितीही सुंदर असले तरी भावशून्य आहेत. दगडी वाटतात.'' पण ती कधीच असली टीका मनावर घेत नसे. गोड हसून सोडून देत असे.

मोठ्या अभिमानाने आरशातली आपली छबी निरखता निरखता तिचं लक्ष दोन उभार वक्षस्थळांमधून चमकणाऱ्या नव्या कोऱ्या जडावाच्या मंगळसूत्राकडे गेलं आणि ती खुदकन हसली. ती थोडीशी हलताच मंगळसूत्राच्या वाट्यांमध्ये जडवलेले हिरे चमचमले. ही खास सागरची आवड! मंगळसूत्र, कर्णफुलं असल्या कायम अंगावर असलेल्या दागिन्यांमध्ये तरी हिरे जडवायचेच हा त्याचाच आग्रह. सागरची

आठवण येताच नीलाशा मनोमन लाजली. हनीमूनचे ते फुलपंखी दिवस तिला आठवले आणि एक गोड शिरशिरी अंगातून उठली. त्याच्या पीळदार बाहूंची काहीशी राकट मिठी तिला आठवली आणि तिच्या उरात कळ उमटली. "स्स!" असा उद्‍गार काढीत तिने डाव्या गालावर हात ठेवला. तिथे सागरनेच उमटवलेला लालसर दंतव्रण होता. सागरच्या आठवणीने नीलाशा वेडीपिशी झाली.

चटकन तिने पलंगाखालची सूटकेस पुढे ओढली आणि त्यातून पाठीमागच्या कप्प्यात टाकलेला सागरचा फोटो बाहेर काढला. फोटो देण्यापूर्वी त्याने आपल्या खट्याळ स्वभावानुसार तिला खूप चिडवून घेतलं होतं.

"मेरी तस्वीर लेकर क्या करोगे, तुम मेरी तस्वीर लेकर?" असं गात त्याने तिचं नाक ओढलं होतं आणि नीलाशाने लाडिकपणे किंचाळून त्याच्या केसाळ छातीवर नाजूक गुद्दे लगावले होते आणि मग मोठ्यांदा हसत त्याने तिला पुन्हा एकदा मिठीत घेतले होते. तो प्रसंग आठवत तिने फोटो डोळ्यांसमोर धरला. कुरळे केस, रुबाबदार देखणा चेहरा आणि डोळ्यांतून ओसंडणारा आत्मविश्वास! खरंच, सागर तिला अगदी अनुरूप होता. नीलाशाला गोऱ्या वर्णाचे, नाजूकसाजूक, जनानी सौंदर्य असलेले पुरुष कधी आवडलेच नाहीत. सागराचा उजळ पण रापल्याने किंचित तांबूस झालेला वर्ण तिला आवडायचा! त्यामुळे तो अधिकच 'ही-मॅन' वाटतो असं ती म्हणायची.

ती अशी किती वेळ त्या फोटोकडे पाहत बसली होती कुणास ठाऊक! एवढ्यात कुणाची तरी चाहूल लागली आणि तिने गडबडीने फोटो पेटीत टाकला. ती उठून उभी राहिली. आता तिच्या अंगात जणू उत्साहाचं वारंच संचारलं होतं. गात्रागात्रांतून चैतन्य सळसळत असल्यासारखं तिला वाटलं. थोडसं नवल करीतच ती खोलीबाहेर पडली. चहा, तोंडधुणं, प्रसाधन आणि वेषभूषा - सारे पुढचे कार्यक्रम तिने चटाचट उरकले आणि मग बॅडमिंटनची रॅकेट घेऊन ती फुलपाखरासारखी नाचतच बाहेर पडली. एकाच किकमध्ये स्कूटर स्टार्ट करून ती त्यावर बसली आणि ॲक्सीलेटर पिळून ती वायुवेगाने क्लबकडे निघाली.

आपला सर्व जामानिमा उरकून सागर बाहेर जाण्याच्या तयारीत होता. त्याने आरशात पाहून टायची गाठ ठीक केली. केसांवरून शेवटचा कंगवा फिरवला आणि मग सेंटचा स्प्रे हातात घेतला. मोठ्या खुषीत शिळेवर कसलीतरी धून वाजवीत तो तयारी करीत होता. या क्षणी तरी त्याच्याइतका सुखी माणूस जगाच्या पाठीवर कुणीही नसेल अशी त्याला खात्री होती.

बिल्डिंग-कॉन्ट्रॅक्टरच्या धंद्यात तो आता चांगलाच एस्टॅब्लिश झाला होता. भरपूर मिळकत होती. फोर्टमध्ये अद्यावत ऑफिस होतं. ऑफिसातले सारे सहकारी

विश्वासू होते. गेले आठ दिवस मॅनेजरवरच सारी जबाबदारी सोपवून तो हनीमूनला गेला होता. नीलाशासारखी रूपमती त्याची पत्नी झाली होती. आपल्यासारख्या राकट माणसाच्या हातात नीलाशासारखं नाजूक फूल पडावं याचं त्याला राहून राहून नवल वाटत होतं. त्या फुलाला न दुखवता त्याच्या गंधाचा आस्वाद घेणं खरोखरच कौशल्याचं काम होतं. सागरच्या चेहऱ्यावर मिस्कील हास्य पसरलं. नीलाशाच्या कोमल स्पर्शाची आठवण होताच कानशिलं गरम झाली.

सोफ्यावर बसून त्याने बूट चढवायला सुरुवात केली. पाय किंचित वर उचलून तो बुटाची लेस बांधू लागला.

रुंद कपाळावर झेपावलेली कुरळ्या केसांची बट त्याने मान उडवून मागे परतवली, आणि मग एकाएकी त्याला तो फरक जाणवला. कसला तरी विचित्र ताण! अंत:करणावर एकाएकी झाकोळून आलेलं कसलंतरी सावट! अस्वस्थ होऊन त्याने पाय खाली टेकवला आणि सिगारेटच्या पाकिटासाठी त्याने नजर चौफेर दौडवली. सहजच त्याने समोर पाहिलं आणि...ओ गॉड! हे -हे त्याला कधीच अपेक्षित नव्हतं. नेव्हर! समोरच्या भिंतीवर अधांतरी तरंगत असलेले दोन डोळे त्याच्याकडेच रोखून पाहत होते.

सागरचं शरीर ताठरलं. त्याच्या डोळ्यांतून आत घुसून ती नजर थेट त्याच्या अंत:करणाचाच वेध घेऊ लागली. अत्यंत भयचकितपणे सागर तिकडे पाहत होता.

त्याला नजर काढून घ्यावीशी वाटत असूनही काढता येत नव्हती. जणू कुणाची तरी तशी आज्ञाच होती. भारल्यासारखा तो त्या डोळ्यांत नजर गुंतवून ताठ बसला होता. आपल्या अंगातलं सारं चैतन्य ओरबाडून निघत असल्याचं त्याला स्पष्ट जाणवत होतं. अतोनात वेदना होत होत्या. मोठ्यानं ओरडावंसं वाटत होतं- पण काहीही करता येत नव्हतं. असहायपणे तो तसाच बसून राहिला.

काही वेळाने ते डोळे एकाएकी गुप्त झाले आणि सागर मागे कोसळला. इतका वेळ रोखून धरलेला श्वास धापांनी चालू झाला. त्याचं सारं अंग घामानं थबथबलं होतं. सारं शरीर नि:सत्त्व झाल्यासारखं हलकं वाटत होतं. त्याने कसेबसे खाली सोडलेले पाय वर घेतले आणि सोफ्यावरच तो आडवा झाला. दुसऱ्याच क्षणी सारी खोली त्याच्याभोवती गर्रकन फिरली आणि मग त्याच्या डोळ्यांपुढे काळोख दाटला.

संध्याकाळी सहा वाजता सागरचा मित्र आणि त्याच्या फर्मचा मॅनेजर मंगेश घाईघाईने त्याच्या फ्लॅटवर आला. दुपारी चार वाजता येण्याचं कबूल करूनही सागर ऑफिसात आला नव्हता- त्यामुळे रात्री आठ वाजता मित्रांसाठी पार्टी आयोजित करण्याबद्दलचं सारंच काम टांगतं राहिलं होतं.

घायकुतीला आल्यासारखी मंगेशने दोनदा बेल वाजवली - पण दार उघडलं

गेलं नाही. रागाने त्याने काही क्षण बेलवर बोट दाबूनच धरलं. आत खणाणत असलेल्या बेलचा आवाज त्याला ऐकू येत होता, पण हालचाल मात्र जाणवत नव्हती. ''काय झालंय काय या सागरला?'' असं स्वत:शीच पुटपुटत त्याने निर्वाणीचा उपाय म्हणून दाणकन दारावर लाथ मारली. त्यासरशी दरवाजा धाडकन उघडला गेला.

''म्हणजे दार उघडंच ठेवून आपल्याला खिजवीत होते म्हणायचे हे राजश्री!'' असा विचार करीत मंगेश आत आला- पण फ्लॅटमध्ये अंधार होता. खिडकीतून आत आलेल्या अंधुक प्रकाशात त्याला सोफ्यावर अस्ताव्यस्त पसरलेला सागर दिसला. त्याने थाडदिशी कोपरापासून हात जोडले आणि म्हटलं,

''भले बहाद्दर! आम्ही तिथं बोंबलतोय आणि तुम्ही इकडे आडवे पसरलात!''

बोलतच तो दिव्याच्या बटणाकडे गेला आणि त्याने स्विच ऑन केला. तो मागे वळला तरी सागरने काहीच हालचाल केली नाही, तशी काहीसं चिडून त्याने म्हटलं, ''ए बाबा, आता नाटकं पुरेत! पार्टीची व्यवस्था झाली नाही तर तुझे ते टोळभैरव फाडून खातील मला! चल, ऊठ. माहीत आहे, हनीमूनवरूनच आला आहेस- युद्धाची बाजी मारून नव्हे!''

असं म्हणत त्याने जवळ जाऊन सागरला हलवलं. दुसऱ्याच क्षणी तो चपापला. सागरची ही झोप साधी नाही हे त्याच्या लक्षात आलं. अंगावर बाहेर जायचे कपडे, पायांत बूट अशा अवस्थेत तो निपचित पडला होता. कपडे घामाने ओलसर झाले होते.

मंगेशने त्याच्या गालांवर हलकेच थापट्या मारून त्याला सावध करायचा प्रयत्न केला. आता मात्र मंगेश घाबरला. त्याने तत्काळ फोनकडे धाव घेतली आणि डॉ. केतकरांचा नंबर फिरवला. घाईघाईने त्यांना सागरबद्दल सांगून ताबडतोब त्याच्या फ्लॅटवर येण्याची विनंती केली.

मंगेश अस्वस्थपणे फेऱ्या घालीत असतानाच डॉक्टर आले. त्यांनी सागरला तपासलं आणि लगेच एक ६ ॠ टोचलं. सचिंत मुद्रेने जवळ बसलेल्या मंगेशला ते म्हणाले,

''आपण आता थोडा वेळ वाट पाहू या. ते थोड्याच वेळात भानावर येतील. मग त्यांना या दोन गोळ्या पाण्याबरोबर द्या आणि गरम गरम कॉफी पाजा.''

मंगेशने मान डोलावली. घड्याळाचे काटे टकटकत पुढे सरकत होते. डॉक्टर शांतपणे वाट पाहत होते आणि मंगेश जाग्यावरच चुळबुळत होता. अखेर एकदाचे सागरने डोळे उघडले.

''कसं काय वाटतंय आता?'' डॉक्टरांनी विचारलं.

सागरच्या चेहऱ्यावर त्या दोघांना पाहून आश्चर्य उमटलं. त्याने उठण्याचा क्षीण

प्रयत्न केला आणि मग त्याला सारं आठवलं. चटकन त्याने समोर पाहिलं, पण आता तिथं काहीच नव्हतं.

"खूप अशक्तपणा वाटतोय." तो कसाबसा उत्तरला.

सागरच्या तोंडी "अशक्तपणा" चा उल्लेख मंगेशला कसासाच वाटला. सदैव उत्साहाने, चैतन्याने सळसळणारा, पीळदार शरीराचा सागरच त्याला माहीत होता.

"काळजी करण्याजोगं काहीच नाही. मला वाटतं, तुमच्या मनावर कसला तरी ताण आला असावा. ओ. के. विश्रांती घ्या आता." असं म्हणून डॉक्टर निघून गेले.

मंगेशने सागरला औषध दिलं आणि थोड्याच वेळात गरम कॉफीचे दोन मग घेऊन तो बाहेर आला. पोटात गरम कॉफी गेल्यावर सागरला बरीच हुशारी वाटली.

"व्हॉट इज रॉंग वुइथ यू?"''' मंगेशने आपुलकीने प्रश्न केला.

सागरने त्याच्याकडे पाहिलं, "तू कदाचित मला वेडाच ठरवशील- पण जे घडलं ते खरोखरच मोठं विचित्र होतं."

मंगेशने उत्सुकतेने भुवया उंचावल्या आणि मग सागरने घडलेला प्रकार त्याला सांगितला. मंगेशही थोडा वेळ बुचकळ्यात पडल्यासारखा पाहत राहिला आणि मग एकदम म्हणाला, "छोडो यार! पुष्कळदा आपण शरीराच्या तक्रारींकडे दुर्लक्ष करतो आणि मग एखाद्या बेसावध क्षणी त्या आपल्याला गाठतात. हे विचित्र भास त्यातलेच. तू आता विश्रांती घे चांगली. ऑफिसचं माझ्यावर सोपव."

"हे बघ, आता दोघांची जेवणं इथंच मागव आणि तूर्त आजची रात्र इथेच राहा." सागरने सुचवलं.

"ओ. के. मी व्यवस्था करतो तशी." असं म्हणत मंगेश उठून फोनकडे गेला.

दुसऱ्या दिवशीदेखील सागरच्या प्रकृतीत फारसा फरक नसल्याचं पाहून मंगेशला आश्चर्यच वाटलं.

डॉक्टरांच्या सल्ल्याने त्याने ताबडतोब काही टॉनिक्स खरेदी केली आणि सागर खडखडीत बरा होईपर्यंत त्याच्या फ्लॅटवरच तळ ठोकण्याचं ठरवलं. त्याच्या तब्येतीकडे स्वत: जातीने लक्ष द्यायला हवं हे त्याच्या लक्षात आलं होतं. जुजबी कपड्यांची बॅग घेऊन तो सागरच्या फ्लॅटवर आला.

मंगेशने घेतलेल्या काळजीचा परिणाम लगेच दिसू लागला. २-४ दिवसांतच सागरची गाडी बरीचशी रुळावर आली. तो पहिल्यासारखा उत्साही दिसू लागला. मंगेशच्या विरोधाला न जुमानता एकदा तर तो ऑफिसातही येऊन बसला. रात्री जेवणानंतर काही वेळ दोघेही गप्पा मारीत, नाहीतर पत्ते खेळत बसत.

एका रात्री ते दोघे असेच पत्ते खेळत बसले होते. रात्रीचे १०॥ वाजले होते. हास्यविनोद करीत मजेत खेळ चालला होता आणि एकाएकी सागर स्तब्ध झाला. पुन्हा एकदा त्याला तो "ताण" जाणवला. खोलीतलं वातावरण कुंद झाल्यासारखं

वाटलं. कसल्यातरी अपेक्षेने त्याने इकडे-तिकडे पाहिलं आणि एकदम तो ताठ झाला. मागच्या वेळेप्रमाणेच आजही तिथे दोन डोळे तरंगत होते, सागरकडेच रोखून पाहत होते. सागरचं तिकडे लक्ष जाताच त्याची नजर त्या डोळ्यांत गुंतून राहिली. भारल्यासारखा तो हालचाल न करता पाहत राहिला.

मंगेशच्या लक्षात सागरची अवस्था येताच त्याने त्याच्या नजरेच्या अनुरोधाने पाहिलं, पण त्याला काहीच दिसलं नाही. आता सागरच्या अंगातून घामाच्या धारा वाहू लागल्या होत्या. चेहरा वेदनेने पिळवटल्यासारखा दिसत होता. तिकडे तोंड करून बोट रोखीत तो जिवाच्या आकांताने ओरडला,

"कोण आहे तिथं? जा! चालते व्हा!" त्याच्या ओरडण्यामुळे तिथे जे काही आलं होतं ते नाहीसं झालं असलं पाहिजे. कारण सागरचं शरीर तत्काळ सैलावलं. तो एकदम मागे कोसळला आणि धापा टाकू लागला. अजिबात गडबडून न जाता मंगेशने कपाटातून ब्रँडीची बाटली काढली आणि घोटाघोटाने सागरला थोडी पाजली. नंतर लगेच त्याने डॉक्टरांना फोन लावला.

डॉक्टरांच्या ट्रीटमेंटमुळे सागरला बरीच हुशारी आली. ते गेल्यावर मंगेश म्हणाला, "सागर, मला वाटतं तू उद्याच वहिनींना पत्र टाक आणि बोलावून घे. सध्या तुझी काळजी घ्यायला सतत जवळ मायेचं माणूस हवं. मला वाटतं, या प्रकारात सायकॉलॉजिकल भागही असावा."

सागरने त्याच्याकडे पाहिलं. आपल्याला वेड लागलंय असं तर नाही ना याला सुचवायचं, असंही त्याच्या मनात आलं. मंगेशच्या लक्षात त्याचा अभिप्राय आला पण काहीच न बोलता त्याने त्याच्या अंगावर शाल पांघरली आणि लाईट ऑफ केला.

न्हायलेले केस पाठीवर मोकळे सोडून ते सुकविण्यासाठी नीलाशा बंगल्यापुढच्या बागेत हिंडत होती. लाल रंगाची साडी, लाल रंगाचा ब्लाऊज आणि कानाजवळ केसांत खोवलेले लाल गुलाबाचे टपोरे फूल अशा वेषात ती एखाद्या अग्निज्योतीसारखी भासत होती. कोवळ्या उन्हाची मजा चाखत ती बागेत शतपावली करीत होती. गेल्या आठ-पंधरा दिवसांचा माहेरवास तिला चांगलाच मानवला होता. खरं तर अद्याप तिनं सासरी पाऊलदेखील ठेवलेलं नव्हतं.

ती लग्न करून परतली होती म्हणूनच या राहण्याला 'माहेरवास' म्हणायचं इतकंच. पण या अवधीत तिला आपण चांगल्या चार-पाच वर्षांनी तरुण झालो आहोत असं वाटत होतं. आरोग्याची झळाळी तिच्या अंगोपांगावर चढली होती. शरीराच्या कांतीला एक वेगळीच चमक आली होती अन् अंगात चैतन्याचा, शक्तीचा स्त्रोत नुसता सळसळत होता. दवात न्हालेल्या एखाद्या अस्फुट कळीसारखी ती

आणखीच मोहक दिसू लागली होती.

स्वत:शीच खुदकन हसत तिने रस्त्याकडे पाहिलं आणि तिला पोस्टमन येत असलेला दिसला. धावतच ती फाटकापाशी आली. पोस्टमनने एक पाकीट तिच्या हातात दिलं. तिच्या अपेक्षेप्रमाणे ते सागरचंच होतं. आनंदाने नाचतच ती बंगल्यात शिरली आणि जिना चढून तिने आपली खोली गाठली.

पलंगावर पालथी पडून ती उत्सुकतेने सागरचं पत्र वाचू लागली.

"प्रिय नीलाशा, तू माझ्या पत्राची वाटच पाहत असशील, तर मी इथे आलो आणि एका विचित्रच संकटात सापडलो..."

नीलाशाच्या कपाळावर सूक्ष्म गाठी उमटली. सागरचं पत्र प्रणयरम्य भाषेने नटलेलं असणार आणि एखादं मोरपीस फिरवावं तशा आपल्या अंत:करणाला ते गुदगुल्या करणार असं तिला वाटलं होतं-पण प्रत्यक्षात किती रूक्ष होतं ते!

दोन तरंगत्या डोळ्यांचा त्याला येत असलेला विलक्षण अनुभव आणि त्याची ढासळत चाललेली प्रकृती याविषयीच त्याने चऱ्हाट लावलं होतं- आणि अखेर तिने त्याच्याकडे शक्य तितक्या लवकर यावं असं सुचवलं होतं.

तारीख, वेळ - सारा तपशीलवार उल्लेख करून त्याने म्हटलं होतं, "राणी, त्या दिवशी मंगेश जीव खाऊन 'जा, जा!' असं ओरडला म्हणूनच मी बचावलो. खरंच, मला तर धास्तीच बसलीय त्या डोळ्यांची."

नीलाशाने रुष्ट येऊन ते पत्र बाजूला आपटलं. म्हणजे आता आदर्श भारतीय नारीप्रमाणे याची सेवाचाकरी करायला जावं लागणार! हूं! रुसल्यासारखी ती थोडा वेळ बसून राहिली, आणि मग एकाएकी पुन्हा तिने ते पत्र उचललं आणि वाचून काढलं. शेवटचा भाग वाचता वाचताच तिला तो प्रसंग आठवला.

त्या दिवशीही रविवारच होता. सागरच्या आठवणीने विरह व्याकूळ होऊन ती कॉटवर तळमळत पडली होती. गात्र न् गात्र त्याच्या स्पर्शासाठी आसुसलं होतं. तिने घड्याळात पाहिलं- साडेदहा वाजले होते. अखेर पेटीतून सागरचा फोटो काढून ती त्याकडे पाहत बसली. पाहता पाहता तिची तंद्री लागली. आपल्याच नादात ती असताना एकाएकी कुणीतरी तिच्या कानाशी "जा! जा!" करून ओरडलं आणि ती विलक्षण दचकली. नजर उचलून तिने सभोवार पाहिलं- कुणीसुद्धा नव्हतं. त्यासरशी ती घाबरली. सागरचा फोटो उशीखाली सारून तिने पांघरुण ओढून घेतलं आणि लहान मुलासारखी ती पटकन झोपून गेली.

तो प्रसंग नीलाशाला आठवला आणि ती ताडकन उठून उभी राहिली. अनेक दिव्यांची बटनं खटखट लावताच प्रखर प्रकाशाने आसमंत उजळून निघावा तसा तिच्या डोक्यात लख्ख प्रकाश पडला. एकंदर प्रकाराचा गूढ अर्थ आता तिच्या नीट ध्यानात आला.

स्वतःमध्ये असलेल्या त्या वेगळ्याच सामर्थ्याची प्रथमच तिला जाणीव झाली आणि ओठाला मुरड घालीत ती हसली. सारं जग पायदळी तुडवल्यासारखी नखऱ्याने चालत ती आरशापाशी गेली आणि आपल्या निळ्याशार डोळ्यांकडे प्रेमाने पाहत राहिली. हे असंच घडलं असलं पाहिजे. सागरच्या फोटोकडे पाहता पाहता तद्रूप होताच त्या दोघांच्यामध्ये एक अदृश्य पूल निर्माण झाला असेल आणि मग त्यांच्या नजरा एकमेकांत गुंतल्याबरोबर सागरच्या शक्तीचा ओघ तिच्या डोळ्यांकडे ओढला गेला असणार.

आपल्या या सामर्थ्याची जाणीव होताच नीलाशा आंतर्बाह्य बदलली. तिच्या कोमल भावना नष्ट होऊन गेल्या. तिच्या दगडी डोळ्यांसारखंच तिचं अंतःकरणही भावशून्य बनलं. सागरच्या अवस्थेबद्दल आता तिला काडीचीही सहानुभूती नव्हती. भक्ष्याची शिकार करणाऱ्या प्राण्याला कधी भक्ष्याबद्दल करुणा वाटते का? नीलाशा त्याला अपवाद नव्हती.

तिने ठरवलं, आज पुन्हा एकदा तो प्रयोग जाणीवपूर्वक करायचा. जर यश मिळालं तर हे सळसळणारे तारुण्य कधीच ओसरणार नाही. आपलं हे सामर्थ्य हुशारीने वापरलं तर चिरतारुण्य आणि पायाशी लोळणारा पैसा यांचा जगाच्या अंतापर्यंत उपभोग घेता येईल.

पण दरवेळी नवं सावज हेरताना सावधगिरी बाळगावी लागेल. आपलं हे रहस्य फुटायला नको असेल तर कालांतराने आई, बाप, भाऊ, बहिणी ही नात्याची जोखडंदेखील झुगारून द्यावी लागतील.

मोहक हसत तिने कमरेला एक झोका दिला आणि ती आरशापुढून हलली.

दुसऱ्या दिवशी सकाळीच नीलाशाने सागरला ट्रंककॉल लावला. रात्री आपण केलेल्या प्रयोगाचा परिणाम जाणून घेण्याची तिला उत्सुकता होती. तिच्या अपेक्षेप्रमाणेच फोनवर सागरऐवजी मंगेश आला.

"वहिनी, बरं झालं तुम्ही फोन लावलात. नाहीतरी मी आत्ता तोच विचार करीत होतो."

"का? काय झालंय?" शक्य तितक्या काळजीच्या स्वरात तिने विचारलं.

"काल रात्री सागरला पुन्हा तो अॅटॅक आला. त्याला मी हॉस्पिटलमध्ये हलवलंय."

"अरे देवा! एवढं काय झालं एकाएकी? भाऊजी, ठीक होतील ना हो ते?" कोरडा हुंदका देत नीलाशा म्हणाली.

"वहिनी-वहिनी-प्लीऽज! तुम्ही घाबरू नका. मी तज्ज्ञ डॉक्टरांना बोलावलंय. सागरला काहीही होणार नाही."

"मी लगेच निघतेय-पण तोवर तुम्ही जपा त्यांना." नीलाशा म्हणाली आणि

तिने रिसिव्हर जागेवर ठेवला. ती उठली तेव्हा तिच्या चेहऱ्यावर विजयी हास्य खेळत होतं.

त्या भव्य हॉस्पिटलमध्ये पाय ठेवताना नीलाशा थोडी बावरली होती. पण तेवढ्यात समोरून येणारा मंगेश तिला व्हरांड्यातच दिसला आणि तिला हायसं वाटलं. त्याचा चेहरा चिंतातुर दिसत होता, तरीही बळेच हसून त्याने तिचं स्वागत केलं. नीलाशा क्षणभर पाहतच राहिली. पुरुषी सौंदर्याचा एक वेगळाच पैलू त्याच्या रूपाने तिच्या समोर उभा होता.

"कसे आहेत ते?" तिने विचारलं.

"शुद्धीवर आलाय. यावेळचा ॲटॅक जास्त जबरदस्त होता. तुम्ही भेटायला जायला हरकत नाही-पण एक लक्षात ठेवायचं; त्याच्यासमोर निराश चेहरा करायचा नाही, डोळ्यांत पाणी आणायचं नाही. समजलं ना? अगदी काळजी करू नका तुम्ही."

ती नुसतीच त्याच्याकडे पाहत राहिली. मंगेशने तिला धीर देण्यासाठी तिच्या दंडाला धरून आपल्याबरोबर चालवलं. सागरच्या खोलीपाशी तिला सोडून तो निघून गेला. तिने आत डोकावून पाहिलं. पांढऱ्याशुभ्र चादरीच्या बेडवर सागर पडलेला होता- पण किती कृश दिसत होता तो! गालांची हाडं वर आली होती. डोळे खोल गेले होते. त्यांच्याभोवती काळी वर्तुळं आली होती. चेहरा पांढराफटक पडला होता.

तिला पाहताच त्याचा चेहरा उजळला- पण हातदेखील हलवण्याचं त्राण त्याच्यात नव्हतं. नीलाशाच्या मनात एकदम त्याच्याविषयीची घृणा दाटून आली. या माणसावर प्रेम केलं आपण? शी:! इच्छा नसतानाही तिने आत पाऊल टाकलं. ती धावतच आत येईल, आपल्यापाशी बसून आपल्या केसांतून हात फिरवीत प्रेमाने चौकशी करेल अशी सागरची अपेक्षा होती- पण ती थंडपणे आत आली आणि परक्यासारखी जवळच्या खुर्चीत बसली.

"कसं वाटतंय आता?" तिनं पुढं झुकून विचारलं. सागरने तिच्याकडे पाहिलं. नजरेला नजर भिडताच त्याला हिसका बसल्यासारखं झालं. कुणीतरी हाताला धरून ओढावं तशी घाईने त्याने नजर वळवली.

काही क्षण स्तब्धतेत गेले. सागरने पुन्हा एकदा धीर करून तिच्याकडे पाहिलं. ती समोरच्या भिंतीवरील कॅलेंडरकडे पाहत स्वस्थ बसली होती. तिच्या त्या निश्चल, निळ्या डोळ्यांकडे लक्ष जाताच त्याला काहीतरी स्पष्टपणे जाणवलं. नुकताच घेतलेला तो अनुभव जणू रोंरावत अंगावर आला. "हेच ते डोळे! नक्कीच!" तो स्वत:शीच पुटपुटला.

नीलाशाने त्याच्याकडे पाहिलं. पुन्हा एकदा त्याला हिसका बसला आणि तो

मोठ्याने किंचाळला, "दूर हो! तू तू...तू...माणूस नाहीस नीलाशा! माणसाचा जीवनरस पिणारी चेटकीण- जखीण आहेस तू! मला- मला जाऊ दे- सोड मला!" असे म्हणत पांघरूण फेकून देऊन तो बेभानपणे कॉटवरून उठला. अंगात त्राण नसतानाही तो तसाच लटपटत दाराकडे निघाला.

"मूर्ख माणसा! मुकाट्याने पड तिथं! आता तू कुठेही पळालास तरी माझ्यापासून तुला सुटका नाही, समजलास?" ती फुत्कारली.

"नको-नको नीलाशा! मी काय केलंय तुझं? मला जगू दे." तो गयावया करीत म्हणाला.

"नाही! माझं रहस्य तू जाणलं आहेस. मला आता धोका पत्करून चालणार नाही. लक्षात ठेव, आता चार-दोन दिवसांचाच सोबती आहेस तू." ती म्हणाली, "आणि तुझा तो मंगेश-तो देखील देखणा आहे, नाही?" मोहक हसत ती पुन्हा बोलली.

"नको! नाही! मला जाऊ दे!" तो पुन्हा विनवण्या करू लागताच "चूप!" ती ओरडली. आणि त्याचे दंड दाबून तिने त्याला कॉटवर आडवं पाडलं"

लहान मुलाने रडे आवरावे तसा तो स्वत:शीच आतल्या आत मुसमुसत राहिला, पण नीलाशाचं हृदय जराही द्रवलं नाही. आपला शेवटचा प्रयोग केव्हा आणि कसा करायचा याचीच योजना तिच्या मनात चालली होती.

दिवसभर निरनिराळे लोक सागरला भेटायला येत होते- पण डॉक्टरांनी बोलण्याची मनाई केलीय असं सांगून ती त्यांना दूरच ठेवीत होती. मंगेशच्या भेटीच्या वेळी तर तिला डोळ्यांत तेल घालूनच बसावं लागलं. तरीही तो जायला निघाल्यावर सागरने निकराचा प्रयत्न केलाच.

"मंगेश, मला वाचव मंगेश!" असं ओरडून तो अर्धवट उठला. नीलाशाने घाईने जवळ जाऊन त्याला पुन्हा कॉटवर झोपवलं. त्याला आधार द्यायचं नाटक करीत ती मंगेशला म्हणाली,

"डॉक्टरांना बोलावता का जरा?"

आणि मग तो गेल्यावर तिने हसत सागरकडे पाहून नकारार्थी मान हलवली.

डॉक्टर आले. त्यांनी सागरला तपासलं आणि संध्याकाळपर्यंत इंम्प्रूव्हमेंट न झाल्यास दुसऱ्या दिवशी सकाळी त्याला रक्त देण्याचा निर्णय सांगून टाकला.

नीलाशा दचकली. तसं झालं तर आपले सगळेच फासे उलटे पडतील. सागर आपल्या तावडीतून सुटला तर इथून दूर कुठेतरी परागंदा होण्याखेरीज आपल्या हाती काहीच राहणार नाही. "छे छे! तत्पूर्वीच सर्व उरकायला हवं." ती स्वत:शीच पुटपुटली.

दुसऱ्या दिवशी सकाळी नीलाशा सागरच्या खोलीत गेली आणि मुसमुसतच

बाहेर आली. सागरच्या मृत्यूचं दुःख तिने कौशल्याने वठवलं. मंगेशला, सागरच्या मित्रांना- डॉक्टरांना- साऱ्यांनाच धक्का बसला. आपण रक्त देण्याचं लांबणीवर टाकायला नको होतं या जाणिवेने डॉक्टर अपराधी बनले.

नीलाशा मात्र सारं काही व्यवस्थित पार पडल्याने खुषीत होती. या कानाचा त्या कानाला देखील पत्ता लागला नव्हता. सागरचा मृत्यू ही इतरांच्या दृष्टीने त्याच्या आजाराचीच अपेक्षित परिणती होती. त्याबद्दल नीलाशाला कुणीच दोष देणार नव्हतं. उलट, इतक्या सुंदर तरुणीवर इतक्या कोवळ्या तारुण्यात असा विचित्र घाला घालणाऱ्या दैवालाच सारे दोष देत होते.

नीलाशा आता सागरच्याच फ्लॅटवर त्याची विधवा पत्नी या नात्याने राहू लागली. पहिले काही महिने तिने दुःखाचं नाटक करण्यात आणि विरक्ती भासवण्यातच घालवले. सागरविना सारं काही शून्यवत असल्यासारखंच तिचं वागणं होतं.

मंगेश काही दिवस तिच्या सांत्वनासाठी येत राहिला. मग सागरचे आर्थिक व्यवहार तिला सांगण्यासाठी, त्यानंतर मॅनेजर आणि एक हितचिंतक या नात्याने येतच राहिला. सहवास वाढत होता आणि नीलाशाच्या सौंदर्याची, तारुण्याची मोहिनी हळूहळू त्याच्यावर पडत होती. नीलाशाला घाई नव्हती. वर्ष-दोन वर्षं स्वस्थ बसलं तरी काही बिघडणार नव्हतं.

काळ जसजसा जात होता तसतसा मंगेश तिच्या प्रेमपाशात गुरफटत होता. जाळ्यात अडकत चाललेल्या कीटकाकडे कोपऱ्यात स्वस्थ राहून पाहावं तशी त्याच्याकडे पाहत होती. कालांतराने 'वहिनी' हे संबोधन गळून पडलं आणि त्याची जागा 'नीलू' या संबोधनाने घेतली. प्रथम प्रथम नीलाशाने सागरच्या स्मृतीशी प्रामाणिक राहण्याचा निर्णय घेतल्यासारखं भासवलं, पण मग मंगेश घायकुतीला येताच त्याच्या प्रेमाचा स्वीकार केला.

आणखी काही काळ प्रियाराधनात गेल्यावर एक दिवस मंगेश आणि नीलाशा विवाहबद्ध झाले. काश्मीरच्या निसर्गरम्य परिसरात त्यांनी आपला मधुचंद्र साजरा केला. दोघंही खूप खुषीत होती. प्रेमाच्या मधुर कूजनात ते दिवसही हां हां म्हणता संपले आणि घरी परतण्याची वेळ येऊन ठेपली. त्याच्या वियोगाच्या कल्पनेने नीलाशा रडायलाच लागली.

"वेडे, अग पंधराच दिवसांचा प्रश्न आहे. तोपर्यंत मी आपला बंगला तुझ्या मनाजोगता 'डेकोरेट' करून घेणार आहे. तू आलीस की एकदम तुला चकित करायचा बेत आहे, म्हणूनच तर तुला जायला सांगतोय. नाहीतर माझ्या या लाडक्या राणीला सोडून मला क्षणभर तरी चैन पडेल का?" तिची हनुवटी हातात धरून मंगेश प्रेमाने म्हणाला.

"ऊं! जा! पंधरा दिवस म्हणजे काय थोडे झाले? कसे काढायचे एवढे दिवस?

लाडक्या, तुझा एखादा फोटो देतोस मला. निदान त्याकडे बघत तरी कसाबसा वेळ घालवीन मी." नाजूकपणे मान वेळावीत ती म्हणाली.

मंगेशने खट्याळपणे हसत तिची ती मागणी पुरी केली. फोटो पर्समध्ये टाकताना तिच्या ओठांवर आलेले छद्मी हास्य मात्र त्याच्या लक्षात आलं नाही. मान वर करून तिने त्याच्याकडे पाहिलं आणि सहज स्वरात विचारलं, "काय रे, तुझा तो मलकानी दिसला नाही बऱ्याच दिवसांत? कुठे-दिल्लीला असतो ना तो?"

❑

विषारी विळखा

एक

दिवस कलला होता. मावळत्या सूर्याच्या किरणांनी आकाशात रंगांची उधळण केली होती. सगळ्या सृष्टीला एक निराळेच चैतन्य आणि शोभा प्राप्त झाली होती. आरामखुर्चीवर बसल्या बसल्या रामराव मोठ्या तल्लीनतेने ते सौंदर्य पाहत होते. पक्ष्यांचा किलबिलाट त्यांच्या कानाला मोठा सुखद वाटत होता. पश्चिमेकडे सूर्याच्या लाल बिंबाने बुडी घेतली आणि रामराव किंचित भानावर आले. समोरच खुर्चीवर बसून स्वेटर विणत असलेल्या आपल्या पत्नीकडं त्यांनी पाहिलं. रम्य संध्येच्या आगमनाची तिने किंचितही दखल घेतलेली दिसत नव्हती. उलट तिचा चेहरा काहीसा त्रस्त दिसत होता. पण रामरावांना ते जाणवलंच नाही. तृप्त मनाने त्यांनी एकवार बाहेरच्या बगीच्याकडं, मध्यभागी थुईथुई उडणाऱ्या कारंजाकडे पाहिलं आणि मग पत्नीला उद्देशून ते म्हणाले.

''आनंदी, खरोखर आपण भाग्यवान आहोत. इतक्या सुंदर परिसरात, एवढा ऐसपैस आणि कलात्मक बुद्धीने बांधलेला बंगला आपल्याला मिळाला. तोही अवघ्या ऐंशी हजारात! इतक्या थोड्या किंमतीत आपल्याला हा बंगला विकणारे वसंतराव एक मूर्ख तरी असावेत किंवा अरसिक तरी!''

आनंदीबाईंनी त्यांच्याकडे रोखून पाहत म्हटलं. ''मूर्ख कोण ते अजून ठरायचं आहे.''

रामराव चमकले. ''म्हणजे तुला काय म्हणायचं आहे?'' त्यांनी विचारलं. आनंदीबाई विषण्ण हसल्या.

''मला या बंगल्यात चैन पडत नाही एवढं खरं. कसंतरी घुसमटल्यासारखं किंवा विचित्र हुरहूर लागल्यासारखं वाटतं. साऱ्या बंगल्यावर कसलंतरी उदास सावट असल्यासारखा भास होतो. प्रसन्नता वाटतच नाही.''

आनंदीबाईंनी मोठ्या तळमळीने दिलेल्या या उत्तरावर रामराव मोठ्यांदा हसले.

''वेडी आहेस. अग तुला मुला-माणसांनी गजबजलेल्या घरात वावरण्याची

सवय! इथं थोडं एकलेपण जाणवणारच! मोठं घर आणि माणसं कमी असली की असं उदासल्यासारखं होतंच. पण आता हळूहळू सवय करायलाच हवी. सगळेजण आपापल्या संसारात रमलेत. म्हातारा-म्हातारीकडे बघायला सवड आहे कुणाला?'' असे म्हणून ते पुन्हा हसले. आनंदीबाई त्यावर काही बोलल्या नाहीत. हातातल्या दोन्ही सुया लोकरीच्या बंडलात खोचून त्या खुर्चीवरून उठल्या. देवापुढं दिवा लावायची वेळ झाली होती. त्यांच्या पाठमोऱ्या आकृतीकडं पाहत रामरावांनी मनाशी ठरवून टाकलं, धाकटीला काही दिवस इथं बोलावून घ्यावं! म्हणजे घर भरल्यासारखं होईल.

आनंदीबाई सावकाश चालत देवघरापाशी आल्या. लोकरीचा गुंडा कपाटात ठेवून त्यांनी देवघराचा उंबरठा ओलांडला आणि एकाएकी त्यांना तो बदल जाणवला. इथं, या खोलीत कसं शांत निरामय वाटतं होतं. जणू त्या उंबरठ्याच्या अलीकडे-पलीकडे दोन वेगळीच जगं अस्तित्वात होती. उंबरठ्याच्या पलीकडचं जीवघेणं मानसिक ताण आणणारं जग त्यांना अगदी अप्रिय होतं. इथं, या देवघरातच काय ती त्यांच्या जिवाला स्वस्थता वाटत होती.

पण हे सारं नुसतंच जाणवत होतं आणि म्हणूनच त्या रामरावांना पटवून देऊ शकत नव्हत्या. त्यांनी काही म्हणायचा प्रयत्न केलाच तर रामराव ते बोलणं थट्टेवारी नेत होते.

इथं येऊन त्यांना ऊणा-पुरा महिना-दीड महिनाच काय तो झाला होता. पण त्या घरात पाऊल टाकल्यापासूनच त्यांना तो चमत्कारिक ताण जाणवत होता आणि आजतागायत त्यात किंचितही बदल झालेला नव्हता. सारं घर कसं स्तब्ध उभं राहिल्यासारखं वाटे.

सगळ्या भिंती जणू श्वास रोखून टवकारल्यासारख्या आपल्यावर पाळत ठेवताहेत असा भास होई! आपली हालचाल, किंबहुना आपला श्वासोच्छ्वास देखील 'कुणालातरी' नकोसा वाटतोय याची जाणीव होऊन विलक्षण दडपण त्यांच्या मनावर येई. पण यापैकी काहीच रामरावांना जाणवलं नव्हतं.

आणि म्हणूनच आनंदीबाईंचं बोलणं त्यांना पटलंही नव्हतं. एवढ्या स्वस्तात, इतक्या सुंदर परिसरात एवढा मोठा सुंदर बंगला मिळाल्याने ते खुषीत होते.

आनंदीबाईंनी एक उसासा सोडला आणि निरांजन पुढे घेतलं. निरांजनात फुलवात लावून त्यांनी ते देवापुढं ठेवलं आणि समईतली वात पुढे सारून तिच्यातही थोडं तेल घातलं. काडी पेटवून त्यांनी समई उजळली. त्या सौम्य प्रकाशात उजाळलेला देव्हारा पाहून त्यांना समाधान वाटलं. हात जोडून त्या संध्याकाळची प्रार्थना म्हणू लागल्या.

दोन

रामरावांच्या धाकट्या मुलीच्या, रजनीच्या आगमनाने तो बंगला खरोखरच भरल्यासारखा झाला होता. रजनी, तिची दोन्ही खोडकर मुलं आणि रामराव यांच्या उसाभरीत आनंदीबाईंना दिवस पुरत नव्हता. मुलांचा आरडाओरडा आणि खोड्या यामुळे एकीकडे त्या खोट्या वैतागत होत्या तर दुसरीकडे त्यांच्यावर वात्सल्याचा वर्षाव करीत होत्या. रजनीचा अवती-भवती होत असलेला वावर आणि सासरच्या मंडळींविषयींच्या तिच्या गप्पा यामुळेही त्यांना खूपच आनंद मिळत होता. रामरावांचा देखील या सर्वांच्या सहवासात मोठ्या मजेत वेळ जात होता. सकाळी चहाच्या वेळी नाहीतर जेवताना रजनीची काही ना काही खोडी काढल्याशिवाय त्यांना राहवतच नसे. त्यांनी तिची अशी काही चेष्टा केली की ती लटक्या रागाने "हे हो काय अण्णा!" असे म्हणून मान वेळावी. तो अभिनय त्यांना पाहत राहावासा वाटे.

"दोन पोरं झाली तरी लाडोबा आहे नुसता."

असं म्हणत ते तिच्या पाठीत हलकासा धपाटा मारून उठत आणि धोतराच्या सोग्याला तोंड पुसत बाहेर जात. रजनी लाजून लाल होऊन जाई आणि आनंदीबाई देखील तोंडाला पदर लावून खुसखुसत. नातवंडांशी गप्पा मारणं व त्यांच्याशी खेळणे हाही रामरावांना एक विरंगुळाच होता. अलीकडे त्यांनी स्वत:ला बागकामाचा छंद लावून घेतला होता.... बागकामाविषयी काही पुस्तकं आणि हत्यारं देखील त्यांनी आणवून घेतली होती.

आजही असेच संध्याकाळच्यावेळी ते बागेत काम करत होते. कात्रीने रोपावरची पिवळी पानं कापण्याचं काम चाललं होतं. भोवती नातवंडं बागडत होती. आपल्या कामात ते अगदी तल्लीन झाले होते. त्यांचं काम संपलं, तेव्हा संध्याप्रकाश कमी झाला होता. मुलंही घरात गेली होती. रामरावांनीही हात झटकले आणि ते घरात निघाले. व्हरांड्यात आल्यावर त्यांनी पुन्हा एकदा आपल्या बगीच्याकडं अभिमानाने पाहिलं. सगळीकडे नजर फिरवता फिरवता त्यांनी कारंजावर आपली दृष्टी स्थिर केली. थुईथुई उडणाऱ्या तुषारांकडे ते पाहत राहिले. संध्याकाळचा पिवळसर प्रकाश पाण्यावर पडल्याने ते दृश्य अधिकच मनोरम दिसत होतं. त्या पाण्यावर रंगीत लाईट्स सोडण्याची व्यवस्था करावी, असाही विचार त्यांच्या मनात आला... ते अगदी एकाग्र झाले होते. आणि मग एकाएकी ते घडलं....! सगळा जगाचा व्यवहार क्षणार्धात थांबल्याचा भास त्यांना झाला. सगळीकडे एकदम स्तब्धता पसरली. कुठल्यातरी वेगळ्याच जगाचं दार खाडकन उघडून त्यांच्या मनापर्यंत पूल तयार झाला आणि दुसऱ्याच क्षणी त्यांना त्या कारंजातून खळाळून हसण्याचा आवाज आला. रामरावांच्या

अंगावर सर्रकन काटा आला. ते हसणंच तितकं भयानक होतं! रामरावांच्या कपाळावर भीतीने घर्मबिंदू जमा झाले. पण ते काहीही करू शकत नव्हते. कारंजावर लावलेली नजरही त्यांना बाजूला करता येईना. हसण्याचा आवाज वाढतच होता.

इतक्याच "आजोबा, वर या ना... आजीने बोलावलेय." अशी नातवाची हाक वरच्या गॅलरीतून आली आणि रामराव तंद्रीतून जागे झाले. हसणं थांबलं. पक्षांचा किलबिलाट पुन्हा त्यांच्या कानात शिरला. क्षणार्धापुरतं थांबलेलं जगाचं चक्र जणू पुन्हा सुरू झालं. सुटका झाल्यासारखे रामराव तिथून हलले. एका हाताने ते कपाळावरचा घाम पुसत होते आणि डावीकडे मनाशीच पुटपुटत होते.

"छे! भासच तो! नक्कीच! कमकुवत मनाचे खेळ सारे!" ....

तीन

आज सकाळपासूनच हवा कुंद झाली होती. आकाश झाकळून आलं होतं... त्यामुळे वातावरण उदासल्यासारखं झालं होतं. दुपारची जेवणं उरकली आणि पाऊस पडायला सुरुवात झाली. दिवसभर रिपरिप चालूच होती... दुपारची वामकुक्षी झाल्यावर रामराव आपल्या अभ्यासिकेत जाऊन वाचत बसले. मुलांनीही घरातच काही ना काही खेळ मांडला. आनंदीबाई आणि रजनी यांची बारीक-सारीक कामं चालूच होती, पण मुलं लवकरच त्या वातावरणाला कंटाळली. दुपारी चारपासूनच त्यांनी खेळ ठेवून देऊन खाऊसाठी आजीमागे भुणभुण लावली. त्यामुळे चहाच्या वेळी घरात सर्वांनाच चमचमीत खायला मिळालं... रामराव या बेताने अगदी खूष झाले... त्यांनी नातवाला जवळ घेऊन म्हटलं,

"बाल्या, तुझ्या आजीला सांग, म्हणावं आम्ही गावाला गेल्यावरसुद्धा आजोबांना रोज मधल्या वेळी खायला करत जा...." बाल्या लगेच पुढे सरसावला.

"आजी किनई...." असे म्हणत तो आजोबांचा निरोप सांगणार, एवढ्यात आनंदीबाई लटक्या रागाने म्हणाल्या,

"हो रे बाबा. ऐकायला येतंय म्हणावं मला अजून...."

त्यावर रामराव मोठ्यांदा हसले आणि मग उठून आपल्या अभ्यासिकेत गेले...

संध्याकाळच्या सुमारास पाऊस एकदाचा थांबला. लखलखीत पण कोवळं ऊन पडलं... इतका वेळ निवाऱ्याला थांबलेल्या पक्षांनी किलबिलाट करून सोडला. सारी सृष्टी कशी हिरवीगार, नुकतीच नाहल्यासारखी लोभस दिसत होती. गॅलरीत उभं राहून रामराव हे सारं बघत होते. इतक्यात त्यांची नातवंडं तिथं आली.

"आजोबा, चला ना बागेत.... आपण हौदातल्या माशांना खायला घालू."

"अरे पण खाली सगळा चिखल झाला असेल आता..." रामरावांनी टाळण्याचा प्रयत्न केला.

"असू दे. आपण चपला घालू आणि बागेत सगळीकडे हिरवळच तर आहे..." असं म्हणत बाल्या आजोबांचा हात धरून ओढू लागला. अखेरीस ते तिघेही खाली कारंजाजवळ आले. कारंजाच्या हौदात रामरावांनी पुष्कळ मासे सोडले होते... त्यांची हालचाल, रंगीत चमचमणारं अंग आणि सुळकन इकडून तिकडे जाण्याची ऐट हे सारं पाहत बसण्यात मुलं गढून जात. आज त्यांनी आजोबांनाही आपल्या बरोबर पकडून आणलं होतं. दोन्ही नातवांना घेऊन रामराव कारंजाच्या कट्ट्यावर बसले आणि त्यांच्या खेळात सहभागी झाले. मुलं हातातला थोडा थोडा खाऊ पाण्यात सोडत आणि मग त्या खाऊसाठी माशांची एकच झुंबड उडाली की टाळ्या पिटून हसत. रामरावही त्यांच्या हसण्यात सामील होत होते. त्यामुळे खेळाची रंगत अधिकच वाढली होती. रामरावही त्या खेळात रंगून गेले होते.

इतक्यात एकाएकी त्यांचे मस्तक सुन्न होऊन गेलं. भोवतालचे सर्व आवाज एकदम थांबले. असह्य स्तब्धता पसरली आणि रामरावांचं मन कुठल्यातरी वेगळ्याच जगात खेचलं गेलं. पाण्यात पाहणाऱ्या त्यांच्या नजरेला आता माशांऐवजी एक भयानक चेहरा दिसू लागला. रागाने तांबारलेले डोळे, सरळ नाक, मोठाल्या मिशा असलेला तो राकट चेहरा त्यांच्याकडेच संतापाने पाहत होता.... त्याने जोराने रामरावांना पाण्यात ओढलं. (निदान त्यांना तसं वाटलं...) रामराव तोल जाऊन पडणारच होते, पण इतक्यात त्यांच्या नातवाने त्यांना सावरलं. "आजोबा...आजोबा..." अशा त्याच्या हाका त्यांच्या कानात शिरल्या आणि ते भानावर आले. समोरचा तो चेहरा नाहीसा झाला होता. पण रामराव अजूनही भयग्रस्तच दिसत होते... त्यांना सपाटून घाम आला होता.

"आजोबा, किती घाबरलात तुम्ही! माशांची भीती वाटते?" त्यांचा मोठा नातू त्यांना विचारत होता... तोंडवरून रुमाल फिरवून रामराव थोडे हसले.

"नाही रे.... मला एकाएकी जरा चक्कर आली." असं म्हणत ते तेथून उठले आणि एका बाकड्यावर बसले.... मुलंही त्यांच्या पाठोपाठ तिकडे आली आणि "आजोबा, गोष्ट सांगा..." असा लकडा त्यांनी लावला. झाल्या प्रकाराबद्दल विचार करायलासुद्धा त्यांना सवड मिळाली नाही.... एक मात्र खरं, आपण वयाच्या मानाने फार लवकर म्हातारे होऊ लागलो आहोत, अशी रुखरुख त्यांच्या मनाला लागून राहिली.

चार

रजनी आणि तिची मुलं यांच्या सहवासात १५-२० दिवस कसे भुर्रकन उडून गेले अन् मग एक दिवस जावईबुवा स्वत: येऊन त्यांना घरी घेऊन गेले. तिला अधिक दिवस ठेवून घेणं योग्य नव्हतंच. किती केलं तरी रजनी आता परक्याची झाली होती. रजनी परत गेल्याबरोबर घर कसं सुनं सुनं झालं... आनंदीबाईंप्रमाणेच रामरावांना करमेनासं झालं. एक विचित्र हुरहूर लागून राहिली. अखेरीस त्यांनी ठरवून टाकलं. आपण आता आसपासच्या बिऱ्हाडांशी ओळखी करून घेतल्या पाहिजेत. बाहेरच्या जगात वावरलं पाहिजे, तरच आपलं हे एकाकीपण संपेल. आणि मग त्या दृष्टीने ते प्रयत्नशील राहिले.

लवकरच आसपासच्या बंगल्यांतून त्यांचा परिचय झाला. पण शेजारच्या बंगल्यातल्या आपट्यांशी त्यांचा विशेष स्नेह जडला. दोन्ही बिऱ्हाडातली मंडळी एकमेकांकडे चहा-फराळासाठी जाऊ-येऊ लागली. उठबस वाढली. गप्पाष्टकं रंगू लागली. एकदा असंच गप्पांच्या ओघात आनंदबाईंनी आपटेबाईंना विचारले, ''काय हो, इथल्या पहिल्या मालकांशी ओळख असेलच ना तुमची?''

''होती थोडीशी, कारण आमचा बंगला बांधून आम्ही इथं राहायला आल्यापासून ८-१० महिनेच काय ती मंडळी इथं राहिली. तेवढ्यात काही जाणं-येणं फारसं नव्हतंच. मग एकदा त्यांच्या मुलाला ॲक्सिडेंट झाला. त्याला इथं थोडी जुजबी ट्रिटमेंट देऊन त्यांनी मुंबईला नेलं. अन् मग ती मंडळी इकडे परत आलीच नाहीत! जवळ-जवळ वर्षभर रिकामाच होता बंगला.''

''असं का...पण का हो, इतका सुंदर, हौसेने बांधलेला बंगला काय म्हणून विकला त्यांनी?'' आनंदीबाईंची उत्सुकता त्यांना स्वस्थ बसू देत नव्हती.

''काय की बाई. त्यांचा मोठा मुलगा म्हणे फॉरेनला गेला आणि तिकडेच स्थायिक झाला म्हणून म्हणे बंगला रिकामा ठेवण्यापेक्षा विकावा असं काहीसे ते ह्यांच्याजवळ बोलले होते खरे.'' आपटे बाई उत्तरल्या. आनंदीबाईंनी मग तो विषय तेवढ्यावरच थांबवला. आपण बंगल्यात आणखीन काय-काय सोयी करून घेतल्या नि घेणार आहोत हे मग त्या उत्साहाने सांगू लागल्या.

''आपटेबाई, आम्ही आता बागेतल्या कारंजावर रंगीत लाईट्सची व्यवस्था करायचं म्हणतोय. तुमच्या ओळखीचा कुणी चांगला इलेक्ट्रिशियन आहे का हो?'' बोलता बोलता आनंदीबाईंनी विचारलं.

''हो आहे की, भागवत म्हणून आहे. चोरग्यांच्या चाळीत राहतो बघा.''

''तसं नको. तुम्ही मला त्याचा नाव-पत्ता लिहूनच द्या, म्हणजे विसरायला व्हायचं नाही.''

"बरं..." असं म्हणून आपटेबाईंनी पत्ता लिहून दिला. चहा-पाणी उरकल्यावर आपटेबाई निघून गेल्या. पण लायटिंग करण्याची योजना तेवढ्यावरच राहिली. नंतर ५-६ दिवस निघून गेले तरी रामरावांनी इलेक्ट्रिशियनकडे जायचं मनावर घेतलं नव्हतं.

आणि एक दिवस अचानकच आपटेबाई दुपारच्या वेळी आनंदीबाईंकडे आल्या. थोडा वेळ इकडच्या-तिकडच्या गप्पा झाल्यावर एकदमच आपटेबाई म्हणाल्या, "ते कारंज्यावरचं लायटिंग बाकी तुम्ही झटपट करून घेतलेत हो आनंदीबाई. कालच मी खिडकीत उभी होते तेव्हा दिसलं मला."

त्यांच्या या वाक्याने आनंदीबाई चमकल्या. "छे हो आम्ही अजून केलंच नाही लायटिंग." त्या म्हणाल्या.

"अहो पण काल मी स्वत: डोळ्यांनी पाहिलं ना. लाल-लाल रंगाचा फवारा उडताना दिसत होता."

आता रामरावांनाही आपटेबाईंच्या बोलण्याने धक्का बसला होता. त्या दोघांचेही चेहरे थोडेसे अस्वस्थ झालेले आपटेबाईंच्या लक्षात आलं. तरीही त्या बोलतच होत्या.

"पण खरं सांगू का आनंदीबाई, तुम्हाला कदाचित राग येईल. पण तुम्ही ती लाल रंगाची ॲरेंजमेंट अजिबात बदलून टाका. दुरून ते कसंतरीच दिसतं. अ...म्हणजे सांगावं की नाही म्हणत होते. पण सांगतेच. दुरून तो फवारा रक्ताच्या चिळकांडीसारखा वाटला मला! म्हणूनच आज मी घाईने तुम्हाला सांगायला आले. ते काढून टाका म्हणून!" आपटेबाईंनी चुळबुळत कसंतरी एकदाचं सांगून टाकलं आणि रामरावांना चहा पिताना जोरदार ठसका लागला.

चहा झाल्यावर रामरावच त्यांना म्हणाले. "चला मी तुम्हाला दाखवतो." आनंदीबाई नि आपटेबाई त्यांच्या मागोमाग खाली बागेत आल्या. रामरावांनी त्यांना कारंजावर कुठेही लाईट्सची ॲरेंजमेन्ट केलेली नसल्याचं पटवून दिलं.

आता मात्र आपटेबाई चांगल्याच गोऱ्यामोऱ्या झाल्या. आपण बोलताना एवढा घायकुतेपणा करायला नको होता, अशी टोचणीही त्यांच्या मनाला लागली. "अगबाई! खरंच की हो. मग मला असा कसा भास झाला काय की!" त्या ओशाळून पुटपुटल्या. "हं कदाचित काल मी उन्हात फार वेळ बसले होते ना त्यामुळेच मला असं विचित्र दिसलं असेल. एक मिनिटभरच मी इकडे पाहिलं आणि लगेच आत गेले होते."

"आपटेबाई, उतारवयात आता हे असंच चालायचं. थोडंसं इकडे तिकडे झालं तरी सहन होत नाही. पंधरा दिवसांखाली ह्यांना देखील कारंजावर बसल्या-बसल्याच चक्कर आली होती." आनंदीबाई आपटेबाईंना दिलासा देत म्हणाल्या. रामरावांचा

चेहरा मात्र गंभीरच होता. थोड्या वेळाने आपटेबाई घाईघाईने निरोप घेऊन निघून गेल्या. त्यांना पोचवायला फाटकापर्यंत गेलेल्या आनंदीबाईंच्या पाठमोऱ्या आकृतीकडे पाहत रामराव विचार करीत होते.

'हे नक्कीच काहीतरी अमानवी असलं पाहिजे. आपल्याला झालेले ते विचित्र भास, आनंदीला जाणवणारा असह्य ताण, आणि आता आपटेबाईंना दिसलेलं किळसवाणं दृश्य! या साऱ्याच गोष्टी खोट्या ठरवणं अवघड आहे. त्यात काही ना काही तथ्य असलंच पाहिजे.'

इतक्यात आनंदीबाई परत आल्या आणि त्यांची विचारांची साखळी तुटली. दोघांनीही मूकपणे एकमेकांकडे आणि मग कारंजाकडे पाहिलं. काही बोलायची गरज नव्हतीच. दोघांनीही एकमेकांचे विचार क्षणात ताडले होते. पण याबाबत काय करायला हवं हे मात्र त्यांना सुचत नव्हतं.

पाच

असेच दिवसामागून दिवस उलटत होते. आनंदीबाईंच्या आग्रहाखातर रामरावांनी काही धार्मिक विधीही बंगल्यात करवून घेतले होते. त्यानंतर बरेच दिवस त्यांना कसलाच त्रास झाला नाही. (की काही त्यांच्या मनाचाच खेळ होता कुणास ठाऊक!) पण मग हळूहळू आनंदीबाईंनाच ते प्रथम जाणवायला लागलं. आपल्या अवती-भोवती आणखी 'कुणाचातरी' वावर होतोय असं त्यांना स्पष्टपणे वाटू लागलं. आता एवढ्यातच कुणीतरी जवळच्या खुर्चीवर बसलं होतं किंवा आपल्या पाठोपाठच कुणीतरी या खोलीत आलं, असा त्यांना भास व्हायचा. तो भास इतका सुस्पष्ट असायचा की, आनंदीबाईंना अंगभर शहारा यायचा. अत्यंत गार वाऱ्याच्या झुळकेनं यावा तसा! आनंदीबाईंच्या मनात त्या अनोळखी 'वावरा' ची एक धास्तीच बसली. भीतीच्या दडपणाने त्या ओढल्यासारख्या दिसू लागल्या. आणि एक दिवस अचानकपणे रामरावांनाही त्याचे अस्तित्व जाणवलं. त्यादिवशी रात्री बऱ्याच उशीरापर्यंत ते वाचत बसले होते. हवेत एकाएकी विलक्षण गारठा आल्याने नाइलाजाने त्यांनी वाचन थांबवलं. ऊबदार पांघरूण घेऊन गाढ झोपावं अशा इराद्याने त्यांनी टेबललँप घालवला आणि ते आपल्या कॉटकडे वळले. सहजच त्यांचं लक्ष जवळच्या खिडकीकडे गेलं आणि भीतीने गोठून ते जागच्या जागीच उभे राहिले. बाहेर स्वच्छ चंद्रप्रकाश होता. आणि त्या प्रकाशात त्यांच्या खिडकीच्या काचेवर नाक टेकवून आत पाहणारा तो भयानक चेहरा त्यांना स्पष्ट दिसत होता. तशाही स्थितीत रामरावांच्या एक गोष्ट लक्षात आली. आपल्याला कारंजाच्या पाण्यात दिसला तोच हा चेहरा आहे. त्याच्या तांबारलेल्या डोळ्यांशी रामरावांची नजरानजर झाली आणि

रामराव थिजल्यासारखे झाले. त्या भयानक चेहऱ्याचे ओठ किंचित विलग झाल्यासारखे त्यांना वाटले. मग हळूहळू धुकं वितळावं तसा तो चेहरा विरघळून गेला.

मोठ्या प्रयत्नाने रामराव जागचे हलले आणि त्यांनी बिछाना गाठला. आपले थरथरणारे शरीर त्यांनी अंथरुणावर जवळ जवळ लोटूनच दिलं. त्यांनी जे काही पाहिलं ते विलक्षण धक्का देणारं होतं. सुशिक्षित माणसाच्या सगळ्या तत्त्वज्ञानाला, शहाणपणाला हादरा देणारं होतं.

पाच एक मिनिटांनंतर रामराव थोडे शांत झाले. त्यांचं मन विचार करू लागलं. आणि मग एकाएकी त्यांना एक गोष्ट जाणवली. या घरात आपण राहायला आलो, तेव्हा आनंदीला नुसताच असह्य ताण जाणवला होता. मग आपल्याला कारंजाकडे पाहत असताना दोनदा विचित्र भास झाले. त्यानंतर आनंदीला घरात कुणाचा तरी वावर होत असल्याचं सतत लक्षात येऊ लागलं आणि आज तर 'त्याने' आपल्याला प्रत्यक्षच दर्शन दिलं आहे. याचा अर्थ एकच. ती जी कोणी अमानवी शक्ती आहे ती दिवसेंदिवस अधिकाधिक बलवान होत आहे. तिचा अंतिम उद्देश काय आहे ते कळत नाही. पण तिचं लक्ष आपल्याकडे वेधलं आहे, एवढं मात्र निश्चित! या विचारासरशी ते पुन्हा ताडकन उठून बसले. झोप तर केव्हाच पळाली होती. ते उठून येरझारा घालू लागले.

या अतृप्त आत्म्याचा पाठलाग कसा थांबवावा याचा ते विचार करू लागले. पण त्यांना काहीच सुचत नव्हतं. संतप्त डोळ्यांनी आपल्याकडे बघणाऱ्या त्या आत्म्याला काय हवंय हेच कळणं कठीण होतं. आणि जेव्हा ते आपल्याला कळेल तेव्हा कदाचित उशीरही झालेला असेल, या विचाराने रामराव चमकले. त्यांचं जग भिन्न होतं. विचारांची देवाणघेवाण करण्याची पद्धतही भिन्न होती आणि म्हणूनच त्या आत्म्याची धडपड ते समजून घेऊ शकत नव्हते. आंधळेपणाने काहीतरी उपाय करणं म्हणजे संकटाला आमंत्रित करण्याजोगंच होतं. विचार! सतत विचार! रामरावांचं मस्तक शिणून गेलं. पण त्यांना उपाय सापडेना. अखेर कंटाळून ते पुन्हा गादीवर पडले आणि त्यांच्या थकलेल्या शरीराला चटकन झोपही लागली.

रामरावांचं काहीतरी बिनसलंय हे आनंदीबाईंच्या लगेच लक्षात आलं. त्यांनी त्यांना तसं विचारलं देखील, पण रामरावांनी त्यांना दाद लागू दिली नाही. दिवसभर ते अत्यंत अस्वस्थ मन:स्थितीत होते. कशातच त्यांचं चित्त लागत नव्हतं. संध्याकाळी बागेकडे त्यांनी ढुंकून देखील पाहिलं नाही. पण कधी नव्हे ते आज रामराव आनंदीबाईंबरोबर फिरायला बाहेर पडले. बऱ्याच वेळाने ते परतले तेव्हा अंधार पडायला लागला होता. अंधारात स्तब्ध उभा असलेला तो बंगला पाहून दोघांच्याही मनात भीतीने ठाण मांडलं. आत जाताच रामराव नोकरावर चांगलेच डाफरले. अंधार पडायच्या आत घरातले सगळे दिवे पेटले पाहिजेत अशी त्यांनी सक्त ताकीद दिली.

नोकराने आज्ञाधारकपणे मान हलवली. घरातली माणसांची उणीव भरून काढण्यासाठीच केवळ रामरावांनी हा हरकाम्या नोकर ठेवला होता. तो हाडाचा गरीब आणि कामसू असल्याने आनंदीबाईंनाही बरं वाटलं होतं. सगळीकडे दिव्यांचा झगमगाट झाल्यावर रामरावांना थोडंसं सुरक्षित वाटलं.

जसजशी रात्र चढू लागली तसतशी रामरावांच्या अंत:करणात धडधड होऊ लागली. जेवणं झाल्यावर ते पुस्तक वाचीत बसले. मागची आवरा-आवर करून आनंदीबाई अंथरुणावर पडल्या. दारं-खिडक्यांचा व्यवस्थित बंदोबस्त करून आणि लाईट्स ऑफ करून नोकरही झोपायला गेला. रामराव एकटेच जागत राहिले. पण त्यांचं चित्त वाचनात नव्हतं. कसल्यातरी गूढ अपेक्षेने ते अस्वस्थ झाले होते. अधून-मधून त्यांची नजर खिडकीच्या दिशेने उठत होती. कालच्या त्या प्रकाराची त्यांना भीतीही वाटत होती, पण त्याच प्रकाराची आजही पुनरावृत्ती होते की काय याविषयीची उत्सुकताही त्यांना गप्प बसू देत नव्हती. म्हणूनच ते 'त्याची' वाट पाहत होते.

आणि मग एकदाचं ते घडलं! हवेत विलक्षण गारठा आला. रामरावांचे काळीज 'त्याच्या' आगमनाच्या सूचनेने वेगाने धडधडू लागलं. कापऱ्या हातांनी त्यांनी टेबलाची कड घट्ट धरून ठेवली. डोळे ताणून ते समोरच्या खिडकीकडे पाहू लागले. दोन-चार क्षणातच त्यांना तावदानावर प्रथम हातांचे पंजे दिसले आणि मग सावकाशपणे तो चेहरा वर आला. काचेला तोंड चिकटवून तो आत पाहू लागला. आपल्या तांबरलेल्या डोळ्यांनी त्याने रामरावांकडे पाहिलं. त्याचे ओठ विलग झाले आणि त्याची काहीतरी बोलल्याप्रमाणे थोडीशी हालचालही झाली. तशाही परिस्थितीत रामरावांच्या ते लक्षात आलं. त्याने आणखी एक पायरी ओलांडली आहे. तो प्रगती करतोय. रामराव डोळ्यांची पापणी देखील न लवता त्याच्याकडे पाहत होते. हळूहळू तो चेहरा विरघळला आणि ते भानावर आले. त्यांची सारी गात्रं बधिर झाली होती. सर्वांगाला दरदरून घाम फुटल्याने कपडे अंगाला घट्ट चिकटले होते. थरथरत्या हाताने त्यांनी टेबलावर ठेवलेला पाण्याचा तांब्या घेतला आणि ओठाला लावला. पाणी प्यायल्यावर त्यांना थोडं बरं वाटलं. कोरड्या पडलेल्या जिभेला अन् घशाला थोडी ओल आली.

रामराव उठून उभे राहिले. हा प्रकार थांबवायला हवा होता. काहीतरी करायलाच हवं होतं. पण काय? आणि कसं? रामराव विचार करीत होते. आणि एकाएकी त्यांना ते आठवलं. येरझारा घालता घालता मध्येच थबकून त्यांनी खुषीने टाळी वाजवली. आपल्याला हे आधीच कसं सुचलं नाही याचं त्यांना नवल वाटलं. गूढविद्येचा दांडगा अभ्यास असलेल्या एका परिचिताची त्यांना आत्ता आठवण झाली होती. पंडितरावांचा आणि रामरावांचा स्नेह फारसा घनिष्ट नसला तरी

रामरावांचं काम आस्थेने स्वीकारण्याइतका त्यांचा परिचय निश्चितच होता. पंडितराव व्यवसायाने इंजिनियर होते. पण त्यांचा गूढविद्येचा अभ्यास आणि त्यातील अधिकार इतका मोठा होता की, कित्येक संकटग्रस्त लोक त्यांच्याकडेच धाव घेत असत. खुद्द पंडितराव अशा कामासाठी लोकांकडून कपर्दिकही घेत नसत. लोकच त्यांना आग्रह करकरून काही ना काही प्रेमभेट स्वीकारायला लावीत असत. पंडितरावांनी आपलं आत्मिक बळ, नैतिक सामर्थ्य मोठ्या कसोशीने वाढवलं होतं. त्यांचं चारित्र्य शुद्ध होतं. देव-धर्म व्रत वैकल्यं शतचंडी-नवचंडी सारखे यज्ञ त्यांच्या घरात सारखे चालू असत.

तपश्चर्येने त्यांनी काही अतींद्रिय शक्तीही प्राप्त केली होती; त्यामुळेच पंडितरावांना त्यांच्या कामात अपयश कधीच आलं नव्हतं. परंतु या सर्व व्यापात त्यांचा मूळचा व्यवसाय थोडासा बाजूलाच पडत होता. काही ठराविक वेळ ते आपल्या व्यवसायासाठी कटाक्षाने खर्च करीत असले, तरी इतरांच्या करुण कहाण्या ऐकून त्यांचं मन चटकन द्रवत असे आणि ते त्यांच्या साह्याला धावून जात..

म्हणूनच पंडितरावांची आठवण होताच रामरावांना विलक्षण आनंद झाला. ह्या सगळ्या प्रकाराची जबाबदारी त्यांच्या खांद्यावर टाकून मोकळं व्हायचं, असं त्यांनी मनोमन ठरवून टाकलं. त्या खुषीतच त्यांनी स्वयंपाकघरात जाऊन स्वत:साठी प्रथम फर्मासपैकी चहा करून घेतला आणि मग ताजेतवाने होऊन ते पंडितरावांना पत्र लिहायला बसले. बंगला घेतल्यापासून घडत असलेल्या सर्व विचित्र घटनांची इत्यंभूत माहिती त्यांनी त्यात लिहिली. उद्याच हे पत्र एक्स्प्रेस डाकेने पाठवायचं असं त्यांनी ठरवून टाकलं. उरलेली रात्र त्यांना अगदी शांतपणे झोप घेता आली.

सहा

"आनंदी, मला वाटतं तू काही दिवसांसाठी प्रकाशकडे राहायला जावंस हेच बरं.... दुपारी तीनच्या गाडीने पंडितराव इथं येतील आणि मला वाटतं, त्यांचे प्रयोग चालू असताना तू इथं नसलेलीच जास्त चांगलं...."

रामराव आनंदीबाईंना समजावणीच्या स्वरात सांगत होते. आनंदीबाईंचा चेहरा चांगलाच गंभीर झाला होता. कारण गेले दोन दिवस घडत असलेला प्रकार आणि पंडितरावांना दिलेले आमंत्रण या सर्व गोष्टी नुकत्याच रामरावांनी त्यांना सांगितल्या होत्या. रामरावांच्या हातात पंडितरावांची तार होती. त्यांनी आपण दुपारी तीनला तेथे पोहोचू, असं म्हटलं होतं. म्हणूनच आनंदीबाईंनी बाराच्या एस. टी. ने मुंबईला प्रकाशकडे जावं, असं रामरावांना वाटत होतं. आधीच घाबरलेल्या आनंदीबाईंना अशा ताणलेल्या परिस्थितीत इथं ठेवून घ्यायला त्यांचं मन तयार नव्हतं. अखेर

एकदाच्या आनंदीबाई कबूल झाल्या आणि रामराव मुलाला ट्रंक-कॉल लावायला उठले.

दुपारी तीनला रामराव स्वत: पंडितरावांना आणायला स्टेशनवर गेले.

"काय? कसा काय प्रवास झाला?" टांग्यातून येताना रामरावांनी विचारलं.

"झकास. तुमचं पत्र काल दुपारी मिळालं आणि लगेच आज निघालोच मी.."

"अस्स... ते बरं केलंत. कारण इथं अगदी प्रत्येक दिवस मोलाचा आहे..." रामराव म्हणाले.

"अशा प्रकरणात वेळेला फार किंमत असते... घरी कोण-कोण आहेत सध्या?...

"मी आणि माझा नोकर... मिसेसला आज सकाळीच मुलाकडे पाठवलंय मी..."

"ते चांगलंच केलंत. हे असले प्रकार बायकांना सहन होणं शक्यच नाही, पण असलं घर कसं काय गळ्यात पडलं तुमच्या? तुम्ही आसपास चौकशी वगैरे केली नव्हती का?"

"खरं तर त्या बंगल्याने माझ्यावर अशी काही मोहिनी घातली होती की, मी झटपट सौदाच करून टाकला. शिवाय किंमतही त्या मानाने कमी होती." रामराव ओशाळून म्हणाले, त्यावर पंडितराव काही बोलले नाहीत. थोड्याच वेळात त्यांचा टांगा बंगल्याच्या फाटकाशी थांबला. आपली बॅग घेऊन पंडितराव खाली उतरले. फाटकातून त्यांनी बंगल्याचं आणि संपूर्ण आवाराचं व्यवस्थित निरीक्षण करून घेतलं. रामराव पैसे चुकते करून परत येताच ते दोघेही आत गेले.

चहा-पाणी झाल्यावर दोघांनी सर्व प्रकारावर पुन्हा एकदा चर्चा केली....

"सुदैवाने आज अमावस्या आहे, त्यामुळे मला बरंच काही पाहायला मिळेल असं वाटतं." पंडितराव सहज स्वरात म्हणाले. पण त्यांच्या या सध्या वाक्यानेही रामरावांच्या अंगावर सर्रकन काटा आला.

"तुम्हाला तो चेहरा याच खोलीत दिसला का?" किंचित थांबून त्यांनी विचारलं.

"नाही! पलीकडच्या खोलीत दिसला. चला, दाखवतो." असं म्हणून रामरावांनी त्यांना पलीकडच्या खोलीत नेलं. खोली संपूर्ण रिकामी होती. एक बैठं स्टूल व जमिनीवर अंथरलेला रुजामा सोडला तर तिथं काहीच नव्हतं. पंडितरावांनी प्रश्नार्थक मुद्रेने रामरावांकडे पाहिलं... कारण रामरावांनी त्यांना पत्र लिहिताना अगदी तपशीलवार वर्णन केलं होतं. त्यामुळेच रामरावांनी त्यांच्या मनातील प्रश्न अचूक ओळखला.....

"मी दोन दिवसांपूर्वीच माझं इथलं सामान त्या खोलीत नेलंय." ते उत्तरले.

"का?" पंडितरावांनी विचारलं...

“कारण.... मी तुम्हाला लिहिल्याप्रमाणे ‘तो’ दिवसा दिवसागणिक थोडी थोडी प्रगती करतोय. मी पाहिलं, तोपर्यंत तो नुसताच खिडकीच्या काचेतून आत पाहत होता. कदाचित..... कदाचित तो आता खोलीत शिरायचाही प्रयत्न करेल. म्हणून मी तुम्ही येईपर्यंत एक सावधगिरीचा उपाय म्हणून माझी अभ्यासिका दुसरीकडे हलवली.” रामराव उत्तरले... पंडितरावांनी त्यांचं बोलणं पटल्याप्रमाणे मान हलवली आणि ते हसले. रामरावांच्या पाठीवर खुषीने थाप मारीत त्यांनी म्हटले, “वा! तुम्ही कमालच केलीत रामराव! अशा बाबतीत इतका शांतपणे विचार करणं इतरांना जमण्याजोगं नाही.”

“मला वाटतं, पंडितराव, तुम्ही आता जरा विश्रांती घ्या. कारण आज रात्रभर जाग्रणच व्हायचं आहे.” पंडितरावांनाही त्यांचं म्हणणं पटलं...

रात्रीची जेवणं लौकरच आटोपून दोघेहीजण रामरावांच्या अभ्यासिकेत बसले. थोडावेळ घरगुती गप्पा मारल्या.

“मला वाटतं, सावधगिरीचा उपाय म्हणून काही गोष्टी मला आताच करून ठेवायला हव्यात.” जराशाने पंडितराव म्हणाले, “तुम्ही इथे आसनावर बसा.” असं म्हणून त्यांनी एक दर्भासन मांडलं व रामरावांना खूण केली. त्यांच्याच शेजारी दुसरे एक आसन टाकून तेही स्वत: बसले आणि मग त्यांनी आपल्या कुलदेवतेचा कवचमंत्र जपायला सुरुवात केली!

मंत्र जपत असतानाच त्यांच्या हातांच्या हालचालीही सुरू होत्या. त्या पाहताना ते जणू आपल्या दोघांभोवती कसलेतरी अदृश्य धागेच विणीत आहेत, असा भास रामरावांना झाला. कवचमंत्र म्हणून होताच “अस्त्राय फट्” असे म्हणून त्यांनी टाळी वाजवली. “चला रामराव, आता तुम्हाला भिण्याचे काहीच कारण नाही. कुठलीही अमंगळ शक्ती आता तुमच्या शरीराला स्पर्श करू शकणार नाही. परमेश्वरावर श्रद्धा ठेवा आणि माझ्यावर विश्वास असू द्या.” असं म्हणून किंचित स्मित करीत पंडितराव उठले. आणि आपल्या जागेवर बसले. रामरावही उठले. दोघांनीही एकेक पुस्तक घेतलं आणि वाचन सुरू केलं.

घड्याळाचे काटे पुढे पुढे सरकतच होते. साडे-अकरा वाजण्याच्या सुमारास कुत्र्याच्या भेसूर रडण्याने दोघांचीही तंद्री भंग पावली. आवाज खालीवर करीत कुत्रे विव्हळून रडू लागले. कुणाच्याही मनाचा थरकाप होईल असाच तो आवाज होता! दोघेही चटकन खिडकीपाशी गेले. तिथून खालच्या बागेतलं कारंजे अगदी स्पष्ट दिसतं होतं. त्या कारंजाजवळच ते काळे कुत्रे बसून आकाशाकडे तोंड करून रडत होतं. अधून-मधून नख्यांनी माती उकरण्याचाही उद्योग त्याने चालवला होता. आणि मग एक दोन क्षणांनी त्या कारंजातून काळसर रंगाचं धुकं बाहेर पडू लागलं. हळूहळू ते दाट होऊ लागले. त्यातून एक मानवी आकार साकार होऊ लागला. ती क्रिया

पूर्ण होताच ती आकृती तेथून हलली. थोडा वेळ ती त्या कुत्र्यापाशी थांबली आणि मग दोन्ही बाहू पसरून तिने बंगल्याच्या दिशेने झेप घेतली. पंडितरावांनी रामरावांना खिडकीपासून दूर खेचले. क्षणार्धातच खिडकीच्या काचेवर प्रथम हाताचे दोन पंजे दिसले आणि मग 'तो चेहरा' वर आला. तो नेहमीप्रमाणेच संतप्त दिसत होता....त्याने ओठांची वेगाने काहीतरी हालचाल केली आणि मग तो दोन्ही हातांच्या मुठी काचेवर आदळू लागला. दोघांनी एकमेकांकडे अर्थपूर्ण नजरेनं पाहिलं. 'त्याने' आणखी एक पायरी ओलांडली होती. थोड्याच वेळात तो चेहरा दिसेनासा झाला. यावेळेस फक्त पंडितरावच पुढे झाले. रामराव थिजल्यासारखे जागच्या जागीच उभे होते. पंडितरावांनी खिडकीतून पाहिलं, ती मानवी आकृती कारंजाजवळ थांबली होती. थोड्याच वेळात तिचे विरविरीत धुक्यात रूपांतर झालं आणि ते कारंजात विलीन होऊन गेले. इतका वेळ स्तब्ध बसलेले ते कुत्रे आता पुन्हा विव्हळून रडू लागले. तो सारा प्रकार एकाग्र चित्ताने न्याहाळणाऱ्या पंडितरावांनी मागे न पाहताच रामरावांना उद्देशून म्हटलं,

"रामराव याचा अर्थ या साऱ्या प्रकाराचा संबंध त्या कारंजाशी आहे."

"होय." रामराव पुटपुटले.

"पण कुत्र्याच्या रडण्याचा उल्लेख तुमच्या पत्रात नव्हता...ते नेहमी दिसत नाही का?"

"मी तरी त्याला आज दुसऱ्यांदा पाहतोय."

"अस्सं! पण मला वाटतं, त्या मृत व्यक्तीशी त्या कुत्र्याची चांगलीच जवळीक असावी." पंडितरावांनी म्हटलं आणि मग एकदम काही विचार सुचल्यामुळे त्यांनी चुटकी वाजवली.

"रामराव, खाली चला. आपल्याला त्या कुत्र्याचा पाठलाग करायला हवा"... ते उत्तेजित स्वरात म्हणाले आणि रामरावांच्या उत्तराची वाट न पाहता ते पुढे निघाले. ते दोघेही खाली आले, तेव्हा ते कुत्रं नुकतंच जागेवरून उठलं होतं. दोघांनीही त्याच्या पाठोपाठ चालायला सुरुवात केली.

"रामराव, ते कुत्रं या प्रकरणावर बराच प्रकाश पाडू शकेल, असं मला वाटतं." चालताना पंडितराव म्हणाले....

ते कुत्रं बंगल्यापासून ३-४ फर्लांगावर मोकळ्या जागेत वसलेल्या एका झोपडपट्टीजवळ थांबलं. काहीही आवाज न करता एका खोपटाच्या दाराजवळ मुटकुळं करून ते बसलं. पंडितरावांनी ती झोपडी नीट लक्षात ठेवली आणि माघारी वळले. इतक्या अपरात्री त्या ठिकाणी काही चौकशी करणं शहाणपणाचं नव्हतं. शिवाय त्यांनी पुढे जायचा थोडादेखील प्रयत्न केला असता, तरी तिथल्या कुत्र्यांनी सगळ्या वस्तीला भुंकून भुंकून जाग आणली असती. त्यामुळे घरी परतणंच त्यांनी श्रेयस्कर मानलं.

सात

सकाळ उजाडताच पंडितराव प्रथम त्या झोपडपट्टीकडे निघाले. खोपट्या पुढल्या मोकळ्या जागेत काही मुलं खेळत होती. त्यांच्या जवळच ते कुत्रंही जीभ बाहेर काढून उभं होतं. त्याच्याकडे बोट करून त्यांनी विचारलं.

"हे कुत्रं कोणाचं पोरांनो?"

"त्या सोमनाथ ड्रायव्हरचं."

"कुठे राहतो तो?" पंडितरावांनी विचारलं.

पोरांनी बोटानंच त्यांना त्याचं खोपटं दाखवलं आणि पुन्हा आपला खेळ चालू केला. पंडितराव त्या खोपटाकडे वळले. झोपडीत एक मध्यमवर्गीय बाई कोपऱ्यातल्या वैलावर चहा उकळत होती.

"सोमनाथचंच घर ना हे?" पंडितरावांनी दारातूनच विचारलं.

"हो, हो! बसा ना!" असं म्हणत त्या बाईने गडबडीने एक पटकूर अंथरलं. पंडितराव त्यावर टेकले.

"सोमनाथ कुठं आहे? मला जरा त्याच्याशी काम होतं." त्यांनी सहजपणे विचारलं. त्यांच्या या प्रश्नासरशी बाई दचकली. हताश झाल्यासारखी तिने चुलीपाशी बसकण मारली. चुलीतल्या जाळाचा प्रकाश तिच्या तोंडावर पडत होता. त्यामुळे तिचा मूळचा देवीच्या व्रणांनी विद्रूप झालेला चेहरा अधिकच भकास वाटत होता. तिने जवळच्या फडक्याने चुलीवरचे उकळणारं रसायन खाली उतरवलं आणि त्यावर एक ताटली झाकली. मग स्वत:शीच विषादाने हसत ती म्हणाली,

"त्यो मेला कुठं उलथलाय, ते मला म्हाईत असतं, तर मीच हात धरून वढत आनला असता त्येला."

"म्हणजे?" पंडितरावांनी विचारलं.

"आज तीन-चार वर्सं झाली बघा साहेब. सोमनाथचा काई पत्त्याच न्हाई. चांगली त्या अगरवालसाहेबाच्या घरी डायवरची नोकरी होती. मी सुदिक त्याच घरची धुनी-भांडी करत व्हते. पन एक दिवस त्यो अचानक बेपत्ता झाला. त्याचा आजपत्तूर काईच ठावठिकाना कळला न्हाई."

"मग पोलिसांत काही तक्रार नाही नोंदवली?"

"आगरवालसाहेबानंच केली ना कंप्लेन्ट! त्यांचं म्हणणं दोन हजार रुपये घेऊन पळाला तो! पण पोलिसांनासुद्धा काही पत्ता लागला नाही..."

"अस्सं!" पंडितराव उद्गारले. थोडा वेळ तिथं शांतता पसरली. मग त्या बाईने भला मोठा सुस्कारा सोडला.

"कुनाला म्हाईत, पैसा घेऊन पळाला का त्या अवदसेच्या पायी जिवाचं काही

बरं-वाईट करून घेतलं, कोन जाने?.... असं म्हणून तिनं पटकन जीभ चावली.

"काय म्हणालात?"

"काही न्हाई! आपलं ते हेच!... पैसं चोरलं म्हनं सोमनाथनं." ती बाई लपवाछपवी करत म्हणाली.

पंडितरावांनी दहा रुपयांची नोट काढली आणि तिच्यापुढे धरत म्हटलं.

"हे घ्या आणि नीट सांगा पाहू काय घडलं ते!"

नोट पाहताच तिचे डोळे चमकले. पुढे होऊन चटकन तिने ती नोट हस्तगत केली आणि मग ती सांगू लागली.

"त्या अगरवालसाहेबांच्या लेकीचं अन् माझ्या मालकाचं सूत जमलं वतं बघा. म्या एकदा सोताच त्या दोगाना बागेत गुळचटपना करताना पाहिलं वतं. पन त्यावेळी कुठं काही बोलशील, तर जीव घीन, असा त्याने मला दम भरला होता, म्हून म्हंते, त्या पोरीच्या पायीच काईतरी जिवाला केलं असंल...

"तुझ्याशिवाय कुणाला माहीत होतं त्याचं प्रकरण?"

"न्हाई."

पंडितरावांनी थोडा विचार केला अन् मग ते एकदम म्हणाले,

"तुझ्याजवळ सोमनाथचा एखादा फोटो आहे?"

तिने थोडं आठवल्यासारखं केलं आणि मग एक मोडकी ट्रंक पुढे ओढली. तिच्यातल्या वस्तू खालीवर करीत तिने एक चुरगळलेला फोटो बाहेर काढला. तो फोटो तसा अलीकडचाच वाटत होता. त्याच्या पाठीमागे "To Amita" असं इंग्रजीत लिहिलेलं होतं. तो फोटो अमितासाठीच काढून घेतला असावा हे उघडच होते.

"बरं तर चलतो मी. हा फोटो २-३ दिवसांत परत करीन."

असं म्हणून तिच्या उत्तराची वाटही न पाहता पंडितराव बाहेर पडले. त्यांच्या पाठमोऱ्या आकृतीकडे आ वासून पाहत राहिलेल्या सोमनाथच्या बायकोला मात्र आपण त्यांना किती महत्त्वाची माहिती दिलीय याची काहीच कल्पना नव्हती.

घरी येताच पंडितरावांनी इत्यंभूत माहिती रामरावांना सांगितली. आणलेला फोटोही त्यांना दाखवला. "याचा अर्थ बंगल्यात वावरणारा तो अतृप्त आत्मा सोमनाथचाच आहे म्हणायचा." रामराव तो फोटो निरखून पाहत म्हणाले.

"होय आणि त्याला बंगल्यातून हद्दपार करण्यापेक्षा मुक्ती द्यायची असेल तर या बंगल्याच्या मालकाची, अगरवालसाहेबांची मुलगी अमिता शोधून काढली पाहिजे." पंडितराव म्हणाले.

"ते काम फारसं अवघड नाही. मला वाटते शेजारच्या आपट्यांकडे चौकशी केली तरी तिचा पत्ता मिळू शकेल."

"ठीक आहे. मग तुम्ही आताच आपट्यांकडे जा. हे काम जितक्या झटपट होईल तितकं हवंच आहे." पंडितराव म्हणाले. रामरावही त्यांचं म्हणणं मानून लगेच उठले.

अगरवालांची मुलगी त्याच शहरात राहत असल्याने पंडितरावांचं काम अधिकच सोपं झालं. दुपारी चारच्या सुमारास ते दोघेजण तिच्या घरी गेले. आपल्या बंगल्याचे नवे मालक रामराव आलेत हे कळताच अमिताला आनंद वाटला. तिने त्या दोघांना आपल्या खोलीत बोलावून घेतलं. चार दोन औपचारिक वाक्यांची देवाण घेवाण झाल्यावर रामराव म्हणाले,

"हे बघ अमिता, आम्ही एका महत्त्वाच्या कामासाठी तुझ्याकडे आलोय. सोमनाथ ड्रायव्हरला तू ओळखत असशीलच." त्यांच्या या वाक्यासरशी अमिता दचकली. पण लगेच स्वत:ला सावरून तिने म्हटलं,

"नाही, या नावाचा कुणीही माणूस माझ्या ओळखीचा नाही."

"तो तुमच्याकडे ड्रायव्हर होता." रामरावांनी आणखी प्रयत्न केला.

"असेल." अमिताचा चेहरा ताठर झाला होता. ती अगदीच ताकास तूर लागू देत नाही हे पाहताच, पंडितराव पुढे झाले. खिशातून सोमनाथचा फोटो काढून तिच्यासमोर धरीत त्यांनी म्हटलं,

"अमिता, हा फोटो तरी तू नक्कीच ओळखत असशील. शिवाय त्याच्या मागे तुझं नावही लिहिलं आहे."

तो फोटो पाहताच अमिताचा चेहरा पांढरा फटफटीत पडला. डोळे विस्फारले गेले. तोच क्षण साधून पंडितराव म्हणाले,

"अमिता, या गृहस्थांच्या कुटुंबीयांच्या जीवन-मरणाचा प्रश्न या सोमनाथमुळे ओढवलाय. त्याचा अतृप्त आत्मा सूडाने पेटून तुमच्या बंगल्यात वावरतोय." असं म्हणून त्यांनी घडलेले प्रकार तिच्या कानावर घातले. त्यांच्या बोलण्याने तिला चांगलाच धक्का बसला. त्यांचं बोलणं संपताच इतका वेळ प्रयासाने आवरून धरलेले अश्रू तिच्या गालावरून ओघळू लागले. ती हमसाहमशी रडू लागली. थोडा वेळ तसाच गेला.

"अमिता, इकडे बघ. आता रडून काहीच उपयोग नाही. सोमनाथच्या आत्म्याला मुक्ती मिळावी असं तुला वाटतं ना?" पंडितरावांनी विचारलं. अमिताने होकारार्थी मान हलवली.

"मी त्याच कामासाठी रामरावांकडे आलोय. पण त्यासाठी त्याचा मृत्यू कशाने झाला हे कळणं आवश्यक आहे. तुला जे माहीत असेल ते तू खरं खरं मला सांग. माझ्यावर विश्वास ठेव. आपणा तिघांखेरीज या गोष्टीची वाच्यता कुठेही होणार नाही असं मी तुला वचन देतो. सोमनाथने भूतयोनीत वर्षानुवर्षे खितपत पडावं हे तुला

नक्कीच आवडणार नाही.'' पंडितराव म्हणाले. त्यांनी मोठ्या खुबीने तिची मानसिक तयारी चालवली होती. अखेर अमिता डोळे कोरडे करून काहीतरी सांगायला सिद्ध झाली. तिने दाताखाली ओठ घट्ट दाबून धरला होता.

''ठीक आहे काका. तुमच्या वचनावर विसंबून मी तुम्हाला ते सर्व सांगते.'' असं म्हणून तिने खोलीबाहेर कुणीही नाही याची खात्री करून घेतली आणि मग अत्यंत हलक्या आवाजात सांगायला सुरुवात केली.

''त्यावेळी सोमनाथच्या रांगड्या व्यक्तिमत्त्वावर माझं अतिशय प्रेम बसलं होतं. माझ्यासारख्या शिकलेल्या आणि श्रीमंताच्या अब्रुदार घराण्यातल्या मुलीनं सोमनाथसारख्या हलक्या आणि विवाहित माणसावर प्रेम करावं, हे मूर्खपणाचं होतं. तारुण्याच्या धुंदीनं माझे डोळे अंध झाले होते. पण प्रेम करणारा माणूस आंधळा बनला तरी बाकीची माणसं चांगली डोळस आणि व्यवहारी असतात. माझ्याही घरात हीच स्थिती होती. आमच्या घरातल्या पुरुष मंडळींच्या जेव्हा हे लक्षात आलं, तेव्हा त्यांनी सोमनाथला दम भरला. मला त्याला भेटण्याची बंदी केली. परंतु आम्ही दाद दिली नाही. आम्ही पळून जाण्याच्या तयारीत असताना पकडले गेलो. अखेरीस मला नजरकैदेत ठेवण्यात आलं आणि सोमनाथचा विश्वासघाताने खून करण्यात आला. खून कुणी केला हे मला कळलं नाही. पण त्याला कारंजासाठी खणलेल्या खड्डयात पुरण्यात आलं. तो प्रसंग मात्र मी स्वत:च्या डोळ्यांनी पाहिला. कदाचित् कारंजाच्या बांधकामाची योजना खास सोमनाथासाठीच केली असेल. प्रत्यक्षात मात्र घरातले दोन हजार रुपये घेऊन तो फरारी झाल्याचं उठवण्यात आलं. मला अतिशय दु:ख झालं. पण मी काहीही करू शकत नव्हते. जे पाहिलं त्याची वाच्यताही करता येत नव्हती. कारण सोमनाथ तर आता या जगातून गेला होता. आता घरच्या माणसांच्या जिवावर बेतेल असं काहीही करणं वेडेपणाचं होतं. त्यामुळे गप्प बसण्याखेरीज मार्ग नव्हता.

लवकरच माझ्या पसंती-नापसंतीचा कुठलाही विचार न करता माझं लग्न उरकण्यात आलं. मनात चीड, संताप आणि दु:ख धुमसत असतानाच मी संसारात पडले. पुन्हा माहेरच्या घरी कधीही पाय ठेवला नाही. हळूहळू मी संसारात रमले. काळाबरोबर मनाच्या जखमा बऱ्या झाल्या पण कडवटपणा गेला नाही. माझ्या लग्नानंतर सोमनाथच्या अस्तित्वाचा त्यांना त्रास सुरू झाला असावा, पण त्यांच्यापैकी कुणी त्याबद्दल काही बोललं नाही. मात्र वडिलांना एकाएकी वेड लागल्याचं ऐकून मला धक्काच बसला. त्यानंतर मोठ्या भावाला मोटारीचा जबरदस्त अपघात झाला. कित्येक महिने त्याला हॉस्पिटलामधे घालवावे लागले. मग एकाएकी घाईनेच आमच्याकडच्या माणसांनी तो बंगला विकला आणि मुंबई गाठली. त्यानंतर मात्र मी घरी जाऊ लागले. पण सोमनाथबद्दल कुणी काहीच बोललं नाही.'' अमिताने आपलं बोलणं संपवलं. थोडा वेळ तिथं शांतता पसरली. पंडितरावांनीच तिचा भंग केला.

''त्या सोमनाथची अंतकाळी काहीतरी जबरदस्त इच्छा शिल्लक राहिली असावी, म्हणूनच त्याला मुक्ती मिळाली नाही. ती जर आपण पुरी करू शकलो, तर मला वाटतं तो आपणहून जाईल. पण त्याची इच्छा समजावून घेणं फक्त तुला एकटीलाच शक्य आहे. आमच्यापैकी कुणीही ते काम करू शकणार नाही.''

''म्हणजे? तुम्हाला काय म्हणायचंय?'' सभय दृष्टीने त्यांच्याकडे पाहत अमिताने विचारलं.

''ते उघडच आहे. अमिता तुला आमच्याबरोबर तिथं एकदा यावं लागेल. कारण सोमनाथ केवळ तुझ्या एकटीवरच विश्वास टाकू शकेल. इतर कुणाही व्यक्तीकडे तो फक्त सूडाच्याच इच्छेने पाहणार.''

त्यांचं बोलणं ऐकताच अमिता अधिक भयभीत झाली. पंडितरावांच्या ते लक्षात आलं.

''घाबरू नकोस. तू माझ्या सांगण्याप्रमाणे वागलीस तर तो तुला काहीही करू शकणार नाही. कुठल्याही अमंगल शक्तीपासून तुझं संरक्षण करण्यास मी पूर्ण समर्थ आहे. फक्त तुझ्याजवळ थोडसं धैर्य आणि माझ्यावर विश्वास हवा.'' पंडितराव म्हणाले. बोलता बोलताच ते तिच्या चेहऱ्यावर होणारे फेरफार लक्षपूर्वक पाहत होते. ''बघ! सोमनाथला या योनीतून मुक्त करायचं असेल आणि या गृहस्थांना मृत्यूच्या छायेतून बाहेर काढायचं असेल, तर तू यायला हवंस.'' असं म्हणून निर्णयासाठी त्यांनी तिच्याकडे पाहिलं. एक-दोन क्षणच ती स्तब्ध राहिली आणि मग निर्णायक स्वरात तिनं चटकन् सांगून टाकलं, ''ठीक आहे माझी तयारी आहे.''

रात्रीचे नऊ साडेनऊ वाजले होते. पण तो अमावस्येनंतरचा दुसराच दिवस असल्याने रात्र अधिकच गडद वाटत होती. फारशी वस्ती नसलेल्या त्या परिसरात सामसूम झाली होती. अंतरा-अंतरावर एकाकीपणे उभे असलेले ते बंगले अंधाराच्या साम्राज्यात अधिकच पोरके वाटत होते. रातकिड्यांचा स्वर कर्कश्श होऊ लागला होता. रामरावांच्या बंगल्यात त्यावेळी तीनच व्यक्ती हजर होत्या. रामराव, पंडितराव आणि अगरवालांची मुलगी अमिता! रामरावांनी नोकराला देखील रजा दिली होती.

अमिता मनातून पुष्कळच घाबरलेली होती. तरीही तिने वरकरणी बराच धैर्याचा आव आणला होता. पंडितरावांच्या अनुभवी नजरेतून तिची परिस्थिती सुटली नव्हती. गप्प बसल्यामुळे खोलीतल्या वातावरणात अधिकच ताण उत्पन्न होत असलेला पाहून पंडितरावांनीच बोलायला सुरुवात केली. जरा वेळ इकडच्या तिकडच्या गप्पा मारून त्यांनी वेळ घालवला आणि मग हलकेच मुद्याला हात घातला.

''अमिता, तुला या प्रकारात घाबरायचं मुळीच कारण नाही. मी असेतोपर्यंत तुझ्या केसाला देखील धक्का लागणार नाही याची मी हमी देतो. तू फक्त एकच करायचं. धीर धरायचा आणि मी दिलेल्या सूचना तंतोतंत पाळायच्या.'' ते म्हणाले.

अमिताने मान डोलावली. मग पंडितरावांनी तिला एका आसनावर बसवलं. हातात पाणी घेऊन त्या आसनाभोवती फिरवत मंत्र जपायला सुरुवात केली.

अपसर्पंतु ये भूता: ये भूता: भूमिसंस्थिता:।

ये भूता: विघ्नकर्तार: ते नश्यन्तु शिवाज्ञया।

मंत्र पुरा होताच त्यांनी अमिताला सांगितले, "अमिता हा बंधनमंत्र आहे. तो तोडून कुणीही प्रेतात्मा तुझ्या शरीराला स्पर्श करू शकणार नाही. जोवर तू या आसनावर आहेस तोपर्यंत तुला मुळीच धोका नाही. मात्र तू येथून बाहेर पडू नकोस. काय वाटेल ते झालं, तरी इथून हलायचं नाही. समजलं? 'तो' कदाचित तुला बाहेर बोलवेल. पण जाऊ नकोस. माझ्याकडे नीट बघ. हं, आता कोणत्याही धोक्याच्या क्षणी तुला माझा चेहरा समोर दिसून सावध करील. तुला एकच गोष्ट साधायची आहे. ती म्हणजे सोमनाथची अतृप्त इच्छा जाणून घेणं. त्याला इथून जायला सांगणं! आलं लक्षात?"

"होय." अमिता म्हणाली. तिचा चेहरा पांढरा पडला होता. पंडितरावांनी रामरावांच्या मनगटावरही एक ताईत बांधला आणि मग ते दोघेही त्याच खोलीच्या दाराआड लपून बसले. त्या खोलीत अमिता एकटीच राहिली.

पाच-दहा मिनिटांतच कुत्र्याच्या भेसूर रडण्याने ते तिघेही दचकले. दाराच्या फटीतून अधिकच सावधानतेने ते खिडकीकडे पाहू लागले. अस्वस्थ झालेल्या अमिताला पंडितरावांनी तेथूनच धीर दिला. आणि मग एक-दोन क्षणातच त्या काचेवर तो हिडीस चेहरा अवतीर्ण झाला. हाताच्या पंजांनी त्याने काचेवर आघात केले आणि मग थोड्याच वेळात खिडकी फोडून 'त्याने' आत प्रवेश केला. अमिता ताडकन् उठून उभी राहिली. त्या आकृतीचं अमिताकडे लक्ष जाताच तिच्यात क्षणार्धातच बदल झाला. तिचा हिडीसपणा जाऊन त्या जागी पूर्वीचा उंचापुरा, देखणा तरुण सोमनाथ उभा राहिला. कुठल्याही तरुण स्त्रीला मोहवील असे स्मित करून तो म्हणाला.

"अमिता तू? तुला भेटायची माझी कित्येक दिवसांपासूनची इच्छा होती." त्याचा आवाज (!) नक्कीच मुलायम होता. पंडितरावांनी अर्थपूर्ण दृष्टीने रामरावांकडे पाहिलं. सोमनाथला समोर पाहताच अमिता पाण्यात पडलेल्या ढेकळासारखी विरघळली. तिचा कंठ दाटून आला. ओठ थरथरायला लागले.

"सोमनाथ...सोमनाथ मी देखील तुला पाहायला खूप अधीर झाले होते रे." कसेबसे तिच्या तोंडून शब्द फुटले.

"पण...पण तुझ्या भावांनी माझा खून केला. अमिता, तुला भेटू देखील दिलं नाही आणि बेवारशी कुत्र्यासारखं त्या कारंजाखालच्या खड्डयात पुरलं." सोमनाथ संतापून म्हणाला. रागाने त्याने हाताच्या मुठी वळल्या होत्या. अमिताच्या तोंडून

अस्पष्टसा हुंदका बाहेर पडला. त्यासरशी सोमनाथने स्वत:ला सावरलं.

"जाऊ दे ते. आता आपली भेट झालीय. ये माझ्याजवळ. तुला कडकडून भेटू दे एकदा मला." असं म्हणत त्याने आपले बाहू पसरले. ते पाहताच अमिताला त्याच्याकडे जाण्याची प्रबळ इच्छा झाली. तिने पाऊल उचलले सुद्धा! तोच पंडितरावांचा चेहरा तिला नजरेसमोर दिसू लागला. मागे फिर अमिता. बंधनमंत्र तोडू नकोस. मागे फिर. तो चेहरा तिला बजावू लागला. अमिता जागच्या जागीच थबकली. ते पाहताच सोमनाथने पुन्हा एकदा ते मोहक स्मित केलं.

"येणार नाहीस?... आपल्या लाडक्या सोमनाथला जवळ घेणार नाहीस....? इतका राग आहे आमच्यावर अं?" तो बोलतच होता आणि अमिता अधिकाधिक विरघळत होती. अखेरीस मोहाने निश्चयावर मात केली आणि अमिताने एक पाऊल पुढे टाकलं. सोमनाथ आनंदला.

"ये. ये ना. तो पुन्हा म्हणाला."

अमिता आणखी पुढे जाणार, तेवढ्यातच ते घडले. तिचा चेहरा एकाएकी ताठर झाला आणि ती पूर्ववत आपल्या आसनावर गेली. पंडितरावांनी स्वत:च मनोबलाने तिच्या शरीरात प्रवेश केला होता. सोमनाथच्या चेहऱ्यावरची नाराजी पाहून अमिता (म्हणजे पंडितरावच) त्याला म्हणाली,

"नाही सोमनाथ. आता असं करणं वेडेपणाचं होईल. आपली भेट झाली यावरच समाधान मानायला हवं. मला एक सांग, तू इथं परत का आलास?"

"का म्हणजे? मला त्यांचा सूड घ्यायचाय! सूड!!" सोमनाथ रागाने म्हणाला. त्याचा चेहरा थोडा विकृत झाला होता. "तो तू थोडाफार घेतलासच. ती माणसंही आता इथून निघून गेली. आता इथं राहणाऱ्या, नवख्या, निरपराध लोकांना तू का त्रास देतोस?"

"देणार! मला शांती मिळेपर्यंत या घरात मी कुणालाही सुखात राहू देणार नाही."

"पण तेवढ्याने तरी तुला शांती मिळेल का? वर्षानुवर्षे तू असाच सूडभावनेने तडफडत राहणार आहेस का? माझं ऐक सोमनाथ, तुझी काही इच्छा अपुरी असेल तर मला सांग. मी ती पूर्ण करायचे वचन देते. आणि ती पुरी झाल्यावर तुला आपोआपच शांती मिळेल." सोमनाथ स्तब्ध उभा राहून ऐकत होता.

"सोमनाथ, आपल्या अमिताचं ऐकणार नाहीस?" अमिताने गोड आवाजात म्हटलं, आणि त्याचा योग्य तो परिणाम झाला.

"अमिता तुझ्यापायी मी माझ्या बायकोला खूप छळलं ग. ती बिचारी माझ्यावर खूप प्रेम करीत होती. आता निराधार होऊन पोरांसाठी कुठंतरी उपाशी-तापाशी वणवणत असेल. माझा लाडका कुठं असेल कुणास ठाऊक." असे म्हणून त्याने

दु:खाने ओंजळीत तोंड लपवलं.

"ठीक आहे सोमनाथ. तुझ्या बायका मुलांना सुखाचा घास मिळेल अशी व्यवस्था करण्याचं मी वचन देते. तसंच कारंजाखाली बेवारशाप्रमाणे पुरलेल्या तुझ्या देहावरही योग्य धार्मिक संस्कार करविण्याचं वचन देते. मग तर झालं?"

सोमनाथचा चेहरा उजळला. "खरं सांगतेस अमिता? करशील तू एवढं?"

"होय सोमनाथ. माझ्यावर विश्वास ठेव. मी दिलेलं वचन प्राण गेला तरी मोडणार नाही,"

"अमिता तुझ्या या वचनाने मला खरोखरंच खूप समाधान वाटतेय. जळणाऱ्या जिवाला शांतता वाटायला लागलीय." सोमनाथ म्हणाला आणि मग एकाएकीच त्याच्या आकृतीचे विरविरीत धुक्यात रूपांतर झालं.

"मी जातोय अमिता, सुखी राहा." कुठूनतरी दुरून यावेत तसे ते शब्द आले. सोमनाथ नाहीसा झाला आणि पाठोपाठच भयानक स्फोटासारखा आवाज आला. अमिता घाबरून बेशुद्ध झाली. आणि पंडितराव व रामराव वेगाने खिडकीकडे धावले. बागेतल्या दिव्याच्या प्रकाशात त्यांना दिसलेलं दृश्य फारच आश्चर्यजनक होतं. बागेतल्या कारंजाचे कसल्यातरी प्रचंड धक्याने तुकडे-तुकडे झाले होते. आणि....आणि त्या खड्डयात एक मानवी सांगाडा पडलेला दिसत होता.

"आपलं काम फत्ते झालंय रामराव. आता त्याचा तुम्हाला कधीही त्रास होणार नाही. फक्त त्याला दिलेलं वचन मात्र आपण पाळायला हवं." रामरावांनीही आनंदाने मान डोलावली आणि मग ते दोघेही बेशुद्ध पडलेल्या अमिताला सावध करण्यासाठी तिच्याकडे परतले.

❑

www.ingramcontent.com/pod-product-compliance
Lightning Source LLC
LaVergne TN
LVHW092355220825
819400LV00031B/375
* 9 7 8 8 1 7 7 6 6 8 4 0 7 *